દિલની વાત
કોને કહીએ અને કેવી રીતે

સુભાષ લખોટિયા

ગુજરાત પુસ્તકાલય સહાયક સહકારી મંડળ લિ.
૧૧, ઈલોરા કોમર્શીયલ સેન્ટર, પહેલો માળ, રીલીફ સીનેમા પાછળ.
અમદાવાદ–૩૮૦ ૦૦૧
ફોન : ૨૫૫૦ ૬૯૭૩
E-mail : gpssmltd@yahoo.com

ડાયમંડ બુક્સ

www.diamondbook.in

© લેખકાધીન

પ્રકાશક	:	ડાયમંડ પૉકેટ બુક્સ પ્રા. લિ. X-30, ઓખલા ઇંડસ્ટ્રિયલ એરિયા, ફેઝ-II, નવી દિલ્હી-110020
ફોન	:	011- 40712200
ઇ-મેઇલ	:	sales@dpb.in
વેબસાઇટ	:	www.diamondbook.in
સંસ્કરણ	:	2015
મુદ્રક	:	Repro (India)

DIL NI VAAT KONE KAHIYE ANE KEVI RITAIN

By - Subhash Lakhotiya

ભૂમિકા

તમે માનો કે ના માનો પણ જિંદગીની હકીકત એ છે કે, ૯૦ ટકાથી વધારે પુરુષ તેમજ મહિલાઓ ભારતમાં જ નહીં બલ્કે સંપૂર્ણ વિશ્વમાં, પોતાના દિલની વાત બીજાથી નથી કહી શકતા. જ્યારે આપણે પોતાના દિલની વાત બીજાથી નથી કહી શકતા, તો એવામાં એક અજીબ ઘુટન ઉત્પન્ન થાય છે અને મન વિચલિત રહે છે. આ પુસ્તક સંપૂર્ણ માનવ જાતિના ફાયદા માટે લખવામાં આવી છે, જેથી દરેક વાચકને એ જાણ થઈ શકે કે ફક્ત તે જ નહીં બલ્કે લાખો-કરોડો વ્યક્તિ પોતાના દિલની વાત બીજાથી નથી કહી શકતા. આ હકીકતમાં જિંદગીનું કડવું સત્ય છે, તો એવામાં આપણે શું કરીએ, આ પ્રશ્ન વારંવાર મારા અને તમારા મનમાં આવે છે. જવાબ ખૂબ સરળ છે કે, તમે પોતાના દિલની વાત પ્રભુને સમર્પિત કરી દો અને ઘુટનરહિત જિંદગી વિતાવો. બીજી રીત એ છે કે, તમે ઓછાથી ઓછા પાંચ સાચા-સારા મિત્રોની શોધ પ્રારંભ કરો અને જો તમારી આ શોધ પૂરી થઈ જશે, તો સમજી લો કે જીવનમાં નવો પ્રકાશ આવશે.

વાચકોથી નમ્ર નિવેદન છે કે, કૃપા કરી પુસ્તક વિશે પોતાના વિચાર લેખકને લખે, જેથી હવે પછીના સંસ્કરણમાં કેટલીક નવી વાતોનો સમાવેશ કરી શકાય. સાથે જ જો તમારા દિલમાં પણ કોઈ વાત છે, જે તમે બીજાઓથી નથી કહી શકતા, તો એને લખી નાખો.

અમારા પ્રકાશક શ્રી નરેન્દ્ર વર્માજીનો હું આભારી છું, જેમણે મને પ્રેરિત કર્યો કે હું આ પુસ્તક જલ્દીથી સમાજ માટે પ્રસ્તુત કરી શકું. મારી ધર્મપત્ની શ્રીમતી સુશીલા લખોટિયાએ અથાગ પરિશ્રમ કરીને આ પુસ્તકને સંવારવામાં મદદ કરી અને સમય-સમય પર મને પ્રેરિત કર્યો, અન્યથા આ પુસ્તક આટલા ઓછા સમયમાં વાચકો સુધી ના પહોંચી શકતી.

શુભકામનાઓ સહિત

સુભાષ લખોટિયા

૭ નવેમ્બર, ૨૦૧૨
એસ-૨૨૮, ગ્રેટર કૈલાશ ભાગ-૨
નવી દિલ્લી-૧૧૦૦૪૮
મો. ૦૯૮૧૦૦૦૧૬૬૫

વિષય સૂચી

મનની કસક

'આટલી જલ્દી શું છે ગોરી સાજનના ઘેર જવાની?' આ પંક્તિ વાંચીને તો અમારા વાચકોને કોઈ જૂના ફિલ્મી ગીતના ધુનની પંક્તિ યાદ આવી ગઈ હશે. પરંતુ હાલમાં જ જ્યારે શાલિનીના લગ્ન થયા, તો બીજા દિવસે સહેલીઓ વારંવાર શાલિનીથી એ જ કહી રહી હતી કે, વળી આટલી તો શું જલ્દી છે શાલિની પિયાના ઘેર જવાની. સહેલીઓ પોતાની સાથે વિતાવેળી પળો યાદ કરી રહી હતી અને એમની ઇચ્છા હતી કે, શાલિનીથી થોડાં દિવસો સુધી વધારે મુલાકાતો થતી રહે. લગ્ન પછી શાલિનીની દોડ લાંબી થઈ ગઈ હતી, એની સાસરી દૂર થઈ ગઈ હતી અને જવું તો પડશે જ પરંતુ શાલિની પણ હવે પોતાના દિલની વાત કોને કહે? ના પતિને કહી શકે છે કે થોડા દિવસો સહેલીઓની સાથે મળીને વાતો કરવાની મારી ઇચ્છા થઈ રહી છે અને ના તો સાસરામાં આ વાત કોઈ બીજાને કહી શકે છે. સહેલીઓની સામે પણ શાલિની માટે પોતાના મનની ઇચ્છાને પ્રગટ કરવી ખૂબ મુશ્કેલ થઈ રહી છે. આમ તો તમે અને અમે પણ શાલિનીની જગ્યાએ હોઈએ તો આપણી સાથે પણ આવું થવું નિશ્ચિત છે. પરંતુ પોતપોતાની અર્થાત્ ખુદની જિંદગીના દરેક વળાંક પર અમને અને તમને એવા સેંકડો અવસરો નજર આવે છે, જ્યારે આપણું મસ્તિષ્ક રોકાઈ જાય છે, તે કામ નથી કરતું અને જો વિચાર આવે પણ છે, તો ફક્ત એક જ વિચાર અને તે વિચાર છે કે,પોતાના દિલની વાત કહીએ તો કોને કહીએ? જો સીધા અને સરળ શબ્દોમાં તમારાથી પૂછવામાં આવે કે, તમે બતાવો કે તમે પોતાના દિલની વાત કોને કહી શકો છો, તો કદાચ કશું વધારે વિચાર્યા-સમજ્યા વગર તમારો ઉત્તર આવશે કે એવી કઈ વાત છે એમાં? કઈ એવી પરેશાની છે આ નાનો એવો જવાબ આપવામાં

અને બેધડક તમારો ઉત્તર આવી જશે કે, હું તો પોતાના દિલની વાત પોતાના દોસ્તોને કહી શકું છું. એક નહીં, બે નહીં, દસ નહીં બલ્કે હજારો વ્યક્તિઓથી મેં છેલ્લાં બે વર્ષોમાં એક જ પ્રશ્ન કર્યો અને તે પ્રશ્ન એ હતો કે, શું તેઓ પોતાના દિલની વાત પૂરી દુનિયામાં કોઈને કહી શકે છે શું? ઉત્તર મોટાભાગની જગ્યાએથી અડધી મિનિટથી ઓછા સમયમાં એક જ આવ્યો અને તે હતો - 'બેશક અમે કહી શકીએ છીએ'. પરંતુ દસ-પંદર મિનિટ જ્યારે મેં આ વિચારબિન્દુ પર ઊંડી રોશની નાખી તો એમનું દિલ ધડકવા લાગ્યું અને અંતમાં બધાનો જવાબ એક જ આવ્યો અને તે હતો કે 'ના બાબા ના, અમે તો પોતાના દિલની વાત કોઈને નથી કહી શકતા.'

આવો આ વિષયમાં થોડી ચર્ચા તેમજ મનન કરવામાં આવે, જેથી કોઈ યોગ્ય પરિણામ મળી શકે. જો તમે પોતાના દિલની પૂરેપૂરી વાત કેટલાંક વ્યક્તિઓને કહી શકો છો, તો તમને અનેક પ્રકારની બીમારીઓથી મુક્તિ મળી જશે. નહીંતર કેટલાંક વિચાર બિન્દુને લઈને તમે પોતાના મસ્તિષ્કને ઝંઝોળતા રહેશો. તમે ઉત્તર શોધવાનો પ્રયત્ન કરશો, ઉત્તર નહીં મળે, તમને અનેક સમસ્યાઓ હશે અને તમારું મસ્તિષ્ક એક ચક્રવ્યૂહમાં ફસાઈ જશે. માનસિક અશાંતિ તમારા દરવાજા પર હંમેશાં ટકેલી રહેશે, પ્રત્યેક પળ પરેશાનીઓ તમારા દ્વારની આગળ-પાછળ, ઉપર-નીચે ઊભી રહેશે કેમ કે તમે પોતાના દિલની વાત કોઈને પણ નથી કહી શકતા.

હું છેલ્લાં બે વર્ષોથી જે કોઈ પણ સભામાં જાઉં છું, ભલે તે વ્યાવસાયિક સભા હોય, જ્યાં પર ઇન્કમ ટેક્સ પર લેક્ચર આપવાનું હોય અથવા સામાજિક સભા સંસ્થા, જ્યાં પર સામાજિક પરિચર્ચા કરવી હોય અથવા જ્યારે હું સવાર-સાંજ ફરતાં સમયે અનેક વ્યક્તિઓથી મળું છું અથવા વિમાની મથક પર પોતાની ફ્લાઇટની રાહ જોઈ રહ્યો હોઉં છું, બધા સમયે મારા મનમાં એક પ્રશ્ન, જે ઘણાં વર્ષોથી ફરી રહ્યો છે અને એનો ઉત્તર મેળવવા માટે તમારા જેવાં લાખો વ્યક્તિઓથી પૂછું છું. એક જ પ્રશ્ન- શું તમે પોતાના દિલની વાત કોઈને કહી શકો છો? જો હા, તો કહો હા અને જો ના, તો ના કહો.

દોસ્ત, સગા-સંબંધી કેટલાંક નજીકના સંબંધી અને કેટલાંક પોતાના બ્લડ રિલેશન, તમારી પાસે બધાની લાંબી કતાર છે. અનેક લોકો આ શ્રેણીમાં આવવાવાળા છે, પણ સત્ય તો એ છે કે, તમે અને અમે એવી જિંદગી જીવીએ છીએ કે, પોતાના દિલની વાત કોઈને નથી કહી શકતા. જે લોકોએ આ વિષય

પર ઊંડાણથી નથી વિચાર્યું, તે તો એ જ વિચારશે કે એવી કઈ વાત છે,જે આપણે ગુપ્ત રાખવા ઈચ્છીએ છીએ અને જે આપણાં સગા-સંબંધીઓથી નથી કહી શકતા, ના તો આપણાં પોતાના હમસફરથી, ના તો આપણાં દોસ્તોથી. એક મિનિટના ચિંતનમાં તમને ઉત્તર નહીં મળે, થોડું ઊંડું વિચારશો ત્યારે જિંદગીની વાસ્તવિકતા તમારી સામે આવી જશે અને પછી તમે વિચારવા માટે મજબૂત હશો કે આપણી દુનિયા કેવી અજીબ છે? આપણે જેને પોતાના સમજીએ છીએ. આપણે જેના પર પ્રાણ ન્યોછાવર કરવા માગીએ છીએ, આપણે જેને બધું જણાવવા માંગીએ છીએ, છતાં પણ પોતાના મનની વાત તેમને જણાવી શકતા નથી. તમારા દિલ પર જે વિતે છે તે વાત કોઈને તો જણાવવી પડશે.

મારું કાર્યક્ષેત્ર જ એવું છે જ્યાં દરરોજ સેંકડો લોકો મને મળે છે અને પોતાના મનની વાત જણાવે છે. પણ સાચું માનજો આ બધા લોકો પોતાના મનની વાત મોટેભાગે અન્ય કોઈને જણાવી શકતા નથી, લોકોને લાગે છે કે આ દુનિયા ઘણી ક્રૂર છે, ખૂબ જ જુઠ્ઠી છે આ દુનિયા, ઘણું મુશ્કેલ છે. ડગર પર ચાલવું તો પડશે આ જ દુનિયામાં. પ્રશ્ન એ પણ મનમાં થાય છે કે, આખરે એવી કઈ વાત છે જે બીજાને કહી શકતા નથી બીજા સાથે આપણા મનની વાતની ચર્ચા કેમ નથી કરી શકતા. આ વિષયને સમજવા માટે તમારે ગંભીરતાથી ચિંતન-મનન કરવું પડશે અને જીવનના સત્યને સમજવું પડશે. જીવનના સત્યને સમજ્યા પછી તમે એક પરમ શાંતિ મેળવશો, એક એવી સ્થિતિ જે તમારા જીવનની મૂંઝવણોને દૂર કરશે અને અંતે આનંદદાયક જીવન વિતાવતા તમે જીવનના માર્ગને અપનાવશો; પણ આવું કરવા માટે જરૂરી છે કે, અમે અને તમે પોતાના જીવનમાં આ એક લાઈનના સવાલને પોતાના મનમાં વારંવાર દોહરાવીએ અને જવાબ મેળવવાની ચેષ્ટા કરીએ. પ્રશ્ન હશે તો તેનો જવાબ પણ ચોક્કસ હશે, પરંતુ જવાબ મેળવવા માટે આ પ્રશ્નને વારંવાર દોહરાવવો પડશે, મનન કરવું પડશે, ક્રિયાશીલ મનને આ કામમાં લાવવું પડશે કે શું આ હકીકત છે કે નહીં કે આપણે આપણા મનની વાત કહીએ તો કોને કહીએ. પ્રત્યેક વ્યક્તિ રોજીંદા જીવનમાં તણાવમાં જીવે છે. આજે એવી સ્થિતિ નથી કે કેવળ ગરીબને જ તણાવ હશે, અમીરને નહીં હોય. આજે જે વાતાવરણમાં તમે અને અમે જીવીએ છીએ તેમાં હકીકત તો એ જ છે કે ગરીબને જીવનમાં તણાવ જ તણાવ દેખાય છે અને એવો તણાવ કે વ્યક્તિ ઘૂંટાવા લાગે છે અને જીવનનો મર્મ સમજાતો નથી. ઘણીવાર તો એવું

લાગે છે કે મારા જીવનનો મર્મ શું છે, શું આ તણાવ જ છે મારા જીવનનું લક્ષ્ય અને શું હું જીવનભર તણાવમાં જ જીવીશ. લોકોનું એવું માનવું છે કે જે વ્યક્તિ મજબૂરીમાં જીવે છે, અભાવમાં જીવે છે તે તણાવથી ઘેરાયેલો રહેશે. પરંતુ જો તમારી પાસે પૈસા, દોલતની માયા છે તો તમને કઈ વાતનો તણાવ હોઈ શકે. જો તમારા વિચાર પણ એવા છે કે તણાવની સમસ્યા કેવળ ગરીબને અને અસહાયને હોય છે, પૈસાદારોની પાસે તણાવ તો આવશે જ નહીં તો આવો વિચાર તમારા મનમાંથી કાઢી નાંખો. મારી મુલાકાત એક તરફ ઘણા પૈસાદારો સાથે થાય છે જેમની મહીનાની કમાણી લાખો-કરોડો રૂપિયા હોય છે બીજી બાજુ એવી વ્યક્તિ પણ મળે છે જેને બસનું ભાડું ચુકવવામાં પણ મુશ્કેલી પડે છે અને નાના ટળવળતા બાળક માટે દૂધની થેલી લેવામાં પણ એમને તણાવ પડે છે. પરંતુ જ્યારે બહુ નજીકથી તણાવનો અભ્યાસ કર્યો તો મેં જોયું કે જીવનમાં તણાવ સમાપ્ત જ નહીં થાય. જો તણાવ સમાપ્ત કરવા માંગો છો, તો આ એક પ્રશ્નને વારંવાર વિચારો અને મનન કરો, કેવળ એ જવાબ શોધજો કે શું આપણે આપણા મનની વાત કોઈને કહી શકીએ છીએ કે નહીં.

એક મોટી સન્માનીય સભામાં જ્યાં લગભગ બસો વ્યક્તિ હાજર હતા ત્યાં મેં આ જ પ્રશ્ન ઉઠાવ્યો કે શું તમે તમારા મનની વાત કોઇને કહી શકો છો કે નહીં? સુખદ આશ્ચર્ય ત્યારે થયું જ્યારે મોટાભાગના હાથ ઊંચા થયા અને જ્યારે મેં કેટલીય વ્યક્તિઓને આ સંદર્ભમાં પ્રશ્ન પૂછ્યો તો જવાબ આવ્યો કે, તેમાં મૂંઝવણની શું વાત છે, અમારી પાસે મનની વાત કહેવા માટે તો ઘણી વ્યક્તિ છે. આ નાના સવાલથી તમે આટલા ચિંતિત કેમ છો લખોટિયાજી. જો કે એમનો પ્રશ્ન ચોક્કસ સરળ અને સુગમ હતો. પરંતુ હું તો સભામાં આ વિષય પર ઊંડો અભ્યાસ અને મનન કરી બેઠો હતો. હું જાણતો હતો કે ખરેખર તો આ નાનો નહીં મોટો પ્રશ્ન છે. હવે મેં સભામાં બેઠેલા ગુપ્તાજીને પ્રશ્ન કર્યો, ગુપ્તાજી માની લો કે તમે તમારા ત્રણ મિત્રોને ફોન કરી રહ્યાં છો કે બે કલાકમાં તેઓ ફાઈવ સ્ટાર હોટલમાં ડિનર માટે આવી જાય. સમય થોડો હતો પણ ગુપ્તાજીને પોતાના મિત્રો પર બહુ ગર્વ હતો અને કેમ ન હોય! પોતાના મિત્રો સાથે ગુપ્તાજીના અનેક કાર્યક્રમ હંમેશાં યોજાતા રહેતા હતા. મારા કહેવાથી એમણે ૨૦ મિત્રોને ફોન કર્યા, સાંજે પાર્ટીમાં પહોંચ્યા તો જોયું કે ૧૪-૧૫ વ્યક્તિ હાજર હતા અને ગુપ્તાજીના ચહેરા પર બહુ પ્રસન્નતા હતી. આખરે ગુપ્તાજીને પોતાના મિત્રો

ગર્વ હતો અને તેઓ બોલ્યાં કે જુઓ આટલા ઓછા સમયમાં મેં ફોન કર્યો અને સારા-સાચા મિત્રો સારી સંખ્યામાં આવી ગયા. વાત તો સાચી લાગે છે કે જ્યારે તેમણે ૨૦ મિત્રોને ફોન કર્યા અને ૧૫-૧૬ આવી ગયા. હકીકતમાં આપણા મિત્રોનું વર્તુળ બહુ સારું છે. આવામાં આપણે આપણા મિત્રોને મનની વાત કહી જ શકીએ છીએ. બીજા જ દિવસે મેં શ્રી ભસીન સાહેબને કહ્યું કે ભસીન સાહેબ આજે તમે તમારા મિત્રો વિશે જણાવો. શું તમારા ઘણાં મિત્રો છે? શું તમે મિત્રોને મનની વાત જણાવી શકો છો અને શું તમારા મિત્રો ખરેખરા સારા — સાચા મિત્રો છે? મારો સવાલ સાંભળીને ભસીન સાહેબને જોશ આવી ગયું. એમણે તરત જ મારી સામે જ ૨૦ મિત્રોને ફોન કર્યા અને એમણે રાત્રે ૮ વાગ્યે પાંચ સિતારા હોટલ ઇંટર કોન્ટીનેન્ટલમાં ડિનર પર આવવા માટે આમંત્રણ આપ્યું. હું સાંભળતો હતો. તેઓ કહી રહ્યા હતા મિત્રો આજે સાંજે ૮ વાગ્યે ડિનર આવી જજો. ડિનર સાથે કોકટેલનું પણ આયોજન છે. રાત્રે ૮ વાગ્યે જ્યારે હું ભસીન સાહેબની પાર્ટીમાં ગયો, તો એ જોઈને દંગ રહી ગયો કે ભસીન સાહેબે કેવળ ૨૦ મિત્રોને ફોન કર્યા હતા અને ત્યાં આવ્યા હતા ૩૫ જણા. સમય ઓછો હતો છતાં ડિનર પાર્ટીમાં ઘણાં મિત્રો આવી ગયાં. આશ્ચર્ય તો તમને પણ થતું હશે કે ભસીન સાહેબે ૨૦ લોકોને બોલાવ્યા પણ આવી ગયા ૩૫ વ્યક્તિ! ઘણો વિચાર કર્યા પછી મને ખ્યાલ આવ્યો કે ભસીન સાહેબ એક લાઈન વધારાની બોલ્યા હતા કે પાર્ટીમાં ડિનરની સાથે-સાથે કોકટેલ પણ છે, કોકટેલની વાત સાંભળીને ૨૦ વ્યક્તિઓને ફોન કર્યા છતાં ત્યાં ૩૫ લોકો આવી ગયાં. ભસીન સાહેબનો ચહેરો પ્રસન્નતાથી ચમકી રહ્યો હતો. તાનમાં આવીને તેમણે કહ્યું કે, જોયું લખોટિયાજી અમારા મિત્રો કેટલાં સારા અને પાક્કા છે. મેં ૨૦ વ્યક્તિઓને ફોન કર્યો આવી ગયા ૩૫ વ્યક્તિ. હું તો વિચારી રહ્યો હતો કે કોકટેલ અને ડિનરની મજા લેવા આવેલા આ લોકો શું ભસીન સાહેબના સારા અને સાચા મિત્રો છે? આ પ્રશ્ન મારા મનમાં વારંવાર આવતો હતો. મારાથી રહેવાયું નહીં અને મેં ભસીન સાહેબને પૂછી જ લીધું કે ભસીન સાહેબ તમારા ૨૦ વ્યક્તિના બોલાવ્યા પર જ્યારે ૩૫ વ્યક્તિ આવી શકે છે, તો એ તો ખબર પડે છે કે તમારા મિત્રોનું વર્તુળ જબરદસ્ત છે. પછી ભસીન સાહેબને મેં બીજો સવાલ કરી નાખ્યો કે, શું તમે આ ૩૫ વ્યક્તિઓને તમારા મનની વાત કરી શકો છો? આખરે તમારા સારા સાચા મિત્રો છે એટલે તો આટલા થોડા સમયમાં પણ ફટાફટ ડિનરમાં

આવી ગયા. અને જે મિત્રોને તમે ફોન પણ ન કરી શક્યા તેઓ બીજા પાસેથી ખબર મળતા તેઓ પણ આવી ગયા અને ૨૦ લોકોને નિમંત્રણ આપતાં ૩૫ લોકોની જમાવટ થઈ ગઈ, પણ સાચું કહો ભસીન સાહેબ તમે પોતાના મનની વાત આ ૩૫ વ્યક્તિઓને કહી શકો છો? મેં વિચાર્યું હતું કે પળવારમાં જ જવાબ મળી જશે, પણ ૧૦ મિનિટ પછી ભસીન સાહેબનું મ્હોં ખૂલ્યું અને તેઓ બોલ્યા લખોટિયાજી આટલા મિત્રો તો આવી ગયા. આખરે ડિનરની સાથે કોકટેલ પણ છે. પણ હું તો કોઈપણ વ્યક્તિને મારા મનની વાત કરી શકતો નથી.

આ બે સાચા ઉદાહરણો પરથી લાગે છે કે તમારા મારા જીવનમાં સેંકડો હજારો મિત્રો હશે અને મિત્રોના સમૂહને ખાવા, પીવા, ફરવા મોજ મસ્તી માટે બોલાવો તો કોઈ કમી નથી ઓછા સમયમાં પણ ફટાફટ હાજર થઈ જશે. પરંતુ જોવાનું એ છે કે જીવનના સત્યમાં શું આપણા મિત્રો એ પ્રકારના છે કે આપણે તેમને મનની વાત જણાવી શકીએ. ખરેખર આ બધાં મિત્રો એવા હોત કે આપણે એમને મનની વાત જણાવી શકીએ તો ચોક્કસ આપણા જીવનમાં આનંદ વધારે હોત અને આપણું જીવન સુંદર થઈ જાત. પરંતુ સત્ય તો એ છે કે અમે અને તમે આ મિત્રોના ઝૂંડમાંથી ખૂબ જ મુશ્કેલથી એકાદ વ્યક્તિને શોધી શકીએ છીએ, જે આપણા મનની વાત સાંભળી શકે અને જેને આપણે મનની વાત જણાવી શકીએ.

એ જ પ્રકારે મારી એક સ્ત્રી મિત્ર જે, ખૂબ મોટા ઔદ્યોગિક ગૃહ સાથે સંબંધ ધરાવે છે એમને જ્યારે હું મળ્યો, તો મેં કહ્યું મેડમ શું તમે તમારા પાંચ મિત્રોના નામ લખી શકો છો જેને તમે તમારા મનની વાત જણાવી શકો. બહુમુખી પ્રતિભા ધરાવનાર આ મહિલાએ બેધડક ઉત્સાહપૂર્વક કહ્યું, હા, મને કોઈ સમસ્યા નથી હું તમને પાંચ શું, એવા પચાસ નામ કહી શકું જેમને હું મારા મનની વાત જણાવી શકું છું. આ મહિલા દિલ્હી શહેરની પેજ — ૩વાળી મહિલા છે અર્થાત્ હિન્દુસ્તાન ટાઈમ્સ અને ટાઈમ્સ ઑફ ઇન્ડિયા જેવા અખબારોમાં પેજ નંબર — ૩ પર આ મહિલાના ફોટોગ્રાફ વારંવાર છપાય છે. અવાર-નવાર પાર્ટી પણ કરે છે. આ મહિલા અને એ પાર્ટીમાં આખા દિલ્હી શહેરમાંથી ઓછામાં ઓછા ૫૦૦ મોટા માથા સામેલ હોય છે. તો આવી સ્થિતિમાં મહિલાએ કહ્યું કે, લખોટીયાજી પાંચ શું મારા ૫૦૦ મિત્રોની માહિતી હું તમને આપું છું. તમને ગમે તે પાંચ નામ પસંદ કરી લો પછીની ૧૫ મિનિટમાં જ્યારે મેં એ મહિલાને કેટલાંક સવાલો કર્યા અને કહ્યું કે શું તમે આ પ્રશ્નોના જવાબ આપી શકો છો? શું

દિલની વાત કોને કહીએ અને કેવી રીતે

તમારા મનમાં જે આવે તે બેધડક આ ૫૦૦ મિત્રોના સમૂહને જણાવી શકો છો? શું તમે તમારી સહેલીને તમારા મનની વાત જણાવી શકો છો ? આ બધાં પ્રશ્નોના જવાબ આપતાં પહેલાં જ એ મહિલાએ માથાના દુઃખાવાની ગોળી લીધી અને આંખોમાં આંસુ સાથે બોલી કે લખોટીયાજી મેં વિચાર્યું પણ ન હતું કે આ નાના પ્રશ્નનો જવાબ હું આપી નહીં શકું. વર્ષ દરમિયાન લાખો-કરોડો રૂપિયા મિત્રો માટે ખર્ચું છું અને મિત્રો પણ આવે છે, મળે પણ છે, મને માન આપે છે પરંતુ મેં એ તો વિચાર્યું જ ન હતું કે, હું મારા મનની વાત મારા મિત્રોને જણાવી શકીશ જ નહીં. જરા વિચારો, આ પ્રકારના જીવનના દૃષ્ટાંત જ્યારે આપણે જોઈએ છીએ તો જીવન કંઈક વિચિત્ર લાગે છે, સમજાતું નથી કે શું છે મારું જીવન, કેવું છે આ જીવન જ્યાં કોઈ પોતાનું સાચું નથી. કોને હું મારા માનું? જ્યારે આ પ્રશ્ન મનમાં આવે છે, તો કોઈની પાસે તેનો જવાબ નથી અને હતાશ થઈને ડ્રોઈંગ રૂમના સોફા પર બેસીને વિચારવા લાગો છો કે શું છે આ જીવન? જ્યાં પાંચ મિત્રો પણ એવા નથી, જેને હું મનની વાત જણાવી શકું? આ હકીકત છે, વાસ્તવિકતા છે.

કહેવું જરૂરી છે

'દિલની વાત કહીએ તો કોને કહીએ' એ વાત જીવનની કડવી પરંતુ સત્ય હકીકત છે. કેવળ તમારા કે મારા જીવનમાં નહીં બલ્કે દરેક માણસના જીવનમાં આ વાત સત્ય છે. લોકો મળે તો છે, હસે છે, લાગે છે કે, ખુશ થઈ રહ્યાં છે પણ જ્યારે એકાંતમાં બેસીને વીતેલી પળો વિશે આપણે વિચારીએ છીએ કે મોટા ભાગે જીવનની પળોને બનાવટી હાસ્ય સાથે જીવવી પડે છે. આખરે કેમ આવું થાય છે? આ તમે પણ વિચાર્યું હશે અથવા બની શકે કે આ વિશે વિચારવાની જરૂર ના માની હોય. તમારું જીવન સોનેરી પળોની રોશની હોય છે પરંતુ એ રોશનીમાં કંઈક એવું લાગે છે કે સાચી વાત આપણે કોઈને કહી શકતાં નથી. ઘણીવાર તો મનમાં એ પશ્ન પણ થાય છે કે આખરે પ્રભુએ મારું મન કેમ બનાવ્યું કે આપણા મનની વાત સાંભળનાર કોઈ નથી. પરંતુ આ વિશે વિચારશો, મનન કરશો, ચિંતન કરશો અને અંતે નિષ્કર્ષ કાઢશો કે આપણા મનની વાત સાંભળનાર સેંકડો હજારો નહીં બે- ચાર જ સાચા સાથી મળી જાય, તો જીવન વધારે સુંદર લાગશે. જેમ-જેમ તમે પુસ્તક વાંચશો, તો થોડાં સમય માટે તમે નિરાશ થશો, થોડો સમય તમારા દિલમાં વેદના રહેશે અને થોડાં સમય પછી બની શકે કે, ઊંડા આઘાતમાં સરી પડો. પરંતુ એક વાત તો નક્કી છે કે અંતે મારો હેતુ એ જ છે કે તમારા મનની વાત કોઈ સાંભળે અને તે સાંભળનાર ચોક્કસ તમને મળશે.

વારંવાર ચિંતન કરવું અને મનન કરવું જરૂરી છે કે શું હું પણ એવો છું જેને લોકો પોતાના દિલની વાત કરી શકે છે અને કહે છે શું? આ પ્રશ્ન વિશે તમે જ્યારે જ્યારે વિચારશો, ચિંતન કરશો તો એ જ નિષ્કર્ષ પર પહોંચશો કે તમે પણ

એવું કાંઈ ખાસ કરતા નથી કે તમને પણ તમને મળનારા પોતાના મનની વાત કહે અને પોતાના વિચારોને તમારી સમક્ષ મૂકે. તમારા જીવનમાં મળનારા સેંકડો વ્યક્તિઓમાંથી કેટલાં તમને પોતાના મનની વાત જણાવી શકે છે.

મને યાદ છે મારી માતા સ્વ. શ્રીમતિ આશા રાનીજી લખોટિયાને મનની વાત કહેનારા સેંકડો હજારો લોકો તેમની જિંદગીમાં આવ્યાં. શું કારણ હતું, શું જાદૂ હતો તે તો મને ખબર નથી, એ હકીકત છે કે તે લોકો મારી માતાને મળતા જ તુરંત જ પોતાના મનની વાત કરી દેતાં. આજે જ્યારે આ દુનિયામાં મારી માતા નથી. હું એકાંતમાં વિચારું છું અને વિચાર્યા પછી એ નિષ્કર્ષ પર પહોંચું છું કે એમની સાચા હૃદયથી બીજાની વાત સાંભળવાની કળા અને સાચી સલાહ આપવાની પ્રક્રિયા જ રહી હશે અને તેથી તેમના સંપર્કમાં આવનાર દરેક વ્યક્તિ પોતાના મનની વાત કરી દેતો હતો. સાથે-સાથે મેં એ જોયું કે મારા મમ્મી લોકોના મનની વાત સાંભળીને તેને પોતાના હૃદયમાં એક ખૂણામાં બેંક લોકરની જેમ જમા કરી લેતી હતી. ક્યારેય કોઈ બીજાની વાત કોઈ અન્ય વ્યક્તિ સામે બોલતાં મેં એમને આજ સુધી સાંભળ્યા નથી. પણ આજે હું વિચારું છું કે કાશ, મારામાં થોડી બુદ્ધિ હોત અને મેં મારી મમ્મીને પૂછ્યું હોત કે મમ્મી બતાવો શું છે એ વાત, શું છે એ રહસ્ય જેના કારણે તમારા સંપર્કમાં આવનાર તમને પોતાની વાત કરી શકે છે અને મનની શાંતિ મેળવી શકે છે. મોટાભાગે મારી મમ્મી લોકોની વાતો કેવળ મને અને મારા પિતાજીને કહેતી હતી, પણ તે લોકોની વાતો તેમના સગાઓને, એમના સંબંધીઓને, એમની બે સહેલીઓ સાથે ક્યારેય ચર્ચા કરતી ન હતી.

હવે જ્યારે હું લખી રહ્યો છું મનની વાત કરવા વિશે તો વાચક એ પણ વિચારતા હશે કે શું આ લેખકને પોતાના મનની વાત સાંભળનાર વ્યક્તિ મળે પણ છે કે નહીં. શું એમની સમસ્યા પણ એ જ છે? આ પ્રશ્નનો જવાબ આપું તે પહેલાં મને મારા વાચકોને જણાવતા ઘણો આનંદ થાય છે કે મારા આદરણીય મમ્મીની એક ખૂબી મારામાં પણ આવી ગઈ અને તે છે- મારા સંપર્કમાં આવનાર વ્યક્તિ બેધડક ખચકાયા વગર અને કોઈ રોકટોક વગર પોતાના મનની વાત મને કહી શકે છે. આખરે શા માટે લોકો પોતાના મનની વાત કહે છે એ વિષય પર જ્યારે મેં વિચાર્યું તો મને જણાયું કે એક તો મારો વ્યવસાય જ કંઈક એવો છે કે જ્યારે વ્યક્તિ મારી પાસે આવે છે, તો તે વ્યક્તિ જ્યાં સુધી પોતાના મનની વાત, પોતાના કુટુંબની વાત, પોતાના મનની વેદના, પોતાના દિલના દુઃખ આ બધું

મારી સામે રજૂ કરે શું હું એના વસીયતનું પ્લાનિંગ કરીશ અને શું હું તેના રૂપિયા પૈસાના રોકાણની પ્રક્રિયાનું પ્લાનિંગ જણાવીશ. મારા મંતવ્યે કદાચ આ જ કારણ હશે જેના કારણે ઘણા લોકો એવા છે જેઓ આવે છે, પોતાના મનની વાત કહે છે અને હું પ્રભુના આશીર્વાદથી, મારી માતાના આશીર્વાદથી કદાચ એમના મનમાંથી થોડાંક કાંટા કાઢી શકું છું અને એમના હૃદયને થોડું આનંદદાયક બનાવી શકું છું.

જ્યારે હું કોઈ વ્યક્તિના મનની વાત સાંભળું છું અને મારી બુદ્ધિ અનુસાર એને થોડી સલાહ આપું છું તો જે અજીબ રોનક એમના ચહેરા પર આવે છે તે રોનક મારા હૃદયમાં એક સંતોષની છાપ છોડી જાય છે અને મને લાગે છે કે હકીકતમાં આ સજ્જનને કંઈક ફાયદો થયો, આનંદ આવ્યો અને એ વ્યક્તિના ચહેરા પર આનંદની ઝલક જોવાથી મારા હૃદયનો આનંદ વધી જાય છે અને મિત્રો તમે પણ આ ભાવના સાથે લોકોના મનની વાત સાંભળશો. લોકોના મનની મુશ્કેલીઓને સમજશો, કંઈક સલાહ આપશો તો તમે પોતે તમારા જીવનમાં આનંદ અનુભવી શકશો. તમને એવું લાગશે કે તમારું હૃદય એક મખમલી ગાલીચા પર આનંદથી બેસીને વિશ્રામ કરે છે. આ અનુભૂતિ કેવળ કલ્પના નથી. આ અનુભૂતિ તો સત્ય છે અને જીવનનો આનંદ છે. કેવળ આ બાજુ નજર કરવી તમારું કામ છે અને એ બધાં કાર્યોમાં લાગી જવાનું છે, જેમાંથી તમે પ્રેરણા લેશો. તમારા સંપર્કમાં આવનારી વ્યક્તિઓ, મિત્રો, સગા સંબંધી, હમસફર વગેરેના હૃદયમાં તમે જ્યારે તમારી વાણી દ્વારા, પોતાના કાર્ય દ્વારા સ્થાન ગ્રહણ કરી લેશો તો એ વ્યક્તિની દુઆઓ નક્કી (અથવા ગુરુત્વાકર્ષણની ક્રિયાથી) તમારા હૃદયમાં બેસી જશે જે તમને સંતોષ આપશે, મનની શાંતિ આપશે, જીવન વધારે સુંદર લાગવા લાગશે. પાછલા દિવસોમાં નાગપુરમાં મહેશ્વરી મહાસભા દ્વારા એક બહુ સરસ અને બહુ મોટા સ્તર પર એક ટ્રેડ કેરનું આયોજન કરવામાં આવ્યું. હું પણ ત્યાં આમંત્રિત કરાયો હતો અને મારે 'લખપતિમાંથી કરોડપતિ કેવી રીતે બનવું' તે વિષય પર બોલવાનું હતું. મને હજુ યાદ છે કે મારું પ્રવચન સમાપ્ત થયા પછી ઘણાં મિત્રો, સંબંધીઓ, હમસફર છોકરાં-છોકરીઓ આવ્યા અને મારા પગ સ્પર્શ કરવા લાગ્યા, મારી સાથે ફોટો પડાવવાની રજૂઆત કરવા લાગ્યા. કેટલાંકે તો હાથોમાં હાથ લઈને ચૂમી લીધા અને બધાંની આંખોમાં અસીમ આનંદની ખુશી છલકાઈ રહી હતી. હું પણ પ્રસન્ન હતો. પ્રસન્ન એ વાતથી કે જો મારી વાણી આપણા યુવાન મિત્રોને થોડો લાભ અને પ્રેરણા આપી

જાય, તો ચોક્કસ મારું મનુષ્ય જીવન સફળ થઈ જશે. હવે જે વાત મેં ઉપર લખી તે હું કોને કહું? જો હું મારા મિત્રો સાથે ચર્ચા કરું, જો હું સભા સંસ્થાઓમાં એની ચર્ચા કરું તો બની શકે કે લોકો મને ઘમંડી સમજે. લોકો મને પોતાના વખાણ કરનારો સમજે અથવા કેટલાંક લોકો સમજશે કે હું મારી વધારે પડતી પ્રશંસા કરી રહ્યો છું. પરંતુ સત્ય એ છે કે મને આ પ્રકારના લોકો પાસેથી એક નવા પ્રકારની શક્તિ મળે છે. સમાજ માટે કંઈક કરવા તરફ હું વધારે તન્મયતા સાથે સમર્પિત થઈ જાઉં છું. પણ આ વાત કોઈને કહી શકતો નથી. કહું તો શું કહું, કહું તો કોને કહું. બની શકે આ વાત કહેવા જેવી ન હોય કે તેમાં કોઈ રૂચિ ન લાગે, બની શકે તમને પણ ન લાગે પણ વાત તો વાત છે. આ જ પ્રકારે પાછલા દિવસોમાં જ્યારે મારા ટેક્સગુરુ ટીવી શોના ૩૦૦ એપીસોડના સંપૂર્ણ થયાં, જે લગભગ ૬ વર્ષથી લગાતાર સીએનબીસી અવાજ પર આવી રહ્યો હતો, તો હું એકાંતમાં બેસીને શાંતિથી વિચારી રહ્યો હતો અને મનમાં ખુશ થતો હતો એમ વિચારીને કે આ કાર્યક્રમ દ્વારા લાખો-કરોડો વ્યક્તિઓ માટે જો મેં ટેક્સ સંબંધી સમસ્યાઓને ઉકેલવા માટે મદદ કરી તો મને શાંતિ મળી રહી છે અને આનંદ અનુભવી રહ્યો છું પણ આ આનંદ દર્શાવું તો કોને દર્શાવું? હવે આવો જણાવી જ દઉં કે કોને કહું છું હું આ વાતો અને આનંદ લઉં છું તે એ છે એક કેવળ એક જેને હું મારા મનની વાત કહી શકું છું. પ્રત્યેક દિવસ, પ્રત્યેક ક્ષણ જ્યારે ઇચ્છું ત્યારે અને તે છે પ્રભુ, મારા પોતાના પ્રભુ. તમે પણ આ રીતે વિચારો તમને શાંતિ મળશે અને તમે વાત કરી શકશો. એ બધી વાતો જે તમે કરવા માંગો છો. ઘણી વાતો ધડ માથા વગરની હોય છે, ના તો તેનો કોઈ અર્થ હોય છે, ના તેનો કોઈ મતલબ હોય છે, ના તેમાં કશું વિચારવા લાયક હોય છે, ના તેમાં કોઈ વિશેષ ઉપલબ્ધિ હોય છે, પણ વાતો તો વાતો હોય છે. જો તે મનમાં આવે અને મનમાં જ રહી જાય તો દુઃખી કરે છે. તેથી તમારા મનમાં જે પણ વાત આવે સાંભળનાર જોઈએ, કોઈ ન મળ્યું, કોઈ નહીં મળે એવા તમારા વિચાર હોય તો બદલી નાખો તમારા વિચાર અને બેસી જાવ પ્રભુનું સ્મરણ કરીને પ્રભુ સાથે વાત કરવા માટે. મારું તો એવું માનવું છે કે જો તમે પ્રભુ સાથે નિરંતર વાત કરતા રહેશો તો તમારા મનની ગુંગળામણ ઓછી થશે. તમારા હમસફર, હમસાથી મળી જશે, જેની સાથે વાત કરવા માટે તમારે કોઈપણ એપોઈન્ટમેન્ટ લેવી નથી પડતી, ઘડિયાળ તરફ જોવું પડતું નથી અને જેટલા સમય સુધી ઇચ્છો તમે પોતાના મનની વાતો કરી શકો છો. તમે આ મુદ્દા

પર જરા શાંતિથી વિચાર કરો. મારું માનવું છે કે આ મુદ્દો તમારા જીવનને બદલી નાખશે; એક નવો પ્રકાશ આપશે તમારા જીવનમાં અને આવનારા દિવસો સોનેરી લાગશે. જીવનની નાની-મોટી મૂંઝવણની વાતો, નાના-મોટા આનંદની વાત, મોટા આનંદની વાત, કુટુંબની વાતો, મિત્રોની નારાજગીની વાતો, વેપારની વાતો અને બધાં પ્રકારની વાતો, આપણા મનનો અવાજ આપણું સાંભળનાર કોઈ છે તો તે છે કેવળ આપણા પોતાના ભગવાન. તેથી જ્યારે આવી ક્ષણ આવે, અને લાગે કે મારી વાત સાંભળનાર કોઈ નથી તો તમે તમારી વાત પ્રભુને કહો, આંસુ આવે તો આવવા દો એને રોકો નહીં. મનમાં ને મનમાં પોતાના મનની વાત પ્રભુની સામે બેસીને કહેતા જાવ, કહેતા જાવ અને હૃદયને ખુશહાલ રાખો. આ જીવનનું સત્ય છે એને અપનાવશો પાલન કરશો તો સમજી જશો એનો મર્મ.

પાછલા દિવસોમાં કુટુંબ સાથે અમે એક પિકચર જોવા ગયા. પિકચરમાં કંઈક એવું દશ્ય હતું કે મા પોતાના જુવાન દીકરા માટે સારા સારા પકવાન બનાવીને ખવડાવી રહી છે. આમ તો વાચક જ્યારે આ વાત વાંચશે તો વિચારશે એમાં નવી વાત શું છે? બધી માતા પોતાના બાળકો માટે સારા પકવાન બનાવે છે. ઉત્તમોત્તમ ખોરાક પોતાના બાળકને આપે છે, પરંતુ પિક્ચરનું એ દશ્ય જ્યારે મેં જોયું, ત્યારે મારા મનમાં એક વાત આવી. મારા મનમાં આજથી ૪૦ વર્ષ પહેલાંની વાત તાજી થઈ ગઈ. જ્યારે દર વર્ષે ૧૦ ડિસેમ્બર આવે મારા જીવનનો એક સારો દિવસ હતો. આખરે તે દિવસ અમારા લગ્નની વર્ષગાંઠનો હતો અને તે દિવસે મારી મમ્મી અમને પોતાના હાથે દાળનો હલવો અને પકોડી બનાવીને ખવડાવતી હતી. આજે પણ એ વાતને યાદ કરું છું તો આંખ બંધ કરતાં એ જ દશ્ય મારી નજર સામે આવે છે. જ્યાં મહેનત કરીને સવારે નાસ્તામાં મમ્મી ગરમાગરમ હલવો અને દાળની પકોડી લાવતા. પોતાના માના હાથે બનાવેલા પકવાનને ખાવામાં જે આનંદ આવતો હતો તે ૪૦ વર્ષ પહેલાંની તેની સ્મૃતિ આજે પણ મારા દિલો દિમાગમાં તાજી છે અને જ્યારે પિક્ચરમાં જોઈને આ દષ્યને વિચારી રહ્યો હતો તો ત્યાં બેઠા બેઠા મને મીઠી સુગંધ આવતી હતી. એ જ હલવો અને દાળની પકોડી. હવે જરા વિચારો આ વાત એટલે મમ્મીના હાથો દ્વારા બનાવેલા હલવા, પકોડી ખાવાની વાત હું કહું તો કોને કહું, કોને સમય છે સાંભળવાનો અને હા જો જીવનના રોજીંદા કાર્યોમાં આપણે લાગ્યા રહ્યા તો એ પણ નક્કી છે કે આ વાત મારા મનમાં કદાચ આવત જ નહીં અને જો આવત તો

તરત જ ચાલી જાત. પરંતુ વાત તો એ સમયની છે જ્યારે સિનેમા હોલમાં બેઠાં અમે પિક્ચર જોતા હતા અને મન સંપૂર્ણ ખાલી હતું. ત્યારે આ વાત મનમાં આવી અને ઘણા મહીના સુધી આ વાત મનના એક ખૂણામાં વારંવાર આવતી રહી. જૂની વાતોને યાદ કરીને એ પણ યાદ છે કે ઓછામાં ઓછા ૧૦-૨૦ વર્ષો સુધી મમ્મીએ પોતાના હાથોથી બનાવીને અમને હલવો અને પકોડી ખવડાવ્યાં અને આજે જ્યારે મમ્મી અમારી પાસે નથી તો એ વાતો યાદ કરીને મન રડે છે. આ રડતાં મનની વાત કોણ સમજી શકે છે? સાચી છે ને આ વાત? તમારા જીવનમાં પણ આવી ઘણી વાતો યાદ આવતી હશે જેના વિશે વિચારીને આજે તમારું મન કાં તો દુઃખી થાય છે કાં તો આંસુ આવી જાય છે અથવા મન પ્રસન્ન થાય છે અને તમે ઝટપટ આ વાત કોઈને સંભળાવવા માટે તૈયાર થઈ જાઓ છો. પરંતુ સામે તમે ઘણા લોકોને જુઓ છો. પરંતુ પ્રશ્ન અહીં આવીને અટકી જાય છે કે આપણા દિલની આ વાતો કોને કહીએ? મિત્રો! તમે પોતાને એવા બનાવો કે, તમે બીજાની વાત સાંભળનાર બની જાઓ. તેમાં તમને જે આનંદ મળશે તેની કલ્પના તમે કરી નહીં શકો અને આ આનંદના સથવારે તમે બીજાને સંભળાવવાની તમારા મનની વાતને પણ ભૂલી જશો કેમ કે, જ્યારે તમે બીજાની વાત સાંભળશો તો તમારો આનંદ બમણો થઈ જશે.

પહેલા હું ઈન્કમટેક્ષ અને રોકાણ સંબંધી પુસ્તકો અને લેખ લખવામાં વ્યસ્ત રહ્યો. પરંતુ જ્યારે ઇ.સ. ૨૦૦૮માં મારી મમ્મીનું અવસાન થયું અને જ્યારે જીવનની એ પળોના દુઃખની પીડાનું વર્ણન શબ્દોમાં શક્ય નથી ત્યારે અચાનક એક દિવસ અમારા પ્રકાશક સાથે વાતચીત થતી હતી અને વાત વાતમાં એ બહાર આવ્યું કે એક પુસ્તક લખી નાખું. લખપતિથી કરોડપતિ કેવી રીતે બનવું, તો હું એ પુસ્તક લખવા લાગ્યો અને મારા દુઃખ દર્દનો અનુભવ જતો રહ્યો અને પછી એની સફળતા પછી સીધુ એક પુસ્તક લખ્યું જેનું નામ હતું કરોડપતિથી અરબપતિ કેવી રીતે બનવું. જ્યારે આ પુસ્તકને વાંચ્યા પછી અને લખેલી વાતોને કારણે લોકો પોતાના જીવનમાં વધારે પૈસા કમાવા લાગ્યા ત્યારે મને ખુશી થાય છે શાંતિ મળે છે, અને મને આનંદ થાય છે કે લોકોને પુસ્તકમાં લખેલી વાતોથી જ પ્રેરણા લઈને વધારે પૈસા કમાવાની રીત આવડી ગઈ અને વધારે પૈસા કમાવા લાગ્યા અને જે વિશે મને વારંવાર ભારતના બધા ભાગોમાંથી ફોન આવે છે. લોકો પોતાની સફળતાની વાતો જણાવે છે, ત્યારે મને આનંદ થાય છે પણ ઘણીવાર

મનમાં થાય છે કે મારા આનંદની વાત કોને કરું. પરંતુ સવાલ તો ત્યાં જ આવીને અટકી જાય છે જે તમારા મનમાં પણ આવે છે કે મનની વાત કરું તો કોને કરું? કોઈ નફો નુકશાન કશું જ નહીં? છે તો કેવળ મનની વાત અને એવામાં પ્રભુની સમક્ષ જઈને પોતાની ખુશી જાહેર કરું છુ. પ્રભુ આગળ નમી પડું છું. એમ પ્રભુને જ મનમાં આવે છે તે બધી વાત પ્રભુને કહી દઉં છુ અને શાંતિ મેળવું છું. અસીમ શાંતિ તમે પણ તમારા મનમાં જે વાત આવે તે પ્રભુને ચરણોમાં સમર્પિત કરી દો અને પછી પૂછી જુઓ તેનો જાદૂ. એ સાચું છે કે રોજ ઘણી એવી વાતો તમારા મનમાં આવે છે જે ખૂંચે છે અથવા હૃદયને સ્પર્શી જાય છે છતાં પણ તમે કુટુંબના સભ્યોને કે મિત્રોને વાત કરી શકતા નથી કેમકે તમને પણ લાગે છે કે આ વાતો જે હું કરું તે એવી તો કંઈ વિશેષ વાત છે? પરંતુ હૃદયમાં જો વિચારના કિરણો આવી ગયા હોય તો તે કિરણોને પ્રભુના દરબારમાં ખચકાટ વગર વિખેરી દો અને મેળવી લો એવો એક સાચો સાથી અને મિત્ર જેને તમે સમર્પિત કરી શકો છો. પોતાના મનની દરેક પળ, દરેક ક્ષણ.

આમ તો સારું એ છે કે તમને પણ મળી જાય કોઈક એવા લોકો જેને તમે તમારા મનની વાત કહી શકો. આ પુસ્તકના પાને આગળ વધો અને એ વાયદો છે કે તમને પણ મળી હમસફર એવા જેને તમે તમારા મનની વાત કહી શકો છો. હા, એક વાત બતાવી દઉં છું અને તે એ છે કે મને આજથી તમારો સાચો મિત્ર માની લો અને તમારા મનમાં ક્યારેય કોઈ વાત આવી જાય, કોઈ સાંભળનાર ન મળે, કોને કહુ મારા મનની વાત. તમને એવું લાગે તો એક પેન અને કાગળ લઈને મને પત્ર લખી નાખો. લખી દો એ બધી વાતો જે તમારા મનમાં આવે છે. કહી શકતા નથી કોઈને, સાંભળનાર કોઈ નથી, હું જી હાં હું, હું તો ચોક્કસ તમારા મનની વાત સાંભળીશ અને જેટલી મારી બુદ્ધિ છે તે પ્રમાણે તમારી મદદ અવશ્ય કરીશ અને લખવામાં જો આળસ આવે છે તો પણ ચિંતા ન કરો, લો તમારો ફોન અને મને ફોન કરો આ નંબર પર ૦૯૮૧૦૦૦૧૬૬૫.

એને કોઈ નાની કે જુદી વાત ન સમજતા. એ હકીકતમાં જીવનની હકીકત છે કે હું તૈયાર છું તમારા મનની વાત સાંભળવા માટે અને આખરે આની પાછળનો મારો હેતુ શું છે? એ જાણવાની પણ તમારી ઈચ્છા હોય શકે છે, તો જાણી લો કે સાચું તો એ છે કે મને આ વાતથી આનંદ આવે છે કે હું મારા આ જીવનમાં કેટલાંક લોકોના મનની વાત સાંભળીને એમને કાંઈક મદદ કરી શકું કંઈક પ્રેરણા

આપી શકુ. આવું જ્યારે જ્યારે હું કરું છું ત્યારે મારું મન મલીનતાથી દૂર થઈ જાય છે અને હું મને હળવો અનુભવું છું. ટૂંકમાં જ આવનારા સમયમાં રોજીંદા કાર્યોથી થોડી મુક્તિ મેળવીને એવા સમય ફાળવીશ જ્યારે ભારતના ભાઈ-બહેનો સપ્તાહમાં એક ચોક્કસ સમયે મારી પાસે આવીને પોતાના મનની વાત કરી શકશે અને હું તેમને થોડી મુશ્કેલીઓમાંથી પ્રભુના આશીર્વાદ સાથે મુક્ત કરી શકીશ. બદલામાં મને મારા વાચકો પાસે જે આશા છે તે એ છે કે તમે પણ કંઈક એવું પ્રણ લો કે તમે પણ પોતાના લોકોની મનની વાત સાંભળો. પોતાની બુદ્ધિથી એમની મુશ્કેલીઓને હલ કરવામાં નિસ્વાર્થ ભાવનાથી પ્રેરિત થઈને તમે મદદ કરો. તમે આ વિશે થોડું વિચારો. વધારે વિચારશો તો વધારે મેળવશો, જી હાં, કેવળ આનંદ અસીમ આનંદ જ તમારા દરવાજે ઊભો રહેશે જ્યારે તમે નિસ્વાર્થ ભાવનાથી બીજાના મનની વાત સાંભળવા લાગશો. મારો આ પુસ્તક લખવાનો પ્રયાસ સફળ થઈ જશે જ્યારે મારા વાચકો આ વિશે વિચારશે, મનન કરશે, ક્રિયાશીલ બનશે એટલે બીજાના મનની વાત સાંભળવા વિશે વાચકોને એ પણ જણાવી દઉં હજુ પણ હું વર્ષમાં હજારો વ્યક્તિઓના મનની વાત સાંભળું છું, પ્રત્યુત્તર આપું છું. ખાસ કરીને એવી વ્યક્તિઓની મદદ કરું છું જેની સાથે મારે કોઈપણ સગપણ – સંબંધ નથી, નથી મારા સંબંધી કે મિત્ર. કેવળ એક જ ઓળખ છે બંનેની સમાનતાની અને તે છે માનવતા. જ્યારે આપણે એક માણસ બીજા માણસની મદદ કરવાનું વિચારીશું તો આપણને શાંતિ મળશે અને આપણને અપૂર્વ પ્રસન્નતા મળશે.

મનનું બંધ તાળું ખોલો

મનની વાત સાંભળનાર કોઈ નથી! આખરે આ દિવસ કેમ બનાવ્યો ભગવાન? આવા વિચાર પણ તમારા મનમાં આવી જતાં હશે પણ થોડું વિચારો કે પ્રભુએ જે વાતો દુનિયામાં બનાવી, જે સૃષ્ટિની રચના કરી તે બહુ સમજી વિચારીને કરી છે. એમની ક્યાંય કોઈ ભૂલ નથી. જે ભૂલ છે તે આપણામાં. આ વાત વિચારો અને ત્યારે જ તમને શાંતિ મળશે અને તમારા મનનો અવાજ સાંભળનાર તમને પણ મળી જશે. જ્યારે તમે એકાંતમાં બેઠા હશો વિચારતા હશો કે કોને જણાવું મારા મનની વાત અને એ નિર્ણય કરી લીધો હશે કે જેનામાં સાંભળવાની શુદ્ધ શક્તિ હશે તેને જ મારા મનની વાત સંભળાવીશ.

તમે પાડોશમાં જોતા હશો, મિત્રો, સંબંધીઓ તરફ જોતા હશો અને વિચારતા હશો કે શું જણાવી દઉં મારા મનની વાત. એકાએક વિચાર આવી જાય છે અને તમારું હૃદય અટકી જાય છે. વિચાર એ છે કે શું એમની પાસે એટલો સમય છે મારી વાત સાંભળવા માટે. આવો વિચાર આવતાં જ તમે તમારા મનની વાતને તાળામાં બંધ કરીને બેસી જાવ છો અને કોઈને પણ તમારા મનની વાત કહી શકતા નથી. થોડાં દિવસો તમારા મનની વાત તાળાબંધ રહે તો કોઈ મુશ્કેલી નથી પણ મુશ્કેલી ત્યારે છે જ્યારે તમે અનુભવો કે મનની વાત તાળામાં બંધ છે તેવામાં તમને અનેક જાતની બિમારીઓ થઈ જાય છે. માનસિક અસમતુલા, મન ક્ષુબ્ધ થઈ જવું, શાંતિનો અભાવ અને ત્યારે કેવળ એક જ વિચાર આવે છે મનમાં કે મારા મનની વાત સાંભળનાર કોઈ મળી જાત. આવો હમસફર મળતો નથી તો જીવન કડવું લાગે છે. જીવનનો આનંદ જતો રહેલો લાગે છે કેવળ પૈસા તમારા મનની વાત સાંભળવામાં મદદ નથી કરતાં છતાં મન બેચેન રહે છે.

દિલની વાત કોને કહીએ અને કેવી રીતે

આવામાં તમે નિર્મલ હૃદય અમૃતવાણીવાળી પ્રક્રિયા અપનાવો જ્યારે તણાવ હોય ત્યારે પણ. આવી પ્રક્રિયા અપનાવવાથી તમારા સંપૂર્ણ શરીરમાં શાંતિ અનુભવશો અને આનંદની લ્હેરોથી ઝૂમી ઉઠશો, તમારા જીવનમાં પ્રગતિ થશે, બહુ મોટી ગાડી આવી ગઈ, વિચાર્યું હતું તેના કરતાં મોટું મકાન બનાવી દીધું તમે, તમારી દીકરીના લગ્ન બહુ મોટા ઘરમાં થઈ ગયા, દીકરાનું માગુ આવ્યું, અતિ ઉત્તમ અને અચાનક થોડા શેર ખરીદ્યા હતા તેનો ભાવ વધી ગયો, આ બધી આનંદની ક્ષણો છે. સમસ્યાઓ તો હોય છે કે આનંદની પળોમાં તમે આનંદ અનુભવો છો અને એ આનંદની ક્ષણોને વહેંચવા ઇચ્છો છો જેના માટે પાર્ટી વગેરે કરો છો પણ આનંદ વહેંચવાનો આધાર કેવળ પાર્ટી કરવી ન સમજો. આનંદ તો હૃદયમાં થાય છે અને હૃદયથી જ વહેંચી શકાય છે. એવામાં જ્યારે તમે એકાંતમાં બેસો છો અને તમારા આનંદ વિશે વિચારો છો ત્યારે પણ મન વારંવાર એક જ પ્રશ્ન કરે છે તમને કે કોને જણાવે પોતાના મનની વાત, બહુ ઓછા સાથી મળશે તમને જેને તમારા મનની વાત સાંભળીને પ્રસન્નતા થાય છે અને જે તમારી પ્રગતિ પર વાસ્તવિક ખુશી દર્શાવે છે.

જ્યારે પોતાના જ આપી જાય છે આંસૂ

પ્રેમમુદિત મનથી કહો રામ રામ રામ. આ જ તો છે અમારી અને તમારી ઈચ્છા. ખાસ કરીને ઈચ્છા એ સમયે જ્યારે જીવનના સુવર્ણ વર્ષોમાં તમે પદાર્પણ કરી રહ્યાં છો. પરંતુ સત્ય તો એ છે કે પોતાના મનની વાત ન કહી શકવાને કારણે લાખો, કરોડો વ્યક્તિ પોતાના મન પર વિતતી પીડા તરફ જ ધ્યાન આકર્ષિત કરે છે અને તેમનામાં પ્રભુનું નામ લેવાની સુધબુધ રહેતી નથી. આખરે કારણ તો એ જ છે કે તેઓ પોતાના મનની વાત કોઈને કહી શકતા નથી અને મનની વાત જેને કહી શકાતી નથી તે કોને કહે. તેના કારણે તે વાતો મનના ખૂણામાં પડી રહે છે અને ઈશ્વરનું નામ લેવામાં અડચણકારક બને છે.

દર વર્ષે ફેબ્રુઆરી મહીનામાં જ્યારે કેન્દ્રિય બજેટ આવે છે ત્યારે સી.એન.બી.સી આવા જ ટીવી ચેનલ માટે બજેટ કાર્યક્રમને રજૂ કરવા માટે મુંબઈ જાઉં છું. કાયમની જેમ આ વર્ષે પણ હું ગયો અને કાર્યક્રમ રજૂ કર્યો. આ વર્ષે બજેટ કાર્યક્રમનું એક વિશેષ આકર્ષણ એ હતું કે ટીવી ચેનલે મુંબઈના એક બહુ મોટા મોલના પ્રાંગણમાં લાઈવ શૉનું આયોજન કર્યું હતું. બહુ જ સફળ આયોજન હતું. આ આયોજન પછી ઘણા લોકોને મળવાની તક મળી. તેમના મનની વાત સમજવાની તક મળી અને જ્યારે મેં હોટલ તરફ પ્રયાણ કરવાની તૈયારી કરી, ત્યારે મેં વિચાર્યું કે શા માટે અહીં પણ થોડા લોકો સાથે ચર્ચા કરી લઉં કે શું મુંબઈવાસી પણ પોતાના મનની વાત શેર કરી નથી શકતા? અને ખાસ કરીને જ્યારે તેઓ પોતાના મનની વાત શેર કરી શકતા નથી ત્યારે તેઓ તેમને શું અનુભવ થાય છે? એ જ વિચાર મનમાં રાખીને મેં વિચાર્યું કે કાંઇ ચર્ચા શરૂ કરવામાં આવે અને મુંબઈવાસીઓને પણ પૂછવામાં આવે કે શું તેમના મનમાં

પણ એ વાતનો ડંખ રહે છે કે તેઓ પોતાના મનની વાત કહેવા સક્ષમ નથી કેમ કે કહે તો કોને કહે આ પ્રશ્ન, આ વિશે ચર્ચા કરવા માટે મને સૌથી પહેલાં મળી ગયા ડૉ. કાપડિયા સાહેબ, ડૉ. કાપડિયા મુંબઈમાં જ લગભગ ૩૦ વર્ષથી કાર્યરત છે. તેઓ હૃદય રોગના નિષ્ણાંત છે. શહેરમાં તેમનું મોટું નામ છે અને જ્યારે નામ મોટું હોય તો કમાણી મોટી હોવી નક્કી જ છે.

જ્યારે મને જાણ થઈ કે ડૉ. કાપડિયાનું પોતાનું નર્સિંગ હોમ પણ છે અને આજુબાજુના લોકો એ જણાવ્યું કે હકીકતમાં તેઓ મુંબઈના બહુ મોટા સફળ હૃદય રોગના નિષ્ણાત છે અને એમની પ્રેક્ટીસ પણ ઘણી સારી ચાલે છે. એકવાર તો મેં વિચાર્યું કે જે પોતાના વ્યવસાયમાં સફળ વ્યક્તિ છે અને જેને કમાણીની કોઈ જ ચિંતા નથી તો આવી વ્યક્તિના મનમાં ભાગ્યે જ કોઈ એવી વાત હોય કે તેને લાગે કે પોતાના મનની વાત કોને કહે. પછી મેં વિચાર્યું કે જ્યારે ડૉ. કાપડિયા સાહેબ તો ચર્ચા અહીંથી જ શરૂ કરીએ. અભિવાદન પછી ડૉ. કાપડિયાને સીધા જ એક ખૂણામાં લઈ જઈને એમને પૂછ્યું કે ડૉ. સાહેબ શું તમે મારા એક પ્રશ્નનો જવાબ આપશો અને હસીને મેં એમને કહ્યું કે બદલામાં તમને એક કે અનેક પ્રશ્ન જે ઈન્કમટેક્ષ વિશે તમારા હોય તેના જવાબ આપીશ. મેં એમ પણ કહ્યું કે, આજે નહીં તો કાલે, પરમ દિવસે મારા મુંબઈથી દિલ્હી ગયા પછી પણ તમારા મનમાં કોઈ વિચાર, પ્રશ્ન આવે, ઈન્કમટેક્ષ અને રોકાણ વિશે તો તમે બેધડક મને મારા મોબાઈલ નંબર પર ફોન કરીને પૂછી શકો છો અને તમને આ સુવિધા મફત મળશે.

મેં વિચાર્યું કે આખરે જ્યારે આવકવેરો અને રોકાણની સલાહ જ મારું રોજબરોજનું કાર્ય છે તો તેના વિશે જે લોકોની સમસ્યાઓ છે એમને મફતમાં હું ઉકેલી આપું તો કોઈને આનંદ મળે, શાંતિ મળે, સુખ મળે તો મને આનંદ જ મળશે. ફરી મેં ડૉ. સાહેબ સામે પ્રશ્ન મૂકી દીધો જેથી મને સીધો સાદો જવાબ મળે. એવું લાગી રહ્યું હતું કે ડૉ. કાપડિયાજી મારો પ્રશ્ન ટાળવા માંગે છે એટલે જ્યારે મેં પ્રશ્ન કર્યો તો એમણે ફટાફટ ઘડિયાળ તરફ જોયું. મને લાગ્યું કે કદાચ એવું સાંભળવા મળશે કે સમય વિતી ગયો છે હવે મારે જલ્દી ઘેર પહોંચવાનું છે. પરંતુ જ્યારે મેં પુનઃ ડૉ. કાપડિયાની સામે મારી વાત મૂકી અને અનુરોધ કર્યો કે ડૉ. કાપડિયાજી જરા જણાવો કે શું તમે હૃદયરોગ ચિકિત્સક હોવા છતાં પણ પોતાના જીવનમાં એ અનુભવો છે કે તમે તમારા મનની વાત કોઈને કહી

શકતા નથી. એમના મ્હોમાંથી કેટલાંક જવાબ નીકળે તે પહેલાં જ મેં કહી દીધું કે ડૉક્ટર સાહેબ ચિંતા ન કરો જો તમને આ પ્રશ્નનો જવાબ આપતાં મુશ્કેલીઓ થતી હોય તો કૃપા કરીને એક શબ્દ પણ ન બોલશો અને આભાર માનતા આપણે વિદાય લઈશું. ડૉક્ટર સાહેબે મોલની અંદર બનેલા ભવ્ય કોફીશોપ તરફ હાથ દેખાડ્યો અને બોલ્યાં કે ચાલો બેસીએ છીએ. મેં મનમાં વિચાર્યું કે કદાચ ડૉક્ટર સાહેબના કૉફી પીવાનો સમય થઈ ગયો હશે અથવા થાકી ગયા હશે તો કૉફી પીને અને મને પીવડાવીને ચાલ્યા જશે પોતાના ઘેર કે ક્લીનિકમાં. મેં ડૉક્ટર સાહેબ સાથે કૉફી પીવાની હા કહી દીધી અને બેસી ગયા કૉફી શોપમાં. ઘણું ભવ્ય કૉફી હતું. આગળ ઘણી સીટો ખાલી હતી, કેટલીક પાછળ ખાલી હતી. મેં વિચાર્યું ચલો પ્રવેશતાં જ ખુરશી પર બેસી જઈશું અને વાતો શરૂ કરી શકીશું. પરંતુ ડૉક્ટર સાહેબ કૉફી શોપની બિલકુલ છેલ્લા ખૂણામાં લઈ ગયા અને છેલ્લી ખુરશી પર બેસવા કહ્યું.

અમે બેસી ગયા અને મેં કહ્યું ડૉક્ટર સાહેબ થોડીવારમાં કૉફી આવશે પરંતુ આપણે ચર્ચા તો શરૂ કરીએ. મેં એ જ કહ્યું ડૉ. કાપડિયાને કે ડૉક્ટર સાહેબ હું એક શોધ કરી રહ્યો છું. પાછલા ઘણા વર્ષોથી જેનો વિષય છે શું તમે તમારા મનની વાત બીજાને કરી શકો છો અને આ શોધના સંદર્ભમાં જ્યારે પણ લોકોને મળું છું જુદી જુદી જાતના લોકોને, જુદા જુદા શહેરોમાં, દેશ અને વિદેશમાં તો મને એક વાતની નવાઈ લાગે છે કે ભલે વ્યક્તિ અમીર હોય કે ગરીબ ભલે નાના ગામમાં રહેતો હોય, રહેતો હોય મોટા કલકત્તા, મુંબઈ કે દિલ્હી શહેરમાં અથવા રહેતો હોય વિદેશમાં ફિનલેન્ડ કે કેનેડામાં બધી જ જગ્યાએ લોકોને મુશ્કેલી છે આ સવાલની અને સાચું તો એ છે કે હકીકતમાં મોટાભાગની વ્યક્તિ પોતાના મનની વાત કોઈને કહી શકતી નથી.

ડૉ. કાપડિયા મારા આટલા લાંબા ભાષણને ખૂબ જ ધ્યાનથી સાંભળી રહ્યા હતા. એમણે કહ્યું કે સુભાષ, સાંભળો, હું તમને મારા વિચાર જણાવું છું જે સંદર્ભમાં તમે પ્રશ્ન કર્યો છે. આંખો ટકટકાવીને હું તેમના તરફ જોવા લાગ્યો અને ગંભીરતાથી તેઓ બોલવા લાગ્યા. કેટલી મુશ્કેલીઓ પછી તેમણે જીવન શરૂ કર્યું અને કેટલી મુશ્કેલીઓનો સામનો કરતાં કરતાં તેઓ ડૉક્ટરનું ભણ્યા. એમની પાસે પૈસા ન હતા, માતા-પિતા પાસેથી પણ પૈસા મળ્યા નહીં. આખરે તેઓ પણ સામાન્ય હતા. આવામાં ઘોર તપસ્યા સાથે લાગેલા રહેવાથી જ ડૉ.

કાપડિયા આજે ડૉક્ટરો મધ્યે ઊંચુ સ્થાન પામવા સક્ષમ બની શક્યાં. ડૉ. કાપડિયાને બાળપણથી એ વાતો જ્યારે ગરીબીના કારણે પોતાના જ થોડા પૈસાવાળા એમને કઈ નજરે જોતા હતા અને જ્યારે પણ ડૉ. કાપડિયા તેમને કહેતા કે હું પણ આવનારા સમયમાં મોટો ડૉક્ટર બનીશ તો ડૉ. કાપડિયાના કુટુંબના અનુપાતમાં થોડા પૈસાવાળા સગાઓ એમના મોં પર જ કહી દેતા કે અમે બંગલાવાળા છીએ. અમારા બાળકો ડૉક્ટર નથી બની શકતાં તો તું શું બનીશ ડૉક્ટર. ડૉ. કાપડિયાના મનમાં આવી વાતો હતી. એ સમયે તેઓ આ વાતો કહે તો કોને કહે?

જ્યારે ડૉ. કાપડિયાના લગ્ન થયાં અને પત્નિને એમણે પહેલાં જ મહીને જણાવી દીધું કે આવનારા ૩૦ વર્ષોમાં એમના શું છે વિચાર અને પત્નિને એ પણ જણાવ્યું કે જો જે આપણા બેડરૂમના પડદા પણ હજાર રૂપિયાના હશે. આજના સંદર્ભમાં હજાર રૂપિયાના પડદા કોઈ નવાઈ નથી. પણ હું વાત કરી રહ્યો છું લગભગ ૪૦ વર્ષ પહેલાંની. તે સમયના પ્રમાણે એક સાધારણ વ્યક્તિ હજારો રૂપિયાના પડદા વિશે વિચારે તો ઘણી દૂરદર્શિતાની વાત કહેવાય. પત્નિએ બીજે દિવસે તેની સખીઓ અને મળનારાઓને એ વાત જણાવી દીધી કે જુઓ મારા પતિ કહે છે કે તેઓ ડૉક્ટર પણ બનશે, મોટા ડૉક્ટર બનશે, નામ કમાશે અને અમારા રૂમ અને બેડરૂમમાં હજાર રૂપિયાના પડદા પણ લાગશે. પત્નિ, સહેલીઓએ પતિની બહુ મજાક ઉડાવી અને કહ્યું તારા ઘરમાં આજે સાયકલ સુદ્ધાં નથી. અમારા ઘરમાં સ્કૂટર પણ છે અને તું કલ્પના પણ કરી રહી છો કે તારા પતિ હજારો રૂપિયાના પડદા તારા બેડરૂમમાં લગાવશે.

ડૉ. કાપડિયા આગળ જણાવે છે, આ વાત સાંભળીને પત્નિ રડમસ થઈ ગઈ અને બોલી કે હૃદયેશ્વર તમે એટલી જ વાત કરો જેટલી કરવા તમે સક્ષમ હો. આવી ફાલતુ વધારીને વાતો કરવાથી હું ખુશ થતી નથી ત્યારે ડૉ. કાપડિયા બતાવતા તેમના પત્નિને કે એમના હૃદયની હકીકતમાં ઇચ્છા છે કે તેઓ મહેનત કરશે, કમાણી કરશે, ડૉક્ટરી ભણશે, નામ કમાશે, પૈસા કમાશે, ઘણા કમાશે અને પોતાના બેડરૂમમાં હજારો રૂપિયાના પડદા લગાવી શકશે. એમના વિચાર દીર્ઘદૃષ્ટિના હતા પણ તે સમય બળવાન ન હતો. જે ઘરમાં પડદા નામની કોઈ વસ્તુ ન હોય અને મુશ્કેલીથી બે ટંકનું ભોજન મેળવી શકે એવું કુટુંબ પોતાના ઓરડામાં હજારો રૂપિયાના પડદા લગાવવાની વાત ક્યારેય વિચારી ન શકે. ડૉ.

કાપડિયાએ કહ્યું, કે તે દિવસથી એમણે પત્નિ હોય કે સગા, મિત્ર હોય કોઈને પણ પોતાના મનની વાત જણાવવી યોગ્ય ન માન્યું અને તે દિવસથી ચૂપ રહેવા લાગ્યા. પોતાનો અભ્યાસ કરતા મેડિકલમાં પ્રવેશ લીધો. બની ગયા ડૉક્ટર. કમાણી કરવા લાગ્યા. પરંતુ લગ્નના સમયથી જ પોતાના મનની વાત ભલે નાની વાત હોય કહેવાથી જે આઘાત તેમને લાગ્યો તે જ સમયે સમજી ગયાં કે વાહ રે કેવું જીવન જીવીએ છીએ આપણે? કેવી રીતે કહીએ મનની વાત. ભલે પત્નિ હોય, મિત્ર હોય, સગા સંબંધી હોય નથી કરી શકતાં આપણે કોઈને મનની વાત.

ડૉ. કાપડિયાએ પોતાની વાત આગળ વધારી અને કહ્યું કે એમના ત્રણ દીકરા છે – શુભમ, શાંતનુ અને શૈલેષ. એમણે એ પણ જણાવ્યું કે બાળકો મોટા થવા લાગ્યાં તો ડૉક્ટર કાપડિયાએ કલ્પના કરી હતી કે હું હૃદયરોગ નિષ્ણાંત બની ગયો છું, કમાણી થાય છે, કોઈ મુશ્કેલી નથી તેથી હું ત્રણે બાળકોને હૃદયરોગ નિષ્ણાત બનાવીશ. જેથી ભારતના ત્રણ ભાગોમાં જઈને બાળકો અમારા ખાનદાનનું નામ રોશન કરે, કમાણી કરે અને સમાજનું ભલુ પણ કરે. જો તમારા અને અમારા પણ ત્રણ બાળકો હોત, ત્રણે દીકરાઓ હોત, અને તમે અને એમ પણ ડૉક્ટર હોત તો સંભવતઃ આપણે પણ કલ્પના કરત કે આપણા બાળકો ભણે, હોંશિયાર બને અને ડૉક્ટર બની જાય. પરંતુ ચર્ચા આગળ ચાલતા જાણ થઈ કે મોટા દીકરા શુભમે ડૉ. કાપડિયાને કહ્યું કે તેને ડૉક્ટર બનવું નથી. જો હું કાંઈ કરીશ તો મારો બિઝનેશ કરીશ. ડૉ. કાપડિયાએ બાળકોની ઈચ્છા વિરૂદ્ધ કદી વિચાર્યું નથી અને મોટા દીકરા શુભમને કહ્યું કે જે તારી ઈચ્છા છે તે કર. મારો સહકાર હંમેશાં તને મળશે. આ વાતને આજે લગભગ ૨૫-૩૦ વર્ષો વિતી ગયાં છે.

તે સમયે ડૉ. કાપડિયા મુંબઈમાં રહેતા એમ્બેસેડર ગાડી વાપરતા હતા. એક દિવસ ક્લિનીકનું કાર્ય સમાપ્ત કર્યા પછી જ્યારે ઘેર પહોંચ્યા તો જોયું કે ઘરની બહાર જૂની ઈમ્પાલા ગાડી ઊભી છે. આજથી ૩૦ વર્ષ પહેલાં ઈમ્પાલા ગાડી બહુ મશહૂર હતી. સૌથી સારી, સૌથી મોટી. આજની નવી પેઢી તો મર્સિડિઝ, બી.એમ. ડબ્લ્યુ અને ઑડીના નામથી પરિચિત છે. ઘરની બહાર ઈમ્પાલા ગાડી જોઈને ડૉક્ટર સાહેબ ચોંકી ગયા. એમને લાગ્યું કે કોઈ દરદી અત્યારે સાંજે ચેક-અપ કરાવવા ઘરે આવી ગયો. સામાન્ય રીતે ડૉ. કાપડિયા ઘેર આવ્યા પછી દરદીઓને નથી તપાસતા. તેઓ કેવળ હોસ્પીટલમાં અને પોતાના નર્સિંગ હોમમાં

28 *દિલની વાત કોને કહીએ અને કેવી રીતે*

જ દરદીઓને તપાસે છે. ઘેર પહોંચ્યા પછી જમવાના ટેબલ પર બેઠા ત્યારે એમને પણ જાણ થઈ કે બહાર જે ઇમ્પાલા ગાડી ઊભી છે તે એમના રાજકુંવર શુભમ અર્થાત્ મોટો દીકરો લઈ આવ્યો છે. જૂની પરંપરામાં વિશ્વાસ કરનાર ડૉ. કાપડિયાને આ વાત ગમી નહીં. આખરે તે પોતાના મનની વાત કહે તો કોને કહે. એમના મનમાં વિચાર તો એ જ આવ્યાં. અમારા કુટુંબમાં જેટલાં પૈસા છે, જેટલી કમાણી છે તેના હિસાબે આજે તો કેવળ એમ્બેસેડર ગાડી રાખી શક્યાં છે. આવામાં દીકરા દ્વારા ઇંપાલા ગાડી ખરીદવી સારી વાત નથી. પરંતુ સારી નથી વાત વાળી વાત ડૉ. કાપડિયા પોતાના દીકરાને કહી ન શક્યાં. અને તેઓ તો મૌન રહ્યા.આ વિશે ન ચર્ચા, ન વાતચીત અને તેમના મનમાાં ઠેસ તો ત્યારે પહોંચી જયારે આ ગાડી લઈ આવ્યા પછી પણ એમના દીકરા શુભમે એકવાર પણ પોતાના પિતા એટલે ડૉ. કાપડિયાને એ ગાડીમાં બેસવા માટે કહ્યું નહીં. બલ્કે મહીના પછી શુભમે પિતાને કહ્યું કે પિતાજી તમારી એમ્બેસેડર ગાડી જે સસ્તી છે તેને મકાનની બહાર પાર્ક કરી શકાય છે પણ મારી ગાડી મોંઘી હોવાને કારણે તેને ગેરેજ જોઈએ. એટલે મહેરબાની કરી તમે તમારી ગાડી બહાર પાર્ક કરવાનું શરૂ કરો. જેથી હું મારી ગાડી ગેરેજમાં પાર્ક કરી શકું. ડૉક્ટર સાહેબે હા તો પાડી પરંતુ જે પીડા પોતાના મનમાં થઈ રહી હતી તે તેમને લાગ્યું કે કોઈને કહી નહીં શકે.

ઘણા દિવસો સુધી ચૂપ રહ્યા પછી એમની પત્નિએ એકવાર પૂછી લીધું કે તેઓ કેમ ચૂપચાપ રહે છે, તો ડૉક્ટર સાહેબે પોતાની પત્નિને જણાવ્યું કે દીકરો જે રીતે મોટી ગાડી લઈ આવ્યો છે, કેવળ દેખાડો કરવા ઇચ્છે છે. ઘરમાં પૈસા આપતો નથી, ખર્ચો એ લોકો ભોગવે છે આવામાં મોટી ગાડી લાવવી યોગ્ય નથી. ના આપણને પૂછ્યું કે ન કરી વાતચીત અને તેની ગાડી ગેરેજમાં રાખવા ઇચ્છે છે. આપણે તેના મા-બાપ છીએ. આપણું ઘર છે. આપણે બનાવ્યું પોતાનું મકાન અને આપણને કહેવાય છે કે તમે ગાડી બહાર રાખો અને રાજકુંવર રાખશે ગાડી ગેરેજમાં. એમની વાત સાંભળીને તેમની પત્નિએ કહ્યું કે, વાહ, તમે પણ કમાલ છો, તમારે ખુશ થવું જોઈએ કે તમારો લાડકો દીકરો મોટી ગાડી લાવ્યો છે. તે પછી ડૉ. કાપડિયાએ એ પણ જણાવ્યું કે એમની પત્નિએ તેમને ઉતારી પાડતા કહ્યું કે તમે નકામા ડૉક્ટર છો, પૈસા કંઈ કમાતા નથી કે આટલા વર્ષોની મહેનત પછી પણ મોટી ગાડી રાખી શકો. આના કરતાં તો તમારો દીકરો જ

સારો છે કે તે વેપારમાં લાગી ગયો અને જલ્દી જુઓ મોટી ગાડી લઈ આવ્યો. આ પ્રકારના વિચાર પોતાની પત્નિના મોંથી સાંભળ્યા પછી ડૉ. કાપડિયાએ એમણે વિચાર્યું કે તેઓ પોતાના મનની વાત કહે તો કોને કહે. એમને એક પણ વ્યક્તિ આ દુનિયામાં નજરે પડતી નથી જેને પોતાના દીલની વાત કરી શકે. આખરે એમણે પત્નિને પણ વાત કહેવા ઈચ્છ્યું પણ પત્નિનો જવાબ સાંભળીને એમના હૃદયને વધારે ચોટ પહોંચી. ડૉ. કાપડિયાના ચહેરાની રેખાઓ જણાવી રહી હતી કે એમના હૃદયમાં, હાડકા અને માંસની જગ્યાએ ઘણા બધાં ફોલ્લાં પડી ગયા હશે એ કારણે તેઓ જીવનભર પોતાના મનની વાત કોઈ બીજાને કહેવામાં સક્ષમ ન રહ્યા.

ડૉ. કાપડિયાએ હવે તેમના બીજા દીકરા શાંતનુની વાત શરૂ કરી. આ દીકરો ડૉક્ટર બની ગયો હતો. હૃદયરોગ નિષ્ણાત બની ગયો હતો. તો ડૉ. કાપડિયાને આશા બંધાઈ દીકરો તેમના વ્યવસાયને આગળ વધારશે. ડૉ. કાપડિયાએ જણાવ્યું કે તેઓ કેવળ સત્યના માર્ગે ચાલવા ઈચ્છતા હતા. તેઓ સર્જરી કરતા હતા. બહુ નિષ્ણાંત ચિકિત્સક હતા. પરંતુ ખોટું કામ કરતા ન હતા. જરૂર જણાતાં જ દરદીની સગવડતા પ્રમાણે વધુ કામ કરતા હતા. નકામા, જબરદસ્તી મેડીકલ ટેસ્ટ કરાવવા, વારંવાર ચેક-અપ કરાવવું , આ બધું તેમણે પોતાના જીવનમાં ક્યારેય કર્યું નહીં. પોતાના દીકરા શાંતનુને એમણે આ જ શિક્ષણ આપ્યું અને કહ્યું કે, બેટા, તું પણ નામ કમાય, કમાણી કર, પણ ખોટા કામોમાં ક્યારેય ફસાતો નહીં. આખરે ખોટી રીતે કમાયેલા પૈસા ક્યારેય ફળતા નથી.

ડૉ. બન્યા પછી એમના દીકરા શાંન્તનુએ પોતાના પિતાજીની આ વાતોને જરાપણ ગણકારી નહીં અને પોતાનો જુદો વ્યવસાય શરૂ કરી દીધો. પિતાના નામથી શહેરમાં ડૉ. શાંન્તનુની કમાણી વધી રહી હતી, કમાણી વધતી ગઈ પણ તેણે પોતાના સિદ્ધાંતોને પોતાના જીવનમાં ક્યારેય અપનાવ્યા નહીં. ડૉ. કાપડિયાએ જણાવ્યું કે એમણે જ પોતાના દીકરા માટે ચેમ્બર બનાવી, મશીનરી ખરીદીને લગાવી અને થોડા સમય પછી ડૉ. શાન્તનુએ એ ક્લિનિકને બંધ કરીને બીજા સ્થળે પોતાનું ક્લિનિક ખોલ્યું અને મળનારા જ્યારે પણ ક્લિનિક વિશે તેને પૂછતાં તો ડૉ. શાન્તનુ એ જ કહેતા હા, મેં જ આ બધું કર્યું છે. ડૉ. કાપડિયાને આ વાત સાંભળીને થોડી પીડા થતી. એમના ઘણા સાથી પણ એ જ કહેતાં કે ડૉ. કાપડિયા તમે પ્રગતિ કરી, તમે કમાણી કરી, તમારી પાસે પૈસા છે તો તમે કેમ

શાંન્તનુને ક્લિનિક કરવામાં મદદ કરતા નથી. ડૉ. કાપડિયાએ આગળ વાત કરતાં કહ્યું, કોને કોને જણાવે મારા દિલનું રૂદન કે બધું જ તો મેં જ કર્યું, મેં જ જગ્યા ખરીદી, મેં જ ક્લિનીકનો બધો સામાન ખરીદ્યો. કેવળ દીકરાએ એ ક્લિનિક બંધ કર્યું અને બીજી જગ્યાએ લઈ ગયો. આ ક્લિનિક ને વેચીને પૈસા બીજા ક્લિનિકમાં લગાવ્યા અને લોકોને કહેતો ફરે છે કે બધું મેં કર્યું છે. આ વાત સંભળાવતા ડૉ. કાપડિયાને ઘણી પીડા થતી હતી. પરંતુ કદાચ આજે પહેલીવાર કોઈ વ્યક્તિ મળી જે તેમના મનની વાત સાંભળી રહી છે. ડૉ. કાપડિયા આગળ જણાવવા લાગ્યાં કે એક દિવસ એમને જાણ થઈ કે એમના દીકરા ડૉ. શાન્તનુ એ હૃદયરોગ પર પુસ્તક લખવાનું શરૂ કર્યું અને આ પુસ્તક લગભગ એવું જ હતું જે ડૉ. કાપડિયાએ લખ્યુ હતું. આ વાતની જાણ થતાં ડૉ. કાપડિયાને દુઃખ થયું પરંતુ તેઓ આજે મને જણાવતા હતાં કે કોને તેઓ જણાવે પોતાના મનની વાત. જ્યારે બાળકો જ સાંભળે નહીં, ભૂલો કરે અને એ વાત સાંભળવા માટે આપણે કોને કહીએ કે શું વિતી રહી છે આપણા ઉપર?

ડૉ. કાપડિયાના ત્રીજા દીકરા શૈલેષ વિશે પણ તેઓ જણાવવા લાગ્યાં કે શૈલેષે પણ એક નાનો વેપાર શરૂ કર્યો અને ડૉ. કાપડિયાનું મકાન મોટું હતું તેથી ક્લિનિકની સાથે જ ૨-૩ ઓરડા શૈલેષને આપી દીધાં જેથી ત્યાં તે પોતાનો કારોબાર શરૂ કરી શકે. મોંઘવારી જોતાં ડૉ. કાપડિયાની કમાણી ઓછી થવા લાગી. જાણે મોટું મકાન તેમને ખાવા દોડતું હોય કેમ કે મોટો દીકરો શુભમ અને નાનો દીકરો શાન્તનું બંને અલગ રહેવા લાગ્યા હતા. હવે ડૉ. કાપડિયાએ વિચાર્યું કે, આ મકાનને વેચી નાખવામાં આવે અને નાના મકાનમાં રહેવાય અને મુંબઈ શહેર છોડીને પૂના જવાનું મન બનાવતા હતા. ડૉ. કાપડિયાએ પોતાના વિચાર, વિચારધારા, પોતાનું સારું ખરાબ વિચારવાનું હતું. એમણે દીકરા શૈલેષને જે તેમની સાથે રહેતો હતો તેને જણાવ્યું કે હવે હું આ મકાનને વેચીને પૂના જઈ રહ્યો છું અને મકાન વેચીને જે પૈસા આવશે તેમાંથી પૂનામાં મકાન ખરીદીને રહીશ. તારી ઈચ્છા હોય તો શૈલેષ તું પણ પૂના ચાલ અથવા મુંબઈમાં રહે. ડૉ. કાપડિયા યાદ કરે છે કે જ્યારે તેમણે આ વાત દીકરા શૈલેષ સામે મૂકી તો દીકરાના તેવર જોઈને દંગ થઈ ગયા. દીકરા શૈલેષે પોતાના પિતાજીને કહ્યું કે તમે આ વાત વિચારી પણ કેવી રીતે કે મકાન વેચીને પૂના જતા રહેશો. મારું પણ અહીં કામ ચાલે છે. એવામાં મકાન કેવી રીતે છોડાય.

વ્યવસાયે તો ડૉ. કાપડિયા ડૉક્ટર હતા પરંતુ પોતાના દીકરાના તેવરને જાણી ગયા અને ૧૦-૧૫ દિવસોમાં કોઈ ઝઘડા, ચર્ચા, લડાઈ અને દલીલ વગર તેમણે શૈલેષને બોલાવીને પાંચલાખ રૂપિયા આપ્યા અને કહ્યું કે તું પોતાના માટે કોઈ સારી જગ્યા શોધી લેજે. કેમ કે મકાન વેચીને મારે પૂના જવું છે. આ વાત લગભગ ૨૫ વર્ષ પહેલાંની છે. એ દિવસોમાં પાંચ લાખ રૂપિયાની કિંમત હતી. ડૉ. કાપડિયા કહેવા લાગ્યા પોતાના મનની વાત અને બોલ્યાં સુભાષજી જો હું તે પાંચ લાખ રૂપિયા શૈલેષને ન આપત તો સંભવત: તે મકાન વેચવા ન દેત.જરા વિચારો ૨૫ વર્ષોથી આ વાતને તેમણે પોતાના મનમાં રાખી હતી. ડૉ. કાપડિયાએ અંતે એમણે દીકરા શૈલેષને પાંચ લાખ રૂપિયા આપ્યા અને મુંબઈના દૂર એક ખૂણાંમાં નાનું મકાન અને ક્લિનિક બનાવી દીધું. મેં કાપડિયાજીને કહ્યું તે તમે તમારા મનમાં આટલી બધી વાતો રાખી છે જેની તમે કોઈ સાથે ચર્ચા કરી શકતા નથી. આગળ મેં કહ્યું, ડૉ. સાહેબ તમે તો ડૉક્ટર છો, મારી એક વાત તમે માનશો કે આપણે આપણા મનની વાત હૃદયના રહસ્યો કોઈને ન કહી શકીએ તો આપણે કુંઠિત રહીએ છીએ. આપણે દુ:ખી રહીએ છીએ અને આ દુ:ખને કારણે આપણી તબિયત બગડે છે, શું સાચું છે સાહેબ !

મારી વાતને પૂર્ણ સહમતી આપતાં ડૉ. કાપડિયાએ જણાવ્યું કે એ વાત સાચી છે કે જો આપણે આપણા મનની વાત કોઈને ન કહીએ અને મનમાં રાખીએ તો આપણી તંદુરસ્તી બગડવાની ઘણી સંભાવના છે. હવે મેં કહ્યું કે ડૉક્ટર સાહેબ હજુ કોઈ વાત છે મનમાં જે તમે સાચવી રાખી હોય હૃદયના લોકરમાં લોક કરીને રાખી મૂકી છે? એમણે કહ્યું હા, અને કહેવા લાગ્યા કે મોટા મકાનને વેચીને બીજા નવા મકાનનું નિર્માણ કર્યું. ત્યાં રહેવા જતાં રહ્યાં અને નવા મકાનનો ગૃહપ્રવેશનો કાર્યક્રમ હતો. એના ત્રણ દિવસ પહેલાં દિકરો શાન્તનું અને શૈલેષ આવ્યા અને પિતાને કહ્યું કે, અમને પણ આ મકાનમાં ભાગ આપો. જો તમે આ મકાન ન આપ્યું તો તમારા ગૃહ-પ્રવેશના દિવસે અમે મકાનની બહાર આવીને પાછા વળી જઈશું. આખરે અમને પણ રહેવા માટે મકાન જોઈએ. બહુ વેદના સાથે ડૉ. કાપડિયા આ વાત જણાવી રહ્યા હતા કે જ્યારે તેમના દીકરાઓએ આ પ્રકારની વાત કરી ત્યારે તેમને ઊંડો આઘાત લાગ્યો. તમે અને અમે ૫૦ વર્ષ જુના સમયને યાદ કરીએ તો આપણે જોઈશું કે તે એવો સમય હતો જ્યારે તમે તમારા મનની વાત મોટાભાગના લોકોને કહી શકતા હતા. લોકો એ વાત

સાંભળતા અને જેની ભૂલ હોય તેને ધમકાવતા હતા. ભલે ભૂલ તમારી હોય તો તમને ધમકાવશે અને ભૂલ દીકરાની હોય તો દીકરાને ધમકાવશે. પરંતુ તમે અને અમે એવા યુગમાં રહેવા લાગ્યા છીએ જ્યાં ભૂલ સમજીને પણ અડોસ – પડોસ, મિત્ર, સગા સંબંધી અને કુટુંબના સભ્યો કશું પણ બોલતા નથી અને કેવળ એમ કહી દે છે કે અમે તો વચમાં બોલીશું નહીં. આખરે તેમને લાગે છે કે આપણે શા માટે ભૂંડા દેખાઈએ?આ પ્રકારની પ્રવૃત્તિથી જ સમાજમાં મુશ્કેલી થાય છે. ૫૦ વર્ષ પહેલાં મનની વાત પોતાનાને કહેવાથી મન હળવું થઈ જતું હતું. મિત્રોમાં ચર્ચા કરવાથી મન હળવું થઈ જતું હતું. તમારા મિત્રો તમારા દીકરાને સમજાવતા. જો તમારી ભૂલ હોય તો તમને સમજાવે. પણ આજે ૫૦ વર્ષ પછી આપણે એ જોઈએ છીએ કે સમજાવવાની રીત બિલકુલ બંધ છે. ન કોઈ તમારી વાત સાંભળશે, જો સાંભળશે તો તમારી એ મુશ્કેલીમાં રસ લઈને તમારી મદદ કરવામાં કોઈ સહયોગ નહીં આપે. આવામાં આપણે શું કરીએ? પ્રશ્ન ચોક્કસ બધાંનો એક જ છે. અંતે મેં અને ડૉ. કાપડિયાએ કૉફી પીધી અને ચાલવાની તૈયારી કરી.

અંતે ડૉ. કાપડિયા સાહેબ કહ્યું કે, સુભાષજી હજુ તમને મનની એક વાત કહેવા માંગું છું અને કહ્યું કે લગભગ દોઢ વર્ષ પહેલાં મારી પત્નિને કેન્સર થઈ ગયું હતું. હું તણાવમાં આવી ગયો હતો. ડૉક્ટર હોવા છતાં પણ મારું સંતોલન ખોઈ બેઠો હતો. મુશ્કેલીઓથી ઘેરાયેલો હતો, હું હૃદયરોગ નિષ્ણાત છું, કેન્સરનો સ્પેશ્યાલીસ્ટ નથી, પત્નિને કેન્સર હતુ બહુ દવાઓ કરાવી, વિદેશમાં દેખાડ્યું, વૈદ્યને દેખાડ્યું, હોમિયોપેથિકમાં દેખાડ્યું, પ્રાકૃતિક ચિકિત્સાલયનો સહારો લીધો, યુનાનિ દવાઓ લીધી પણ છતાં પત્નિ સાજી ન થઈ, કેન્સરની તકલીફ વધતી જ ગઈ. ડૉ.કાપડિયાએ આગળ જણાવ્યું કે તેમને પૂરી આશા હતી કે આ દર્દભર્યા સમયમાં મારો દીકરો ડૉ.શાન્તનું મદદ કરવા આવશે. માનસિક રીતે મદદ, શારીરિક રીતે મદદ, પૈસાની મદદ પરંતુ મોટો આઘાત એ લાગ્યો જ્યારે કેવળ નામનું ક્યારેક ક્યારેક એમનો દીકરો ડૉ.શાન્તનુ આવી જતો, મા તરફ જોતો, ૨ મિનિટ રોકાતો અને ચાલ્યો જતો. ડૉ. કાપડિયાની પત્નિ જ્યારે હોસ્પીટલમાં હતી ત્યારે પણ ૨૪ કલાક ડૉ. કાપડિયા જ રહેતાં. જે દિવસે એમની પત્નિ હોસ્પીટલમાં દાખલ થઈ હતી ડૉ. કાપડિયાને વિશ્વાસ હતો કે મારો દીકરો શાન્તનું જ બધું સંભાળી લેશે, જોશે, મારે શા માટે ચિંતા કરવી, આખરે જુવાન દીકરો

છે અમારો, ડૉક્ટર પણ છે તો અન્ય ડૉક્ટર સાથે ચર્ચા કરીને પોતાની માની સૌથી ઉત્તમ ઇલાજ કરાવશે. પરંતુ આ ન બન્યું અને અંતે શ્રીમતિ કાપડિયા સંસાર છોડીને ચાલ્યાં ગયાં. જ્યારે આ વાત ડૉ. કાપડિયા જણાવી રહ્યા હતા ત્યારે મેં જોયું કે કૉફીના કપમાં દૂધની જગ્યાએ એમની આંખોમાંથી આંસુ ટપકી રહ્યા હતાં.

ડૉ. કાપડિયાએ જણાવ્યું કે સુભાષજી, જે થવાનું હતું તે થઈ ગયું, કશું બદલાવાનું નથી. પણ આજે હું બહું શાંતિ અનુભવું છું. કેમ કે મારા મનની વાત તમને કહી દીધી છે. રાત પડી ગઈ હતી. મારે પાછા હોટલ પર જવાનું હતું. બીજા દિવસે ફરી ટેક્સ ગુરૂશૉનો કાર્યક્રમ ટીવી પર હતો. મેં તેમની વિદાય લીધી પણ આશરે ૩૦ સેકન્ડ સુધી તેમના ચહેરા સામે જોતો રહ્યો અને મને લાગ્યું કે એમના મનમાં પરમ શાંતિ છે અને તેઓ ઉંમરમાં વધારે નહીં પણ ઓછામાં ઓછા ૫ વર્ષ નાના લાગતા હતા. આખરે તેમણે પોતાના મનની વાત કહી દીધી અને ચિંતા મુક્ત થઈ ગયા.

પ્રિય વાચકો, તમને હું કહેવા માંગુ છું કે તમે કાંઈ બીજું ના કરી શકો તો ઓછામાં ઓછું પોતાના મિત્ર, સંબંધી કુટુંબના સભ્ય જે કોઈપણ વ્યક્તિ તમારા સંપર્કમાં આવે તેમના મનની વાત તો સાંભળી લો. આવું કરવાથી તે વ્યક્તિને અસીમ શાંતિ આપશો. કૉફી પીને અમે વિદાય લેવા બહાર આવ્યાં. મેં ડૉ. કાપડિયાને નમસ્કાર કર્યા ત્યારે તેઓ બોલ્યાં, લખોટિયાજી એક બીજી નાની વાત કહેવા માગું છું. જરા સાંભળી લો પછી તમારી ગાડીમાં બેસજો. મેં કહ્યું જણાવો. અને તેમણે જણાવ્યું કે જે સમયે તેમની પત્નિ કેન્સર પિડિત હતી, ઘરમાં રહેતી હતી, ઓછું બોલી શકતી હતી તે સમયે એક દિવસે તેમના દીકરા ડૉ.શાન્તનુ અને શુભમ આવ્યા અને માંદી પડેલી પોતાની માની સામે પોતાના પિતાની સાથે ઝઘડવા લાગ્યા. ડૉ. કાપડિયાની સંપતિમાં પોતાનો ભાગ માગવા લાગ્યા. બંને દીકરાઓએ ડૉ. કાપડિયાને કહ્યું તમારી બધી સંપતિમાં હક્ક અને ભાગ છે તો કૃપા કરીને અમને અમારો ભાગ જલ્દી આપી દો તો બહેતર છે. ડૉ. કાપડિયાએ જણાવ્યું કે ધંધે તો તેઓ ડૉક્ટર હતા પરંતુ લખોટિયા સાહેબ આટલું તો હું પણ જાણું છું કે જીવતા જીવ મારા પૈસા પર, મારી સંપતિ પર કેવળ મારો અધિકાર છે તેને કોઈપણ મારી પાસેથી ખૂંચવી શકશે નહીં, કોઈ લઈ પણ શકે નહીં. ડૉ. કાપડિયાની વાત તો સોટકા સાચી હતી.

34 *દિલની વાત કોને કહીએ અને કેવી રીતે*

અમારા વાચકો પણ ધ્યાન રાખો કે તમારા પૈસા, તમારી સંપતિ પર જ્યાં સુધી તમે જીવીત છો ત્યાં સુધી તેના પર કોઈનો અધિકાર નથી, કોઈ એને લઈ શકતું નથી, જેમ ઇચ્છો તેમ તેને ખર્ચ કરો, તમારા પર કોઈ પાબંદી નથી. હું જ્યારે ગાડીમાં બેસવા લાગ્યો ત્યારે ડૉ. કાપડિયાએ જણાવ્યું કે એક સમયે તો એવું લાગ્યું કે બંને દીકરાઓના સતાવ્યાથી પોતાને સંપૂર્ણ અસુરક્ષિત લાગ્યા અને એક વાત તો એ પણ વિચારી રહ્યા હતા કે પોતાના મકાનને વેચી દઉં. ભાડાના મકાનમાં રહું અને પૈસા બેંકમાં ફિક્સ ડિપોઝીટમાં મૂકી દઉં. એક બાજુ કેન્સર પિડિત બીમાર પત્નિ જે સાંભળી રહી હતી, કશું બોલી શકતી ન હતી, લાચાર હતી ત્યાં બીજી બાજુ બે જુવાન દીકરા આ મુશ્કેલ સમયમાં જેમણે મદદ કરવી જોઈતી હતી તેઓ પોતાનો ભાગ માગવા આવી ગયા હતાં. આ વાત કાપડિયા કોઈને કહી ન શક્યાં. અંતે પત્નિ જતી રહી અને આજે પણ આ વાતો જે છોકરાઓએ પોતાની માની બિમારીની હાલતમાં કહી બહુ વેદના આપે છે. ડૉ. કાપડિયાને ચાલતાં ચાલતા મારા ખભા પર હાથ મૂકીને ડૉ. કાપડિયાએ કહ્યું કે લખોટિયાજી આજે તમે મારા મનની વાતા સાંભળી, તેના માટે તમારો બહુ આભાર. પરંતુ એક વાત હું કહી દઉં છું, આજથી અને એમણે કહ્યું કે, હું કાંઇ બીજું ન કરી શકું સમાજમાં તો ઓછામાં ઓછું લોકોના મનના દુઃખને સાંભળીશ અને તેમને સલાહ આપવાનો પ્રયત્ન કરતો રહીશ.

જો અમારા વાચક પણ કાંઇક આ પ્રકારની વાતો વિચારે, સાંભળે અને કરે તો કદાચ ભારતનો નકશો જ બદલાઈ જશે અને જીવન કંઈક સુંદર લાગવા લાગશે. આપણને બધાંને તમારા મનની વાત કોઈએ ન સાંભળી તો ઓછામાં ઓછું કાલે તમે લોકોના મનની વાત સાંભળવાની પ્રક્રિયા શરૂ કરી દો તો તમારું મન મલિનતાથી દૂર થઈ જશે અને તમને એ આનંદ થશે કે સમાજમાં રહીને તમે લોકો માટે કંઈક કર્યું છે.

મનની ગાંઠ ખોલો

શાંતિપ્રસાદજી દિલ્હીના પ્રસિદ્ધ વિસ્તાર વસંત વિહારમાં રહે છે. ત્યાં તેમની ૮૦૦ વારની કોઠી છે. પણ કેટલાંક વર્ષ પહેલાં તેમાં બંને બાળકોએ પ્રોપર્ટી પર પોતાનો ભાગ માગવાની પ્રક્રિયા શરૂ કરી દીધી. શાંતિપ્રસાદજી સુસંસ્કૃત કુટુંબ સાથે સંબંધ ધરાવે છે, એમના મનને એટલો ઊંડો આઘાત લાગ્યો છે જ્યારે એમણે જોયું કે એમના જ બાળકો એમના જીવનમાં જ પ્રોપર્ટીનો ભાગ માંગી રહ્યાં છે. આઘાતથી શાંતિપ્રસાદજીને લકવા થઈ ગયો. એમની પત્નિએ સમજાવ્યાં કે હવે ચિંતા ન કરો. થોડા સમય પછી બધું સારું થઈ જશે અને હવે તો તમારા ડાબા હાથે લકવા થઈ ગયો છે તો કદાચ બાળકોને સમજ આવી જાય કે અમારા પિતાજીને દુઃખ થાય છે અમારી હરકતોથી અને કદાચ તેઓ સુધરી જાય. આશા તો શાંતિપ્રસાદજીને પણ હતી કે બાળકો સુધરી જશે. ફરી આનંદી વાતાાવરણ જોવા મળશે. પરંતુ દુર્ભાગ્ય એ છે કે મોટા ભાગે આપણે જે ઇચ્છીએ છીએ તે થતું નથી અને જે થાય છે તે આપણે ઇચ્છતા નથી. બાળકોની લડાઈ ચાલતી રહી. અંતે શાંતિપ્રસાદજીને દુઃખી થઈને પોતાની ૮૦૦ વારની કોઠીને વેચવી પડી. બાાળકોને તે પૈસા આપવા પડ્યા. પછી ૪૫૦ વારની કોઠીમાં ખાલી પતિ પત્નિ રહે છે અને પોતાનું જીવન તથા ઘડપણ વિતાવે છે. એમને દીકરીઓ પણ છે.

એક દિવસ જ્યારે શાંતિપ્રસાદ મળ્યા તો એમણે જણાવ્યું કે દીકરીઓ વિદેશમાં છે પરંતુ વિદેશમાં રહેવા છતાં પણ એમના મનમાં પિતા પ્રત્યે બહુ આદર, સન્માન છે અને દીકરીઓ એમને વારંવાર બોલાવે છે કે પિતાજી અને માતાજી ઓછામાં ઓછા બે બે મહીના અમારે ત્યાં અમેરિકામાં આવીને રહો. જો હાલત પણ શાંતિપ્રસાદજી જેવી હોય તો સંભવતઃ તમે પણ દુઃખથી દુઃખી થઈ જશો. પરંતુ

દીકરાઓ તરફથી દુઃખ અને બીજી બાજુ દીકરીઓ તરફથી જબરદસ્ત આદર, સન્માન અને પ્રેમ આ મિશ્રણને કારણે પણ શાંતિપ્રસાદજી જીવનની આ નૈયાને પાર કરી રહ્યાં છે. તેઓ દરેક વર્ષે ઓછામાં ઓછું એક – એક દીકરી પાસે જાય છે અને તેની સાથે બે – બે મહીના રહે છે. આનાથી એમની દીકરીઓ પણ ખુશ છે વળી તેમના પતિઓનું મન લાગે છે. શાંતિપ્રસાદજી ની ઉંમર લગભગ ૯૦ વર્ષ અને તેમની પત્નીની ઉંમર ૮૫ વર્ષ છે. આ ઉંમરે પણ તેમની પત્ની જાતે કાર ચલાવીને મંદિર સુધી જાય છે. પોતાના મકાન નીચેના ભાગે શાંતિપ્રસાદજી અને તેમની પત્ની રહે છે. વળી તેમણે બે માળ ભાડે આપ્યા છે જેથી ભાડાની આવકથી પોતાનું જીવન ગુજારી શકે. અંદરથી દુઃખ અને ઉપરથી હાસ્ય એ શાંતિપ્રસાદજીએ અને તેમની પત્નીએ શીખી લીધું છે અને વધુ ઉત્સાહી છે. તેઓ પોતાના મનમાં બાળકોની મુશ્કેલીઓ, દુઃખ, દર્દને મુખ પર આવવા નથી દેતા. પરંતુ શાંતિપ્રસાદજી પુરુષ હોવા છતાં ક્યારેક ક્યારેક રડવા લાગે છે. જ્યારે એમને એમના બાળકોની યાદ આવે અને બાળકોનો વ્યવહાર યાદ કરીને પણ તેમને રડવું આવે છે. અને પૂછવા લાગ્યા મને કે સુભાષજી, આખરે એ તો જણાવો કે મારી સાથે આવું કેમ બન્યું? જવાબ આપવા માટે હું મને સક્ષમ અનુભવતો નથી પોતાને આ પ્રકારની મુશ્કેલીઓમાં.

પરંતુ એક ઉત્તર છે જે આવા પ્રકારની બધી મુશ્કેલીઓમાં ફીટ બેસે છે અને આજે ઉત્તર હું શાંતિપ્રસાદજી સામે પ્રસ્તુત કરી દઉં છું. હું એમને કહું છું કે શાંતિપ્રસાદજી આ તો નસીબનો ખેલ છે. નસીબના ખેલમાં હસીને સહન કરી લો અથવા રડીને રમી લો. મને આનંદ એ વાતનો છે કે નસીબની વાત સમજાવ્યા પછી શાંતિપ્રસાદજીના મનમાં થોડી ધીરજ બંધાય છે અને એમનું રડવું બંધ થઈ જાય છે. આમ તો શાંતિપ્રસાદજી હોંશિયાર તો છે. એમણે પાછલા દિવસેમાં મને જણાવ્યું કે તેઓ પોતાની વસીયત બનાવીને બંને દીકરીઓને જ પોતાની બધી સંપતિ આપવા માગે છે. હવે જ્યારે એમણે નક્કી જ કરી લીધું છે કે સંપતિ કેવળ બે દીકરીઓને આપવી છે તો તેમણે બહુ સ્પષ્ટ રીતે દીકરીઓને જણાવી દીધું કે અત્યારથી જ કોઠીનો સંપતિ વેરો દીકરીઓને જ આપવો પડશે અને એમની દીકરીઓ ખુશીથી ગૃહકર અર્થાત્ હાઉસ ટેક્સનું ભૂગતાન દરેક વર્ષે આપતી આવી છે. કહે છે કે મમતા અને પ્રેમનું કાંઈ મૂલ્ય નથી. આ ઉંમરમાં શાંતિપ્રસાદજીની બંને દીકરીઓ જ્યારે તેમનાથી અલગ રહે છે અને બહુ ઓછું

તેમને મળવા આવે છે છતાં પણ પોતાના દોહિત્ર હરીશનો શાંતિપ્રસાદજીને બહુ લગાવ છે અને તેઓ આ ઘડપણમાં હરીશના વ્યવસાયમાં મદદ કરવા માટે વારંવાર હરીશ સાથે સિલીગુડી જાય છે. જ્યાં હરીશ એક નવા વ્યવસાયની શોધમાં લાગેલો છે. દાદા- દોહિત્રના સાથે રહેવાથી જ શાંતિપ્રસાદને જીવનનો આનંદ મળતો રહે છે. વળી તેમની પત્ની સ્વર્ણલતા પોતાના આનંદ માટે પડોશીઓની મદદ કરવી અને સવારે પાર્કમાં ફરનારાઓને માટે ચ્હા બનાવીને લઈ જવી અને તેમને પ્રેમથી ખવડાવવા પીવડાવવામાં પોતાનો આનંદ શોધે છે. આગળ શાંતિપ્રસાદજી જણાવે છે કે ઘણા લોકો તેમને પૂછે છે કે શા માટે તેઓ ૮૦૦ વારની મોટી ભવ્ય કોઠી દિલ્હીના સુપ્રસિદ્ધ વસંત વિહાર વિસ્તારને છોડીને સાઉથ દિલ્હીના ઈસ્ટ ઑફ કૈલાસમાં આવી ગયા અને તે પણ નાની કોઠી બનાવીને. આ પ્રકારના અનેક પ્રશ્નો શાંતિપ્રસાદ સામે આવી જાય છે. જેનો જવાબ તે કોઈને આપી શકતાં નથી.

જ્યારે જ્યારે આવો સવાલ ક્યારેક તમારી સામે આવે અને જ્યારે તમને લાગે કે તમે જવાબ આપી શકશો અને જ્યારે લાગે કે પ્રશ્નકર્તા તમારા ચહેરા પર જબરદસ્ત તમાચો મારી રહ્યો છે. તેવામાં તમે શું કરો? આ એક બહુ જ સળગતો પ્રશ્ન છે. જો તમે ભૂતકાળના વહેણમાં ચાલ્યા જાવ સમુદ્રની લહેરોની જેમ તો કદાચ તમે તમારી સુધ-બુધ ખોઈ બેસો. એટલે સારું એ જ છે કે નસીબની પ્રક્રિયાનું સત્ય જાણીને અને પ્રભુ જે કરે તે સારું જ છે તે વાત પર આસ્થા રાખતાં તમે આ જીવનમાં તમે તમારી યાત્રા કરતાં રહો ત્યારે જ તમને આનંદ મળતો રહેશે. નહીંતર કડવી પણ સાચી વાત એ છે કે પોતાના હૃદયના ઘા તમે કોઈને દેખાડી પણ શકતા નથી. મનમાં ડર રહ્યા કરે છે કે બીજા લોકોની સાચી સહાનુભૂતિ મળશે કે નહીં. એ તો સમય જ બતાવશે. પરંતુ તમે તમારી મિત્રમંડળીમાં ઉપહાસ પાત્ર બની શકો છો. મને લાગે છે કે આ જ કારણ છે જેના કારણે મોટા ભાગના લોકો પોતાના જીવનમાં ઘટેલી અનેક મુશ્કેલીઓ, દુઃખ, દર્દ, કૌટુંબિક સમસ્યાઓ, બાળકોની ચિંતા અન્ય લોકોને જણાવી શકતાં નથી. પરંતુ કોઈને પોતાના મનની વાત સાચા અર્થમાં નહીં કરવાને કારણે તમે એક અજીબ દબાવ પ્રતિક્ષણ અનુભવ કરી રહ્યાં છો. તેથી સર્વોત્તમ તો એ જ હશે કે તમે તમારા મનની વાત ઓછામાં ઓછું એક-બે વ્યક્તિઓને જરૂર જણાવો. એમની સાથે ચર્ચા કરો. એમની સાથે વિચાર વિમર્શ કરો અને આવા વિચાર વિમર્શ કરવાથી

ફાયદો એ થશે કે તમારું મન હળવું બની જશે. પરંતુ ધ્યાન એ રાખવાનું છે કે જો જે વ્યક્તિના મનની વાત સાંભળવાની આશા રાખો છો, અપેક્ષા રાખો છો તે તમારા મનની વાત ધ્યાનથી શાંતિથી સાંભળે. એવામાં તમારે પણ અન્ય વ્યક્તિઓની, તમને મળનારાઓની, મિત્રોના મનની વાત પણ પ્રેમથી આનંદથી સાંભળો. ત્યારે તમારું કોઈ હમદર્દ કોઈને કોઈ મળી જશે જે તમારા મનની વાત સાંભળશે.

જો એવી સ્થિતિ આવી જાય કે તમને તમારા મનની વાત સાંભળનાર ન મળે તો તમે યાદ રાખો એ જ જૂની વાત એટલે પ્રભુ સ્મરણ અને પ્રભુ સામે એકાંતમાં બધી વાત કહી દેવી. આવું કરવાથી તમારા મનમાં શાંતિ તો અવશ્ય મળશે જ. પ્રભુને પોતાની વાત કરવાનો સર્વોત્તમ સમય રાત્રિનો છે જ્યારે કુટુંબના બધાં લોકો સૂઈ ગયા હોય. તમે ઊઠો અને શાંતિથી પ્રભુની સામે માથું નમાવીને પ્રભુના નામનો પાંચવાર ઉચ્ચાર કર્યા પછી હવે તમે તમારા મનની વાત પ્રભુની સામે રાખો. જે સમયે પ્રભુની સમક્ષ વાત મૂકવાની હોય ત્યારે તમે માનસિક રીતે પ્રભુની સાથે વાત કરો એટલે જે પણ વાત તમે કહેવા માંગો છો આંખો ખોલીને પ્રભુ સામે આંખોમાં આંખો મેળવીને પોતાના મનની વાત કહેવા માંડો. ધ્યાન રાખો કે જ્યારે તમે પ્રભુ સાથે વાત કરી રહ્યાં હો ત્યારે તમારો અવાજ મ્હોંમાંથી નીકળવો જોઈએ નહીં. જો તમે ઇચ્છો તો હોઠ ફફડાવીને પરંતુ અવાજ કાઢ્યા સિવાય પણ પ્રભુ સાથે વાત કરી શકો છો. પ્રભુની સામે બેસીને પોતાના દીલની વાત પ્રભુને કહી દેવાથી મનને પરમ શાંતિ મળે છે.

જો તમારી પીડા ઘણી ઊંડી છે તો સારું એ હશે કે માનસિક તથા લેખિત રીતે પ્રભુ સામે પોતાની વાત કરતા રહો. આ પ્રક્રિયામાં તમે પ્રભુ સામે બેસીને પ્રભુને નમન કર્યા પછી તમે મોંમાંથી અવાજ કર્યા સિવાય તમારી વાત પ્રભુને કહેતા જાવ અને સાથે જે વાત પ્રભુની સામે રાખી તે કોરા કાગળ પર લખતા જાવ. લેખિત રીતે આ પ્રક્રિયાને અપનાવવાનો મોટો ફાયદો એ છે કે આવનારી કાલે જ્યારે તમારા મનમાં વિચાર આવે, દ્વંદ્વ થાય, મુશ્કેલી થાય જે વાત તમે પ્રભુની સામે આજે રાખી અને લખી એ જ લખેલી વાત તમે દોહરાવશો તો તમારા મનમાં શાંતિ મળશે અને તમને એ અનુભવ થશે કે પ્રભુએ તમારી વાત સાંભળી છે. દુનિયામાં મનમાં અડધી શાંતિ એ સમયે થઈ જાય છે જ્યારે આપણે અનુભવીએ કે કોઈકે મારી વાત તો સાંભળી. તેથી તમે પણ જ્યારે આવું અનુભવો,

જ્યારે કોઈ તમારી વાત સાંભળનાર કોઈ ન મળે તો પ્રભુ સાથે જ મિત્રતા કરી લો પ્રભુ સાથે યારી કરી લો, પ્રભુને મિત્ર માની લો અને પ્રભુ સામે બોલી નાખો બધું જ દુઃખ દર્દ અને બધી મનની વાત કળિયુગ છે એ તો બધાં જાણે છે અને કળિયુગમાં કોને આપણા મનની વાત કહીએ? આ પ્રશ્ન ગરીબ – અમીર બધાના મનમાં આવે છે અને સાચું તો એ છે કે તમારી મુશ્કેલીઓને ઉકેલવા વાળુ કોઈ નથી પરંતુ તમારા પર જે વીતી રહી છે તેની ચર્ચા કરવા માત્રથી તમારા મનમાં થોડી શાંતિ આવી જાય છે. એક બીજો ઉપાય છે જેનાથી તમને મળી જશે કોઈને કોઈ જેને તમે મનની વાત કરી શકો. અને આ વાત છે સવારે પાંચ છ વાગ્યે શરૂ કરવાની. સવારે ઉઠતાં જ તમે રોજીંદા કાર્યક્રમથી પરવારી ચાલવા માટે નીકળી પડો. ટહેલતા રહો, લોકો જોવા મળશે, લોકો મળશે, સલામી કરશે, જેને નથી ઓળખતા તેની ઓળખાણ થશે અને પાંચ દશ દિવસ ફરતાં ફરતાં એક – બે વ્યક્તિ એવા મળી જશે તમને કે તમે એમને તમારા મનની વાત કરી શકશો. શરૂઆતમાં અજીબ લાગશે પરંતુ સાચું એ છે કે તે મુશ્કેલને અપનાવીને ઘણાએ પોતાનું ડિપ્રેશનને ઓછું કરી દીધું. સવારે ફરવા જવું તંદુરસ્તી માટે સારું છે પરંતુ તેનાથી વધારે મગજમાં યુદ્ધ ચાલી રહ્યું હતું કે હું ફરવા જાઉં છું અને હું આશા રાખું છું કે ફરતાં ફરતાં મને કોઈ એવી વ્યક્તિ મળશે જે મારો સાચો સારો સાથી બની જશે અને તેને જણાવીશ મારા મનની વાત.

જો તમે રોજ ફરવાની પ્રક્રિયાને અપનાવશો તમારા જીવનમાં તો ચોક્કસ તમને મળી જશે થોડા એવા સાથી જેને તમે તમારા મનની વાત કહી શકો છો. આ ફોર્મ્યુલા સરળ છે, સુગમ છે નુકશાનકારક નથી અને સ્વાર્થની રીતે જોશો તો પણ ઠીક છે કેમ કે તમારે કહેવી છે પોતાના મનની વાત. બગીચામાં ફરતા ફરતા આપણે એ જોઈએ છીએ કે ઘણી સ્ત્રીઓ ફરવા જાય છે. બે – બે મહિલાઓના ટોળાઓમાં બહુ તન્મયતાથી વાતો થાય છે. રોજ વાતચીત થાય છે અને બંને મહિલાઓ બોલી રહી છે આખરે શું એ જ વાત કરી રહી છે જે તેમના મનમાં છે. કોઈને કહી શકતી નથી પણ એક સહેલી કે ફરવા જનારી પોતાના જેવી અન્ય મહિલાને પોતાના મનની ગાંઠ ખોલી રહી છે. જ્યારે વાત થાય છે મનની વાત કહેવાની અને જ્યારે બે સ્ત્રીઓ વાત કરી રહી હોય તો કેવળ એક જ સ્ત્રી પોતાના મનની વાત બીજીને કહે એવું બનતું નથી. બીજી સ્ત્રીના મનમાં પણ કંઈક ને કંઈક વિચાર હશે, કંઈક ને કંઈક વાત હશે અને તે પણ પોતાના મનની વાત આ

40 *દિલની વાત કોને કહીએ અને કેવી રીતે*

સ્ત્રીને જણાવશે, જેની તેણે વાત સાંભળી. આ જ વાત પુરુષોને પણ લાગુ પડે છે અને તમે જોશો કે બે મિત્રો અથવા બે મળનારા જ્યારે બગીચામાં ફરે છે તો પરસ્પર ચર્ચા કરતાં રહે છે. સૌથી પહેલાં તો ચર્ચા શરૂ થાય છે. દેશ-વિદેશના સામાચારો વિશે, પછી ચર્ચા થાય છે રાજકારણની, પછી ચર્ચા થાય છે મોંઘવારીની તે પછી ચર્ચાનું સ્વરૂપ ઘર-ગૃહસ્થી વિશે અને હવે સમય આવી જાય છે અંગત ઘરેલુ સંબંધો વિશે ચર્ચા કરવાની અને ત્યારે તમારા મનની વાત બહાર નીકળી આવે છે જેને તમે ખૂણામાં સંતાડી રાખી છે અને તમે એને જણાવી રહ્યાં છો તમારા એક સાથીને. જો તમે સવારે અને સાંજે ચાલવાની પ્રક્રિયા અપનાવશો તો તમારું ડિપ્રેશન તો ચોક્કસ ભાગી જશે. તમારું મગજ શાંત રહેશે કેમ કે તમારા મનમાં કંઈક ખૂંચે છે. કંઈક ઘૂટન છે, કોઈક વાત છે જેને દુનિયામાં સાંભળનાર કોઈ નથી અને ફરતાં ફરતાં એવો હમસફર એવો સાથી મળી ગયો જેને તમે કહી શકો છો પોતાના મનની વાત અને તે પણ જણાવશે તેના મનની વાત. તેથી આજથી જ શરૂ કરી દો સવાર સાંજ ફરવા અને શોધ કરવાનું ચાલુ કરો. એવા સાચા હમસફર સાથીની જે કેવળ અને કેવળ તમારા મનની વાત સાંભળે.

કોર્ટ -કચેરીથી બચો

ઘણીવાર મનમાં પ્રશ્ન થાય છે કે મનની વાત સાંભળનાર કોઈ મળી જાય તો થોડુંક દુઃખ તો ચોક્કસ ઓછું થઈ જશે. પરંતુ સાચું તો એ છે કે આ વાત હકીકત નથી. કેવળ આજે એટલે જીવનમાં કેવળ એક દિવસ તમારા મનની વાત કોઈ સાંભળી પણ લે તો ચેન નહીં મળે. જે રીતે આપણે રોજીંદા કાર્યો કરીએ છીએ. જેમ કે સવારે નાસ્તો પછી બપોરે લંચ અને રાત્રે ડિનર, રોજ ખાઈએ છીએ. એ જ પ્રકારે મનની વાત સાંભળવા માટે એક દિવસ ખૂબ જ ઓછો છે. આપણને તો એવો હમસફર જેને આપણે આપણા મનની વાત દરરોજ દરેક ક્ષણે કહી શકીએ. આમ તો વાસ્તવિક રીતે જોવાય તો આપણા દૈનિક જીવનમાં રોજ આવી ઘટના બનતી નથી. પરંતુ સાચું તો એ છે કે રોજ એવી વાત હોય કે ન હોય પરંતુ આપણને રોજ એવું વાતાવરણ જોઈએ કે આપણા મનમાં હોય તો આપણે જ્યારે ઈચ્છીએ ત્યારે કરી શકીએ છીએ. કોઈ એક વ્યક્તિને રોજની વાતો આપણે કોઈને સંભળાવવી નથી પરંતુ કેવળ મનમાં શાંતિ રહે કે હાં, મારી પાસે છે એક એવી વ્યક્તિ જેને જ્યારે ઈચ્છું ત્યારે મારા મનની વાત કરી શકું છું. જો આ ખરેખર હકીકત બની જાય આપણા જીવનની તો આપણા મન- હૃદય વધારે કાર્યરત રહેશે. આપણે પ્રસન્ન રહીશું અને આપણે જોઈશું કે જીવન સુંદર લાગવા માંડશે. કેમ કે આપણને એવું લાગે છે કે જ્યારે પણ કોઈ વાત હશે હું મારા મનની વાત એક હમસફરને જ કરી શકીશ.

ખરેખર તો તમને બહુ ઓછા એવા લોકો મળશે જે તમારા મનની વાત સાંભળશે. જો એકથી પાંચ પણ મળી જાય જેને બેધડક કશું વિચાર્યા વગર તમે પોતાના મનની વાત કહી શકો તો તમારું જીવન સફળ ગણાશે. દુર્ભાગ્યની વાત

છે કે ૮૦ – ૯૦ ટકા લોકો જેને પાછલા બે વર્ષોમાં હું મળ્યો અને મેં વારંવાર તેમને પૂછ્યું કે, શું તમે એવા થોડા વ્યક્તિઓના નામ લઈ શકો છો જેને તમે તમારા મનની સંપૂર્ણ વાત કહી શકો છો, મોટા ભાગના જવાબ નકારાત્મક આવ્યાં. તમારી વાત સાંભળનાર બની શકે ક્યાંક હોય, ઘણી વ્યક્તિઓ હોય, પણ મન નથી માનતું કે હું કોને કહું હું મારા મનની વાત. તો આજે આ લેખકને પોતાનો સાચો સાથી સમજીને મનની વાત જણાવશો અને પોતાનું મન હળવું કરો.બેધડક તમે મારા મોબાઈલ નંબર : ૦૯૮૧૦૦૦૧૬૬૫ પર કોલ કરો અને તમારી વાત શરૂ કરો અને એ વાતનો આનંદ થશે કે જો આ જીવનમાં હું એ વ્યક્તિને જેને હું નથી ઓળખતો, થોડી મિનિટો તેની વાત સાંભળીને, તેના મનની વાત સાંભળીને હિંમત આપી શકું, તેને થોડી શાંતિ મેળવી આપી શકું, તો મને ખુશી થશે. તેથી જ્યારે તમે મુશ્કેલીમાં હો મને ફોન કરો, મારી સાથે વાત કરો. બદલામાં મને કેવળ એક જ વાયદો જોઈએ અને તે વાયદો એ છે કે તમે પણ તમારી તરફથી પોતાના સગા-મિત્રો અને અન્ય વ્યક્તિ જેને તમે ઓળખતા નથી તેના પણ મનની વાત જ્યારે તે સાંભળવા ઇચ્છે ત્યારે જરૂર સાંભળો. આવું કરવાથી તમારા મનમાં જરૂર શાંતિ આવશે. અને દેશમાં વિદેશમાં અને સંપૂર્ણ દુનિયામાં લોકો પોતાના મનની વાત કહેવા માટે સક્ષમ થઈ જશે. જો આપણે આપણા મનની વાત કોઈને કહી શકીએ તો ઓછામાં ઓછું અડધી બિમારીઓ સમાપ્ત થઈ જશે. ચહેરાની ઉપર રોનક વધી જાય છે. આવામાં આ મુદ્દો તમે ગંભીરતાથી લો અને પોતાના મનની વાત કોને કહીએ તેને શોધવા માટે જેવી શોધ એક વૈજ્ઞાનિક કરે છે તે પ્રમાણેની શોધ અત્યારથી શરૂ કરો. પૈસાનું અભિમાન તમે ક્યારેય ન દેખાડો. કેમ કે જે વ્યક્તિ તમારા મનની વાત સાંભળી રહી છે તેને તમારા પૈસાથી શું મતલબ. તેથી પૈસાનું ઘમંડ દેખાડવા ઇચ્છો છો તો એ ચોક્કસ માની લો કે તમને ન આજ, ન કાલ, ન ક્યારેય એવી કોઈ વ્યક્તિ મળશે જે તમારા મનની વાત સાંભળી શકે.

ડરો તો કેવળ પ્રભુથી અને પોતાના અભિમાનને હંમેશાં માટે ત્યજી દો, કેમ કે તમારું, મારું અભિમાન, રૂપરંગ, પૈસાનું, જ્ઞાનનું એક દિવસ પણ નથી ટકતું.જો પ્રભુનો આશીર્વાદ ન હોય તો પોતાના રૂપ માટે, પોતાના પૈસા માટે, પોતાના નામની પ્રસિદ્ધિ માટે પ્રભુનો આભાર માનતા રહો અને ખુશી મનાવતા રહો, પરંતુ અભિમાન ન કરો ક્યારેય પણ. મને યાદ છે થોડા વર્ષો પહેલાં એક સરદારજી

મારી પાસે સલાહ લેવા આવ્યાં હતા અને પોતાના દીકરા સાથે જે સંબંધ ચાલી રહ્યો હતો તે સંબંધોના કારણે થોડા દુઃખી હતા. પોતાના જીવનમાં બહુ મહેનત કરીને એક પટાવાળા તરીકે કામ કરતાં કરતાં પોતાનો વ્યવસાય વધારી લીધો. આજે લાખો – કરોડોનો એમનો વ્યવસાય છે. એમનો મોટો દીકરો લગ્ન કરીને જુદો થઈ ગયો હતો. આ સરદારજી તે આઘાતમાંથી હજુ બહાર આવી શક્યા ન હતા. ત્યારે તેઓ પોતાના બે દીકરા સાથે મારી પાસે આવ્યાં. એક દીકરો પિતા સાથે ઝઘડી રહ્યો હતો. પૈસા માગતો હતો. પિતા પાસે વધારે હિસ્સો માંગી રહ્યો હતો. કેમ કે તેણે આ કારોબાર સ્થાપિત કર્યો છે. તેને તો કારોબારમાં સામેલ થયે માત્ર બે વર્ષ જ થયા છે અને હું ૨૦ વર્ષોથી આ કારોબાર સંભાળું છું અને તેને એટલે લાવ્યો છું કે તને હિસ્સો મળશે પણ એટલો નહીં જેટલો તું માગે છે. વાત એટલી આગળ વધી ગઈ કે દીકરાએ ધમકી આપી કે તે કોર્ટની મદદ લેશે અને તેનો હિસ્સો મેળવશે. સરદારજીનું મન ભાંગી ગયું અને એક દિવસ સરદારજી અને તેમના પત્ની એકલાં મારી પાસે આવ્યાં અને ભીની આંખે બોલ્યાં કે હવે તમે બતાવો સુભાષજી અમે શું કરીએ. અમારું પોતાનું જ લોહી જે લાલ રંગનું છે તે ફિક્કુ પડતું નજરે પડે છે. સરદારજી કહેવા લાગ્યા જો કોર્ટમાં જાય તો પણ મને ડર નથી હું જ જીતીશ. મેં આખી વાત સાંભળીને એમને સલાહ આપી કે અંગત મામલામાં ખાસ કરીને કેવળ પૈસા માટે પિતા-પુત્ર ઝઘડે એ સારું નથી. કોણ સાચું છે અને કોણ ખોટું તે મુદ્દાની ચર્ચા ન કરો. ચર્ચા કેવળ એ વાતની કરો કે કેવી રીતે આપણે પ્રેમથી આ મામલાને ઉકેલવો. બે પૈસા વધારે કે બે પૈસા ઓછા તેની પરવા ન કરો. તેમને એ પણ સમજાવ્યું કે, જો તમને બે પૈસા ઓછા મળો તો પણ ચિંતા ન કરો. જો તમને માનસિક શાંતિ મળે તો મારી વાત સાથે સહમત થઈને એમની પત્નિએ કહ્યું કે, લખોટિયાજીની વાત માનો અને દીકરાઓને બોલાવો અને ફેંસલો કરી નાખો.

બંને દીકરાઓને લઈને સરદારજી અમારા દફતરમાં આવ્યા. એમની પત્ની પણ એમની સાથે આવી હતી અને એમનો મોટો છોકરો જે પહેલાં જૂદો થઈ ગયો હતો તે પણ સાથે આવ્યો. હું અને મોટો દીકરો બંને બની ગયા આરબીટ્રેટર અને બાકી બધાંએ અમારી વાત માની કે જે અમે કહીશું તેઓ તે નિર્ણય માની લેશે. પિતાને બહુ દુઃખ થયું. જ્યારે તેમણે જોયું કે મારા સિવાય બીજો જે આરબીટ્રેટર છે એટલે મધ્યસ્થતા કરનારી વ્યક્તિ તે છે એમનો જ મોટો દીકરો. પીડા માંના

હૃદયમાં પણ થઈ રહી હતી કે જે બેટાને મેં પ્રેમથી ઉછેર્યો આજે તે જ દીકરા સામે હું પતિના ઝઘડાને ઉકેલવા આવી છું. આ વિચાર જ્યારે તે મહિલાને આવવા લાગ્યા ત્યારે એમના ચહેરાની પ્રસન્નતા જવા લાગી, આંખ લાલ થઈ ગઈ. ઘણું રોક્યા છતાં પણ આંસુ વહેવાવા લાગ્યા. મેં વાત શરૂ કરતાં પહેલાં જ જણાવ્યું હતું કે બહેનજી તમે રડવાનું બંધ કરો. મેં તેમને એ પણ કહ્યું કે, જીવનની વાસ્તવિકતાને કડવાશ સાથે સહન કરવી જ સાચું જીવન છે. મેં એ મહિલા અને બાકી બધાને કહ્યું કે પહેલાં તમે થોડી ક્ષણો માટે ભૂલી જાવ કે આ કૌટુંબિક ઝઘડો છે, ઝઘડો કોઈ નથી. આપણે બેસીને, વિચાર વિમર્શ કરીને એવા નિષ્કર્ષ કાઢવા જઈ રહ્યાં છીએ જેનાથી પરસ્પર ઝઘડો વધે નહીં સમસ્યા ન રહે.

બધાં લોકોને મેં કહ્યું કે તમે જરા પોતાનું મ્હોં ધોઈ આવો. પોત પોતાના ભગવાનનું ધ્યાન ધરો.વાતો ચાલતી રહી, વિચાર આવતા રહ્યાં, ઝઘડાની વાતો થતી રહી પરંતુ હું વિચલિત થયો નહીં કેમ કે મારો ઉદ્દેશ્ય એક જ હતો કે કોઈક રીતે આ કુટુંબને કોર્ટ કચેરીના ઝઘડાથી મુક્ત કરું અને મામલો અહીં જ ઉકેલાય તો બહેતર હશે. પરંતુ એક કલાક પછી એમના દીકરાના મ્હોમાંથી એવું વાક્ય નીકળ્યું કે બધું વાતાવરણ સ્તબ્ધ થઈ ગયું. બેઠા બેઠા મને લાગ્યું કે હું અચલ થઈ ગયો છું. હું બોલી શકતો નથી. સરદારજીની પત્નીની આંખો, મ્હોં, હાથ – પગ ઠરી ગયા હતા અને સરદારજી પોતે લાલ આંખ સાથે આગબબૂલા થઈ રહ્યા હતા પણ મ્હોંમાંથી શબ્દો નીકળતા ન હતા.આવી સ્થિતિ લગભગ ૩૦ સેકન્ડ સુધી રહી. અમારા વાચક વિચારી રહ્યા હશે કે એવી તો શું વાત છે કે આવી સ્થિતિ ઉત્પન્ન થઈ ગઈ. વાત એ છે કે જ્યારે દીકરાએ પોતાની દલીલો રજૂ કરવાની શરૂઆત કરી, પોતાનો ભાગ માગવાની વાત કરી ત્યાં સુધી તો કોઈ સમસ્યા ન હતી, પણ એક સમયે દીકરાએ પોતાના પિતાને કહ્યું કે હું ઇચ્છું તો તમને જેલ મોકલી શકું છું. આ એક વાક્ય સાંભળીને બધું વાતાવરણ સ્તબ્ધ થઈ ગયું. બધાના ચહેરા સુન્ન થઈ ગયા. આંખોની કીકી પણ કામ કરતી ન હતી. હાથ-પગ ઠંડા પડી ગયા. અડધી મિનિટ પછી એમના દીકરાને ધમકાવતા મેં કહ્યું કે આવી હલ્કી અને ગંદી વાતો તારે પિતા માટે તો ન જ કરવી જોઈએ. એમના દીકરાએ કહ્યું કે, જે હું નક્કી કરી રહ્યો છું તે હું માનું છું અને તે હું કરીને રહીશ. લખોટિયાજી તમને વિશ્વાસ ન હોય તો કોર્ટમાં તમે પણ જોઈ લેજો. કેવી રીતે પિતાજીની હરકતોને લીધે તેમને જેલ મોકલાવું છું. થોડીવાર પછી જ્યારે મામલો

ઠંડો પડ્યો ત્યારે મેં તેને પૂછ્યું કે આખરે એવી કઈ વાત છે કે તું પોતાના પિતાને જેલ મોકલવાનું કહી રહ્યો છું. ગરજતા તેણે કહ્યું કે, જુઓ મારા પિતાજી ચોરી કરે છે, ઘણા ખોટા વાઉચર ખાતામાં લખે છે. આવું કરવું ગુન્હો છે અને તેના માટે હું તેમને જેલમાં મોકલાવી શકું છું. હું વાત સમજી ગયો અને મારું માથું ભમી ગયું. અને હું વિચારવા લાગ્યો વાહ રે કેવા છે કળયુગના આ દીકરાઓ. પરંતુ આ સમયે કેવળ લાગણીમાં તણાવાનો સમય ન હતો. મેં તરત દીકરાને સામો જવાબ આપ્યો કે અરે નાલાયક, તું સમજતો નથી, જો તારા પિતાએ ખાતામાં ખોટા વાઉચર લખ્યા, ખોટાં ખાતા લખ્યાં, ખોટી આવક દેખાડી તો આ બધું તેમણે તમારા માટે કર્યું અને આજે તુ જ એમને જેલ મોકલવાની ધમકી આપે છે. જ્યાં સુધી એમના પિતા જીવતા રહ્યાં આ દુઃખભરી વાત કોઈને ન કરી શક્યા. મને તેમનો ઝઘડો નિપટાવ્યા પછી ૧૦-૧૫ વાર મળ્યા વારંવાર આજ વાતની ચર્ચા કરતાં, એક જ વાત કરતા રહેતા, હું પણ કંટાળી જતો. પણ મેં તેમને ધીરજથી કહ્યું કે તમારું જ્યારે પણ મન થાય મને આ વાત કહેતા રહો, ચિંતા ન કરો, મને ખુશી એ વાતની છે કે તેઓ જ્યારે પણ મારી સાથે વાત કરતા તો તેમના મનને શાંતિ મળતી.

જરા કલ્પના કરો એક એવી કડવી વાત જે એમના દીકરાએ એમને કહી જે તેઓ તેમની દીકરીઓને ન કહી શક્યા. મિત્રોને કહેવાની તો વાત જ અલગ છે. સવાલ એ થાય છે કે મિત્રોને કેવી રીતે કહે? ક્યારેક હિંમત કરીને ૪૦ વર્ષ જૂના મિત્રો સમક્ષ તેઓએ આ વાત કહેવાનું વિચાર્યું પણ મનમાં વિચાર આવ્યો કે ખબર નહીં મિત્રો પણ વિચારશે કે સરદારજીની જ ભૂલ હશે, તો એવામાં મારા મનની વાત કોને કહી શકત લખોટિયાજી?

આપણા જીવનમાં પણ એવા અનેક પ્રસંગો બને છે જે મનને ખૂંચે છે અને ઈચ્છા થાય છે કે આપણે કોઈની સાથે એ વાતની ચર્ચા કરીએ. મન ચોક્કસ હળવું બનશે. પણ તકલીફ એ છે કે આપણે કોઈને આવી વાતો કહી શકતા નથી. ત્યારે મુરઝાયેલું મન, ભરાયેલું મન પરેશાન થાય છે અને આપણે એ પરેશાનીયોને સહન કર્યા કરીએ છીએ, જોઈ રહીએ છીએ. જેમ મેં પહેલા પણ વાંચકોને જણાવ્યું કે મારું કામ જ એવું છે કે મને ઘણા લોકો મળે છે. ભલે કામના સંદર્ભમાં કે સેમીનારમાં અથવા સામાજિક પ્લેટફોર્મ પર અને સંભવતઃ પ્રભુના આશીર્વાદથી ક્યાંક મને લાગે છે કે મારું હૃદય એમના હૃદય સાથે ટકરાય છે

ત્યારે તેઓ બેધડક તેમના મનની વાત મને કરી શકે છે અને હું તેમની વાતો સાંભળીને કંઈક ને કંઈક સમાધાન કરાવવાનું વિચારૂં છું.

એ જ રીતે શ્રીમતિ આભા પાછલા દિવસોમાં પોતાના બે દીકરાઓ સાથે આવી હતી. આભાજીના પતિનું અવસાન લગભગ ૨૦ વર્ષ પહેલાં થઈ ગયું હતું. પતિએ લગભગ પચ્ચીસો ગજનું મકાન દિલ્હીની મોટી આલીશાન કોલોનીમાં બનાવ્યું હતું. મકાન તો હતું જર્જરિત પરંતુ આજના સમયના હિસાબે તેની કિંમત ઘણી જ મોટી હતી. એ જ રીતે આભાજી એ જણાવ્યું કે એમના પતિ લગભગ ચાર એકરનો ઈન્ડસ્ટ્રીયલ પ્લોટ ફરીદાબાદમાં મૂકી ગયા હતા. પતિની યાદ આવતા આભાજીની આંખોમાં આંસુ આવી ગયા અને બોલી કે એમના પતિની ઈચ્છા હતી કે એમના દીકરાઓ આ પ્લોટમાં કોઈ મોટી ફેક્ટરી લગાવે. પરંતુ દીકરાઓની આંતરિક લડાઈમાં ન તો વેચી શકે છે અને ન તો તેના પર તેમનું કોઈ કામ કરી શકે છે.

ઘણીવાર એવું બને છે કે પોતાના જ બાળકો વિશે મનમાં જે વાત છે તેની આપણે કોઈ ચર્ચા પણ કરી શકતા નથી અને અચાનક હજારો, લાખો, કરોડો લોકોને બધી વાત જાણ પણ થઈ જાય છે. આવું કાયમ નથી થતું. પણ ક્યારેક થઈ જાય છે. ઉદાહરણ માટે હમણાં જ નવી દિલ્હીમાં આવો જ બનાવ બન્યો. એક વૃદ્ધ સ્ત્રી ડિફેન્સ કૉલોનીમાં પોતાના મકાનમાં એકલી રહેતી હતી. તેનો દીકરો અમેરિકામાં રહેતો હતો અને એક દિવસ દીકરો આવ્યો અને બોલ્યો કે મા હું થોડા દિવસ તારી પાસે રહીશ જેથી તારૂં મન લાગી શકે અને પછી તને હું મારી સાથે અમેરિકા લઈ જઈશ. આવી વાત સાંભળીને મા તો ખુશ થશે જ. તે તો સ્વાભાવિક જ છે. દીકરો આવ્યો અને માની સાથે રહેવા લાગ્યો અને અચાનક એક દિવસ બોલ્યો કે હવે આપણે આજે સાંજે અમેરિકા જવાનું છે. મા તૈયાર થઈ ગઈ અને મા-દીકરો બંનેએ ટેક્સી મંગાવીને સામાન સાથે ઈન્દિરા ગાંધી ઍરપોર્ટ પર પહોંચી ગયા. એક ખૂણામાં માને બેસાડીને દીકરાએ કહ્યું કે, મા અહીં બેસો થોડી વારમાં આવું છું.હજુ પ્લેન ઉપડવાની વાર છે. થોડા કલાકો હજુ લાગશે. મા બેસી રહી અને દીકરો હજુ સુધી આવ્યો નહીં. તમે વિચારતા હશો કે શું થયું, બન્યું એવું કે દીકરાએ દિલ્હીમાં આવીને માના મકાનને ફોસલાવીને વેચી દીધું. પૈસા ભેગા કરી લીધા અને પોતાની અમેરિકાની ટિકીટ લીધી. હવાઈ અડ્ડા પર પહોંચ્યા. માને બેસાડી અને વિમાનમાં બેસીને અમેરિકા રવાના થઈ ગયો. બિચારી

મા બેઠા બેઠા ચાર – પાંચ કલાક સુધી રાહ જોઈને જ્યારે થાકી ગઈ ત્યારે લોકોને પૂછ્યું કે ભાઈ અમેરિકાનું પ્લેન કેટલા વાગે જશે. ત્યારે તેના લાટ સાહેબની સાચી જાણ થઈ. તો એવું પણ થાય છે ઘણીવાર કે જ્યારે તમારા મનની વાત તમે કોઈને કરી શકતા નથી અને આખી દુનિયાને જાણ થઈ જાય છે.

હું એક સેમિનાર કરવા જયપુર ગયો હતો ત્યારે મને ત્યાંના લોકોએ જણાવ્યું કે સાહેબ અમુક મંદિરની બહાર એક મહિલા છે જે ફૂલ વેચે છે. તેના ચહેરા પર કાયમ તમે નિરાશા જોશો. સંજોગવશાત્ સેમિનાર પછી અમે એ મંદિરમાં ગયા અને અમારી સાથે જે સજ્જન હતા, મંદિરમાંથી બહાર આવતા જ એમણે જણાવ્યું કે સાહેબ મેં જણાવ્યું કે તે મહિલા વિશે. જુઓ આ જ તે મહિલા છે જે ફૂલો ગૂંથી રહી છે. મેં જોયું શાંત ભાવે કેવળ ચહેરા પર નિરાશાના ભાવ લઈને તે મહિલા ફૂલો વેચી રહી હતી. મેં વિચાર્યું કે, શું કારણ છે કે મંદિરની બહાર પણ કાર્યરત રહેવા છતાં પણ આ મહિલા નિરાશ અને ચહેરા પર તણાવ દેખાય છે. હું રોકાયો અને મેં કહ્યું, બહેનજી તમને નાનો પ્રશ્ન કરવા માગું છું. તે એ છે કે મંદિરમાં આપણે દુઆ માગવા આવીએ છીએ અને મંદિરમાં સૌથી ઉત્તમ વાતાવરણ હોય છે. સાથે આપણે જ્યારે પ્રભુ સામે હાથ ફેલાવીએ છીએ ત્યારે આપણા બધાં દુ:ખ દૂર થઈ જાય છે. મન શાંત થઈ જાય છે. પણ એવી શું વાત છે કે ભગવાનની સેવાકાર્યોમાં રહેવા છતાં તમે ચહેરાથી આટલા દુ:ખી લાગો છો. બે મિનિટ સુધી ચૂપ રહ્યા પછી એ મહિલાએ કહ્યું કે કોઈ વાત નથી પણ જેવો આ જવાબ આવ્યો અને મને લાગ્યું કે હોય કે ન હોય વાત તો અવશ્ય છે. હું તેમને વિનંતી કરતો રહ્યો કે કૃપા કરીને તમે જણાવો. મારી સમજમાં આવતું નથી કે તમે અહીં પ્રભુના દરબારમાં બેઠા છો પછી આટલા તણાવગ્રસ્ત કેમ છો?

મારા આગ્રહને સાંભળીને તે મહિલાથી રહેવાયું નહીં અને પોતાના આંસૂ ફૂલો પર ઠાલવતા બોલી કે સાહેબ આ જે ફૂલો વેચવાનું કામ કરું છું તે ખાસ કોઈ મજબૂરીના કારણે કરું છું. મારું પણ કુટુંબ હતું. મારા પણ બાળકો હતા. બે મોટા બાળકો સાથે સુંદર ઘરમાં રહેતી હતી, પણ મારા પતિના મૃત્યુ પછી મારા બાળકોએ મને ઘરમાંથી કાઢી મૂકી અને હવે હું આમ તેમ ઠોકર ખાવા કરતાં અહીં મંદિરમાં જ પડી રહું છું. સવાર સાંજ ફૂલો વેચું છું અને કોઈક રીતે મારું પેટ ભરી લઉં છું. તે આગળ બોલી કે મારા બંને બાળકો પૈસાવાળા છે. બંને પાસે ગાડીઓ છે.

બંનેને પોતાના બંગલા છે અને મને તો મારા પૌત્રને પણ મળવા દેતા નથી. ક્યારેક દૂરથી પૌત્રને જોઈ લઉં છું ત્યારે મારો દિવસ સારો જાય છે. મેં એ મહિલાને કહ્યું કે તમે કહો તો તમારા બાળકો સાથે વાત કરીએ. સમાજના લોકોને સાથે લઈને જઈએ અને તેમને સમજાવીએ. બહુ શાંતિથી તે મહિલાએ જવાબ આપ્યો કે ના સાહેબ, કોઈ જરૂર નથી, હવે તો મને આદત પડી ગઈ છે. હવે તો આ જ મારું ઘર છે. કમસે કમ પ્રભુને ત્યાં તો મારો વાસ છે તો મનમાં શાંતિ રહે છે. મેં આગળ તે મહિલાને કહ્યું, કે માતાજી તમે તમારા મનની વાત, તમારા મનનું રૂદન, સગાઓ, મિત્રોને જણાવતા કેમ નથી જેથી તેઓ બાળકોને સમજાવે. તે મહિલાએ જવાબ આપ્યો ભાઈ કોઈને શું સમજાવીએ ત્યારે પોતાના જ સગા ન રહે તો શું સમાજ, શું દુનિયા. દશ મિનિટ રોકાયા પછી અમે પ્રસ્થાન તો કર્યું પણ મન ભરેલું હતું અને લાગતું હતું કે આજે આપણે કેવા કળિયુગમાં રહીએ છીએ? આજે આપણે પોતાના મિત્રોને, સગાઓને, મળનારાઓને તેઓ ભૂલ કરતાં હોવા છતાં પણ આપણે તેમને કાંઈ કહી શકતા નથી તેથી દુઃખ વધારે વધી જાય છે. જૂના જમાનામાં એટલે ૩૦ થી ૫૦ વર્ષ પહેલાં પહેલાંની વાત છે જ્યારે કોઈ સગા વગેરે ભૂલો કરતા હતા, જ્યારે મા-બાપનું અપમાન કરતાં તો પડોશી, સગાવહાલા ઠપકો આપતા હતા પણ આજે કોઈને ફૂરસદ નથી. કોઈપણ ખરાબ બનવા માંગતું નથી.

પોતાનો પક્ષ હંમેશાં મજબૂત રાખો

અમારા એક કૌટુંબિક મિત્ર, વ્યવસાયથી પંડિત, આખરે બ્રાહ્મણ છે તો તેમનો ધંધો જ છે લગ્ન કરાવવાનો. ભાગવત વાંચવી, અન્ય સામાજિક-ધાર્મિક કાર્યો કરાવવા. એમની ઉંમર લગભગ ૫૫ વર્ષની હશે. તેઓ રહે છે કલકતામાં અને કલકત્તામાં હાવડા સ્ટેશન પાસે, તેમણે હમણાં જ ત્રણ માળનું મકાન બનાવ્યું. આમ તો તમે વિચારી રહ્યા હશો કે કેવો બ્રાહ્મણ મિત્ર છે મારો. જેની પાસે આટલા પૈસા છે. જી હા, તેમની પાસે પૈસા છે અને શહેરમાં ઘણી પ્રતિષ્ઠા છે, તેમનું ઘણું માન છે. એ જ કારણ છે કે એમણે હાવડા વિસ્તારમાં પોતાનું ત્રણ માળનું રહેઠાણ બનાવ્યું. પાછલા દિવસોમાં જ્યારે તેઓ મને એક લગ્નમાં મળ્યા. થોડા નિરાશ લાગતા હતા. મેં પૂછ્યું, પંડિતજી શું વાત છે, આજે મિજાજ ઠંડો કેમ છે, શું યજમાન પાસેથી કમાણી ઓછી થઈ? પંડિતજી બીજા પંડિતોથી અલગ છે. તેઓ લોભી નથી. યજમાન જે આપે તેમાં જ ખુશ છે. આવો એમનો સ્વભાવ હોવા છતાં એમનો ઠંડો ચહેરો જોઈને મને થોડું આશ્ચર્ય થઈ રહ્યું હતું. તેથી મેં પૂછી જ લીધું કે પંડિતજી જણાવો દુઃખી કેમ લાગો છો? પંડિતજીએ જણાવ્યું કે શહેરમાં પ્રતિષ્ઠા છે, લોકો તેમનો આદર કરે છે, માન આપે છે. મોટા મોટા કરોડપતિ રઈસ લોકો માન સન્માન આપે છે, પ્રેમ કરે છે પરંતુ પોતાના જ ઘરમાં બાળકોનો વ્યવહાર કંઈક ઠીક લાગતો નથી.

કહેવાનું સીધું તાત્પર્ય એ છે કે સારા સંસ્કાર મેળવનાર કુટુંબમાં જન્મેલા પંડિત શર્માજીના ઘરમાં પોતાના આ બાળકો સંસ્કારોથી દૂર થઈને નવી પેઢીના નવા વિચાર તરફ આગળ વધી રહ્યાં હતા. અત્યારે એક દીકરીના લગ્ન થઈ ગયા હતા અને વહૂ ઘરમાં આવી ગઈ હતી. મકાન મોટું હતું. રહેવાની જગ્યાની

કોઈ અછત ન હતી, પણ પંડિતજી ઇચ્છતા હતા કે દીકરાના નવા નવા લગ્ન થયાં છે તે બેટા-વહૂ સાસુ સસરા સાથે એક જ માળ પર રહે તો થોડું સારું લાગે. પરંતુ દીકરાએ ફરમાઈશ કરી દીધી કે પિતાજી તમે પ્રથમ માળ પર રહેવાનું શરૂ કરી દો તો થોડો આરામ મળશે. કેમ કે તમે વહેલી સવારે ઊઠીને જોર જોરથી શ્લોકો બોલીને ડિસ્ટર્બ કરતા રહો છો. તમે મંદિરમાં આરતી પણ જોરથી ગાવ છો તેથી મારી પત્નીની ઊંઘ ઊડી જશે અને આખરે તેણે આખો દિવસ નોકરી પણ કરવાની છે તો સારું એ થશે કે તમે મકાનના પહેલા માળે રહેવાનું રાખો.આ વાતો સાંભળીને પંડિત શર્માજીને લાગ્યું કે એમને કોઈ સાપ ડંખી ગયો છે. તેઓ શું બોલે, વિચાર્યું હતું, આ વિશે પત્ની સાથે ચર્ચા કરશે અને દીકરાને કહેશે કે સારું બેટા આ વિશે કાલે વાત કરીશું. પરંતુ આ વાત સાંભળીને પંડિતજીને એટલો ઊંડો આઘાત પહોંચ્યો કે એમણે તરત જ જવાબ આપી દીધો — સારું દીકરા તમે લોકો ગ્રાઉન્ડ ફ્લોર પર જ રહો. હું અને તારી મા પહેલા માળે રહેવાનું શરૂ કરી દઈશું. ઓછામાં ઓછું દશ – પંદર દિવસ તો નીચે રહી લઈએ. પછી તો ૧લી તારીખે અમે લોકો ઉપર શિફ્ટ થઈ જઈશું. દીકરાનો ત્વરિત જવાબ તૈયાર હતો અને કહ્યું પિતાજી અમે પંદર દિવસ તો અમે હેરાન થઈ જઈશું એટલે તમારો સામાન હું અને મારી પત્ની મળીને આજે જ ઉપર મૂકી દઈએ છીએ. તમે સામાન શિફ્ટ કરવાની ચિંતા ન કરો. પંડિતજી શું જવાબ આપે. હા કહેવી જ સ્વાભાવિક છે. ઉપર ઉપરથી તો પંડિતજીએ હા કહી દીધી પણ હવે સમસ્યા એ આવી કે પત્ની શું કહેશે. પંડિતજી અને પત્ની એમને શું સંભળાવશે. આ વાતો મનમાં ઊઠતી હતી અને કહે તો કોને કહે અને કોની સાથે ચર્ચા કરે એ જ વિચારી રહ્યા હતા પંડિતજી. આગલા દિવસે પંડિતજીનો સામાન પહેલા માળે પહોંચી ગયો અને દીકરો વહૂ નીચેના માળે ગોઠવાઈ ગયા.

પહેલાં દિવસથી જ રાત્રે જોર જોરથી ગીતો, ડાંસ વગેરેનો ઘોંઘાટ સંભળાતો રહ્યો. ઉપલા માળે રહેતા હોવા છતાં પણ પંડિતજીને રાત્રે ઊંઘ આવી ન હતી. કેમ કે સમયસર તેઓ ઊંઘી જતા હતા, સવારે ચાર વાગે ઊઠતા હતા. પરંતુ આજે તો જયારે તેઓ ઉપલા માળે સૂતા હતા તો ફરી એમનું હ્રદય ભાંગી પડતું હતું. અને વારંવાર મનમાં અનેક વિચારો આવતા હતા પોતાના કુટુંબ વિશે. ન તો પંડિતજીને અને ન તો પંડિતાઈને ઊંઘ આવતી હતી. ખાસ કરીને એ કારણે કે નીચે નીચેના માળે દીકરો વહૂ અને તેમના સાથી મળીને જોરથી ગીતો સાંભળતા હતા, ઘોંઘાટ કરતા હતા તેવામાં ઓરડો બંધ કરીને પણ પંડિતજીને ઊંઘ આવતી

ન હતી. બે – ચાર દિવસો તો પંડિતજીએ ગમે તે રીતે વિતાવ્યા પહેલા માળે પણ એમનું મન દુ:ખી થઈ રહ્યું હતું. પત્નીનો ઠપકો પણ સાંભળો. દીકરો – વહુ આપણી વાત સાંભળે નહીં એવામાં શાંતિ ક્યાંથી મળે તે પંડિતજીની સમસ્યા હતી. ત્રણ દિવસ પછી પાસેના કાલિ માતાના મંદિરમાં પ્રાર્થના કરીને તેઓ પાછા આવ્યા તો અચાનક એમના મગજની ચાવીઓ ફરવા લાગી. એમને અચાનક એક વિચાર આવ્યો અને એ વિચાર મનમાં આવતાં જ તરત જ પંડિતજીએ એ વિચાર પંડિતાઈને એ વિચારથી માહિતગાર કર્યા. હવે એક મહીનામાં જ જોયું કે પંડિતજીએ હાવડા સ્થિત પોતાના મકાનને છોડી દીધું અને ગંગા નદીના કિનારે બૈરકપુરમાં એક નાનું મકાન બનાવી લીધું. દીકરા – વહુને કહ્યું કે આબોહવાના કારણે અમે બૈરકપુરમાં રહીશું હાવડામાં અમે આવતા – જતાં રહીશું. નાનો ટેમ્પો મંગાવીને પોતાનો સામાન પેક કરીને પંડિત શર્માજી અને પંડિતાઈન ચાલ્યા ગયા બૈરકપુરમાં પોતાના નાના મકાનમાં.

આ મકાન હતું તો માત્ર ત્રણ ઓરડાનું. પરંતુ સારી વાત તો એ હતી કે મકાન બરાબર ગંગા નદીના કિનારે હતું. જ્યારે પોતાના ઘરથી વિદાય લઈ રહ્યા હતા તો વિદાય પહેલાં તેમની પડોસી શ્રીમતિ નાથ આવી ગઈ. શ્રીમતિ નાથ ૮૫ વર્ષના મહિલા હતા. વિધવા હતા. પરંતુ એમણે દુનિયાની એટલી થપ્પડો ખાધી હતી કે દુનિયાદારીના હિસાબે ઘણા સમજદાર અને સજાગ મનાતા હતા. શ્રીમતિ નાથને જ્યારે ખબર પડી કે પંડિતજી હવે હાવડા વિસ્તાર છોડીને બૈરકપુરમાં પોતાના એક નાના મકાનમાં જઈ રહ્યાં છે તો એમણે એક સલાહ આપી પંડિત શર્માજી અને શ્રીમતિ નાથે શર્માજીને કહ્યું કે શર્માજી તમે આ મકાન દીકરા – વહૂન આપીને જઈ રહ્યાં છો પણ જરા વિચારો કે તમે પંડિતનું કામ કરો છો, પૂજા –પાઠ કરો છો અને બૈરકપુરથી પૂજા – પાઠના કામ માટે તમે કલકત્તા આવશો, રાત પડી જશે રાત્રે તમે બૈરકપુર નહીં જઈ શકો. આવામાં ઓછામાં ઓછા બે ઓરડા તમે હાવડાના મકાનમાં તાળુ મારીને રાખો જેથી જ્યારે પણ આવો બેધડક તમારા મકાનમાં પ્રવેશી શકો અને રાત ગુજારી શકો. આ વાત સાંભળીને પંડિતાણીના ભવા ચઢી ગયા. એમણે તરત જ કહ્યું ના બહેન એવી કોઈ વાત નથી, અમારું બધું સારું છે, બાળકો સાથે બધું ઠીક છે. તે મીઠી મીઠી વાતો કરતી હતી પણ તેના હૃદયમાં કેટલા ડામ હતા તે એ જ જાણતી હતી. અંતે પંડિતાણીએ પંડિતજીને કહ્યું કે, ખબરદાર તમે ઓરડાઓને તાળુ ન મારશો નહીંતર સમાજ શું વિચારશે, પડોશી શું વિચારશે, દીકરો – વહૂ શું વિચારશે. બિચારા પંડિતજી

અસમંજસમાં કરે તો શું કરે? પત્નિની વાત માને કે શ્રીમતિ નાથની. એમણે ખૂણામાં બેસીને પોતાની જાત સાથે વાત કરવી શરૂ કરી દીધી. અને મનોમન પોતાની જાતને પૂછવા લાગ્યા. બતાવો મારા માટે, મારા મન માટે કયો વિકલ્પ સારો રહેશે. મન બોલે છે કે નથી બોલતું તે ઊંડા અનુભવની વાત છે. પાંચ મિનિટ એકાંતમાં રહ્યા પછી પંડિતજીનું મન બોલી ઉઠ્યું અને પંડિતજીને અંદરથી જવાબ આવ્યો કે શ્રીમતિ નાથ જે કહી રહ્યા છે તે બિલકુલ સાચું છે કારણ કે તમે બે ઓરડાને તાળુ મારીને નહીં જાવ અને કોઈક દિવસ રાત – દિવસ તમે પોતાના જ ઘરમાં આવશો ત્યારે કાં તો દિકરો – વહુ સૂઈ ગયા હશે તો ગેટ ખોલનાર પણ કોઈ નહીં હોય અથવા બની શકે કે જે દિવસે તમે આવો તે સમયે દીકરો – વહૂ પિક્ચર જોવા ગયા હોય એવામાં પોતાના જ ઘરની બહાર ઊભા રહીને શું કરશો પંડિતજી? આ વિચાર આવતાં જ પંડિતજી બજાર જતા રહ્યાં. બજારમાંથી બે - ત્રણ તાળા ખરીદીને લાવ્યા અને ફટાફટ બે-ત્રણ ઓરડામાં અને બિલ્ડીંગની અંદર પ્રવેશવાના ગેટ પર પોતાનુ તાળુ મારી દીધું અને બહુ આરામથી મનમાં શાંતિ સાથે બૈરકપુર તરફ પ્રસ્થાન કરી ગયા. જ્યારે બૈરકપુર પહોંચ્યા તો પત્નિનું મ્હોં ફૂલેલુ હતું. આખરે પત્નિ ગુસ્સામાં લાલ- પીળી થતી હતી. એને લાગતુ હતું કે પંડિતજી તેની વાત માનતા નથી. પરંતુ પંડિતજીએ પત્નિને સમજાવી કે જો જે વાત શ્રીમતિ નાથે કહી તે પૂર્ણતઃ સાચી છે. હવે આપણે આપણા જ ઘરમાં કેવળ બે ઓરડામાં તાળુ મારી દીધું છે તેથી આપણને મુશ્કેલી નહીં પડે, આપણે રાત્રે આવીએ, કે દિવસે આવીએ, જ્યારે ઇચ્છા થાય ત્યારે આપણા ઘરમાં આવીએ, સૂઈ જઈએ, બેસીએ કે ચાલ્યાં જઈએ, કોઈને પૂછવાનું નહીં, કોઈને મુશ્કેલી નહીં.

આગળ પંડિતજી જણાવવા લાગ્યા કે આ બનાવને ૫ – ૬ મહીના વિતી ગયા હતા અને તેઓ અને પત્નિ બહુ ખુશ છે. કેમ કે બે ઓરડાને તાળા મારવાને કારણે હવે તેમના મનમાં જરાયે ચિંતા નથી અને જ્યારે પણ તેઓ કલકત્તામાં અથવા હાવડામાં ધાર્મિક અનુષ્ઠાન સંપન્ન કરાવવા જાય છે તો રાત્રે આવે કે સવારે જાય એમને મુશ્કેલી પડતી નથી. કેમ કે એમના પોતાના મકાનમાં, પોતાના ઘરમાં બે ઓરડા તેમની પાસે છે અને ચાવી તેમની પાસે છે. આ નાની સૂઝ – બુઝથી પરેશાન પંડિતજી ખુશ દેખાતા હતા પરંતુ મન તો મન છે. ક્યારેક ક્યારેક એમનું મન ખિન્ન થઈ જાય છે અને આજે આવો જ એક દિવસ હતો. અંતે મેં કહ્યું પંડિતજીને કે તમે તમારું મન ખાટું ન કરો જે બન્યું તે ખરું. આનંદ કરો

અને તમે તમારી પત્નીને તમને પોતાના મનની વાત જણાવતા રહો તો તમારા બંનેનું જીવન આનંદમાં વિતશે. હવે પંડિત પહેલાં કરતાં વધારે સ્ફૂર્તિભર્યા લાગતા હતા. તેમની ઉંમર પણ ૫ – ૧૦ વર્ષ ઓછી લાગતી હતી. અને પંડિતાણી ખુશ હતી, પ્રસન્ન હતી અને ચહેરા પર અનેરી શાંતિ બંનેના ચહેરા પર દેખાતી હતી. અંતે વિદાય લેતા પંડિતજીએ કહ્યું કે, લખોટિયા સાહેબ, જીવન ગમે તેમ જીવવું છે તો જીવવું છે. પોતાના જ મકાનમાંથી ખરેખર તો ઘરમાંથી કાઢી મૂકવામાં આવ્યા, પણ આ વાત કહે તો કોને કહે. અડોસ – પડોસ, મિત્રમંડળ જ્યારે પૂછે છે તો એમ જ કહીએ છીએ કે અમને દમની બિમારી છે અને દમમાં ખુલ્લી હવામાં રહેવું જોઈએ. એટલે અમે હાવડાનું મકાન છોડીને બૈરકપુરમાં નાનુ મકાન બનાવીને રહીએ છીએ. સાચું શું છે તે જ જાણે. પરંતુ તમારી વાત સાંભળનાર જ્યારે કોઈ ન હોય અથવા ઓછી વ્યક્તિ હોય, એવામાં કોઈ ખાસ વાત બનતા કે ન બનતા સમાજ શું કહેશે, લોકો શું કહેશે, મારા વિશે લોકો શું ધારશે આ બધી વાતોને મનમાં આવવા ન દો. તમે કોઈ અન્ય વ્યક્તિના વિચારો પ્રમાણે ન જીવો. જીવો તો કેવળ પોતાના માટે, વિચારો પોતાના માટે અને તમારી સ્થિતિ અનુસાર જે સારું લાગે તે જ કરો, તેનું પાલન કરો ત્યાર બાદ તમે જોશો કે જીવનમાં મુશ્કેલીઓ તમારી નજીક નહીં આવે.

શર્માજીની જેમ અમારા એક બીજા મિત્ર છે. એમનું નામ છે અન્જિનિયર પાસીમલજી. તેઓ બેંગ્લોરમાં રહે છે અને લગભગ અગિયાર વર્ષ પહેલાં તેમના દીકરી નિચ્છલના લગ્ન થયા હતા. શરૂઆતમાં દીકરો નિચ્છલ અને વહૂ અનુપમા બહુ આદર – સન્માન, પ્રેમથી પાસીમલજી સાથે બેંગ્લોરમાં તેમના ફ્લેટમાં રહેતા હતા. નામ તો ફ્લેટ હતું પણ જગ્યા હતી ઓછામાં ઓછી ૫૦૦૦ સ્કેવર ફૂટ. છ મોટા મોટા રૂમ હતા અને છ બાથરૂમ. મોટો ડાઈનીંગ હોલ, મોટું રસોડું.આખરે પાસીમલજીનો ભારે ઠાઠ હતો. એન્જિનિયર પાસીમલજી નૌસેનામાંથી નિવૃત્ત થયાં પછી કારોબારમાં લાગી ગયા. એમણે વહેલી નિવૃત્તિ લઈ લીધી. હવે નોકરી કરવાની ઇચ્છા ન હતી અને બેંગ્લોરમાં મોટો કારોબાર કરતા હતા. સાથે-સાથે સિંગાપૂરમાં એમનું મોટું કામ હતું. પાસીમલજીની પત્ની લગભગ ૧૧ વર્ષ પહેલાં એમને છોડીને બેંગ્લોરના પોતાના ભવ્ય ફ્લેટમાંથી નિકળીને પોતાના મા-બાપને ત્યાં રહેવા ચાલી ગઈ. એકાએક કોઈ પણ આ વાત સાંભળશે તે સમજશે નહીં આખરે શું થયું? શું થઈ એવી વાત જેના કારણે શ્રીમતિ પાસીમલે ભવ્ય રહેણી – કરણી ત્યજીને પોતાના મા-બાપના નાના

ફ્લેટમાં બેંગ્લોરમાં જઈને રહેવા લાગી. આ કુટુંબમાં પૈસાની કમી ન હતી. શ્રીમતિ પાસિમલના નામે ૧૦ – ૧૫ કરોડ રૂપિયા હતા. સિંગાપુર અને બેંગ્લોરમાં બેન્કની ફિક્સ ડીપોઝીટ હતી. વાત ત્યારે ચિંતાજનક આશ્ચર્યજનક લાગે છે. ખાસ કરીને જ્યારે આપણે જોઈએ છીએ કે પૈસાની જરાય કમી ન હોય, એકનો એક દીકરો હોય, એના લગ્ન થઈ ગયા હોય અને રહેવા માટે મોટું મકાન હોય, પતિ કમાણી કરતા હોય, મોટું નામ હોય, શહેરમાં ઈજ્જત હોય, સમાજમાં પ્રતિષ્ઠા હોય, પૈસા, ઘણા બધાં પૈસા દેશ અને વિદેશમાં હોય, મકાન દેશ અને વિદેશમાં હોય. આટલી બધી સુવિધા હોવા છતાં કોઈપણ વ્યક્તિને આશ્ચર્ય થવું તો સ્વાભાવિક છે કે આખરે એવી શું વાત છે જેના કારણે શ્રીમતિ પાસીમલ ઘર છોડીને ચાલી ગઈ. ઘણા લોકો પૂછે છે પાસીમલને જ્યારે સમાજમાં ઉઠવા-બેસવાનું થાય છે. શું કારણ છે પાસીમલજી. અમે કાંઈ કરીએ શું? પાસીમલજી વાત હસવામાં ઉડાડી દે છે. પણ એમના હૃદય પર શું વિતે છે, તેઓ જ જાણે. મને જોઈને પોતાના મનની બધી વાત જણાવવા લાગ્યા.

કહેવા લાગ્યા, લખોટિયાજી ૧૧ વર્ષ પહેલાંની આ વાત છે. એક દિવસ દીકરો – વહુ, હું અને મારી પત્નિ ઘરમાં બેઠા હતા. રવિવારનો દિવસ હતો. કોઈ દલીલ શરૂ થઈ ગઈ. દીકરા – વહૂએ કહ્યું કે અમને એક અલગ ફ્લેટ ખરીદી આપો. અમારી ઓફિસ દૂર છે. અમે ઓફિસની નજીક રહેવા ઇચ્છીએ છીએ. આ વાત ચાલી રહી હતી. પરંતુ અચાનક વાર્તાલાપ ગરમ થઈ ગયો. શ્રીમતિ પાસીમલ કહેવા લાગ્યા પોતાના પતિને, જો તમારે આ દીકરા- વહૂને ફ્લેટ આપવો જ છે તો તમે કેવળ એક રૂમનો નાનો સ્ટૂડિયો એપાર્ટમેન્ટ એમની ઓફિસ પાસે ખરીદીને આપી દો. વધારે મોટું મકાન આપવાની કોઈ જરૂર નથી. પાસીમલજીએ બહુ શાંતિપૂર્વક અને ધીરજથી પોતાની પત્નિને જણાવ્યું કે, ડાર્લિંગ, જ્યારે તેઓ તેમના કાર્યક્ષેત્રની નજીક રહેવા ઈચ્છે છે તો એમના માટે પણ સારું ઘર તો હોવું જ જોઈએ ને જ્યારે આપણે લગભગ ૫૦૦૦ સ્કવેર ફૂટના ફ્લેટમાં રહીએ છીએ તો બાળકો માટે આટલું મોટું નહીં તો ઓછામાં ઓછું બે-ત્રણ રૂમવાળો ૧૮૦૦ થી ૨૦૦૦ વર્ગફૂટનું મકાન ખરીદીને આપી દઈએ.

આ વાત સાંભળીને શ્રીમતિ પાસીમલ ગુસ્સે થઈ ગયા. આંખોમાંથી અગ્નિ સાથે પતિ તરફ આગના ગોળા ફેંકવા લાગી. એવામાં પતિ શું કરે. તમે અને અમે પણ પાસીમલજીની જગ્યાએ હોઈએ તો એકવાર ગૂંચવણમાં ફસાઈ જઈએ

કે હવે શું કરીએ. શ્રીમતિ પાસીમલે કહ્યું, પાસીમલજીને કે તમારી તો બહુ ગંદી ટેવ છે કે તમે કેવળ પૈસા બર્બાદ કરવામાં લાગેલા રહો છો. એ વિચારતા પણ નથી કે હમણાં એમના લગ્ન થયાં છે. બાળકો છે નહીં તો એમને શું જરૂર છે મોટું મકાન રાખવાની. એમને એક નાનું મકાન ત્યાં ખરીદીને આપી દો. અન્યથા જો આપવું જ છે તો ભાડાનું આપી દો. પાસીમલજીએ પોતાના મન પર પથ્થર મૂકીને પત્નીને કહ્યું અને સમજાવ્યું કે એમની પાસે પૈસાની જરાય કમી નથી. જો તેઓ ૧૮૦૦ સ્કેવર ફૂટનો ફ્લેટ દીકરા- વહૂ માટે ખરીદી આપે છે તો એક દિવસમાં પૈસા આવી જશે અને પૈસાની જરાય કમી નથી. શ્રીમતિ પાસીમલને પણ ખબર તો છે કે એમના નામે જ કરોડો રૂપિયા, બેંક ડિપોઝીટમાં જમા છે છતાં પણ એમની ટેવ કહો કે એમના વિચાર કે એમનો અહમ્ કે ઘમંડ. ભલે ગમે તે હો. વાત અહીં આવીને અટકી ગઈ કે દીકરા – વહુને હમણાં મોટું મકાન બનાવી આપવું નથી.

શ્રીમતિ પાસીમલે પતિને ત્યાં સુધી કહ્યું કે તમે દીકરા – વહુને બગાડી રહ્યાં છો અને દીકરા – વહૂ સામે મારી બેઈજ્જતી કરો છો. આ વાતચીત સાથે એક બીજી નાની વાત આવી ગઈ જેના કારણે શ્રીમતિ પાસીમલ અને એમની વહુ અનુપમા વચ્ચે જામી ગઈ. બંને જણા મોટે મોટેથી બરાડીને વાતો કરવા લાગી ગયા. આ દૃશ્યને જોઈને પિતા – પુત્ર બંને ડઘાઈ ગયા. પિતા વાસીમલજી અને નિચ્છલ વચ્ચે શું બોલે, કોને સમજાવે, એમની વત કોણ સાંભળે. નિચ્છલને લાગતું હતું કે ન તો મારી પત્ની અત્યારે મારી વાત સાંભળવા લાયક છે, ન તો મારી મા, આ સમયે કાઈ સાંભળી શકે છે. એવામાં પિતા – પુત્રએ ચૂપ રહેવાનું નક્કી કર્યું અને તટસ્થ ઊભા રહ્યા. જેમ કોઈ સિપાઈ ગેટની બહાર સીધો શાંત ઊભો રહે છે એમ જ પિતા – પુત્ર ઊભા રહ્યા. એમની આંખો જમીન પર મંડાયેલી હતી, મન શાંત હતું, મ્હોંમાંથી અવાજ નીકળતો ન હતો. એટલામાં પિતા – પુત્રએ જોયું કે વહુ અનુપમાએ તેની સાસુ શ્રીમતિ પાસીમલના વાળ ખેંચી લીધા. વાળ ખેંચવાની આ પ્રક્રિયાથી શ્રીમતિ પાસીમલનો ગુસ્સો સાતમા આસમાને પહોંચી ગયો અને એક લાઈન પર પોતાની પ્રતિક્રિયા દર્શાવતા તે એ જ ક્ષણે ઘરમાંથી બહાર નીકળી ગયા. શ્રીમતિ પાસીમલે કેવળ એટલું જ કહ્યું કે અપમાન, ઘોર અપમાન. અપમાન પતિ સામે, અપમાન વહુ દ્વારા, એવા ઘરમાં હું ન રહી શકું. બસ એટલું જ કહ્યું, ન કોઈ સામાન લીધો, ન કપડાં પેક કર્યા, ન ઘરેણાં ને હાથ લગાવ્યા અને એ જ ક્ષણે શ્રીમતિ પાસીમલ જતા રહ્યાં.

એમનું પિયર પણ નજીકમાં જ હતું. માતા – પિતા વૃદ્ધ થઈ ગયા હતા. એક ભાઈ હતો. એનો ધંધો ઠીક ચાલતો હતો. ત્યાં જઈને શ્રીમતિ પાસીમલે જે કંઈપણ બન્યું પોતાના મા – બાપ અને ભાઈને જણાવી દીધું. આખી વાત ગંભીરતા અને શાંતિપૂર્વક સાંભળ્યા પછી શ્રીમતિ પાસીમલને માતા – પિતા એ જ સલાહ આપી કે બેટા, તું ત્યાં પતિના ઘરે જા, એ જ તારૂં ખરૂં સ્થાયી ઘર છે. તારા વિચાર શાંતિથી પતિ સામે દૂર કર. અમને આશા છે કે તારા પતિ તારી વાત સાંભળશે અંતે બધું સારું થઈ જશે. આટલી વાત સાંભળતા શ્રીમતિ પાસીમલ ચિડાઈ ગઈ, બરાડવા લાગી, ગુસ્સો કરવા લાગી અને પોતાના મા – બાપ, ભાઈને તીખા શબ્દોમાં ઠપકો આપવા લાગી. બૂમો પાડીને શ્રીમતિ પાસીમલે કહ્યું કે જો તમને મારા અહીં રહેવાથી મુશ્કેલી થતી હોય તો હું અહીંથી પણ ક્યાંય બીજે જતી રહીશ. પણ હવે હું મારા પતિના ઘેર કોઈપણ સંજોગોમાં જઈ શકીશ નહીં. કેમ કે આટલું અપમાન હું સહન કરી શકીશ નહીં.

એક – બે દિવસ તો પાસીમલજીએ વિચાર્યું કે જ્યારે ગુસ્સો શાંત થઈ જશે તો કદાચ પત્ની પાછી આવી જશે. પણ બે દિવસ વિતી ગયા, વીસ દિવસ વિતી ગયા. બે મહીના વિતી ગયાં શ્રીમતિ પાસીમલ પાછા પોતાને ઘેર ન આવ્યા. તે દરમિયાન પાસીમલજી એ વારંવાર તેના ઘેર એટલે પોતાની સાસરીમાં જઈને વિનંતી કરી, કરગર્યા, આજીજી કરી, પત્નીને, સાસુને અને સસરાને કે મહેરબાની કરીને તમે મારી પત્નીને સમજાવીને ઘેર પાછી મોકલો. પત્ની પાસીમલની વાતનો એક શબ્દ પણ સાંભળતી ન હતી. જે વાત ૧૫ – ૨૦ દિવસ કે મહીના પહેલા બની હતી તે વાતના એક – એક શબ્દને લઈને પત્ની બોલતી જતી હતી અને કેવળ એક જ વાત કે મારે એ ઘરમાં નથી રહેવું, મારે એવા પતિ સાથે નથી રહેવું જે પોતાની પત્નીના આત્મસન્માનને પણ બચાવી ન શકે. બિચારા પાસીમલજી વારંવાર એ દોહરાવતા રહ્યાં કે, રવિવારે પ્રત્યેક રવિવારે આવી જતા હતા સાસરીમાં, કલાક બે કલાક બેસતા. એ સમયે ન એમને કોઈ ચ્હા માટે પૂછતું, ના ખાવા માટે કે ના નાસ્તા માટે. પણ તે પોતાની વાત સાસુ – સસરા સામે કરતા રહેતા. પત્ની સામે અને એમની વાત સાંભળનાર કોઈ ન હતું. શ્રી પાસીમલજીએ ત્યાં સુધી કહી દીધું કે જો તારી ઇચ્છા છે તો આપણે બેંગ્લોર છોડીને જતા રહીશું .આપણે સિંગાપુરમાં રહીશું ત્યાં આપણો કારોબાર પણ છે પણ પત્નીની કેવળ એક જ જીદ હતી અને તે હતી તમારી સાથે નથી રહેવું. આ વાતો પાસીમલજી કોને કહે. મિત્ર, સંબંધી, પડોશી, કેવળ અટકળ કરતાં હતાં કે

શું થયું છે. જેના કારણે શ્રીમતિ પાસીમલજી ઘેર પાછી આવતી નથી. કેમ કે પાસીમલજી અમારા કુટુંબ સાથે બહુ જૂનો સંબંધ ધરાવે છે એટલે મારી મમ્મી એકવાર બેંગ્લોર ગઈ હતી તો શ્રીમતિ પાસીમલને મળી અને એમ જ એકવાર હું પણ જ્યારે ગયો હતો બેંગ્લોર એક સેમીનારના કામથી તો હું પણ શ્રીમતિ પાસીમલને મળ્યો. મારી મમ્મીને શ્રીમતિ પાસીમલ જેઠાણી જેવા માનતી હતી, બહુ આદર સન્માન કરતા હતા. જ્યારે મારી મમ્મી એમને મળવા ગયા ત્યારે આદર સન્માન એ જ હતા, પ્રેમ એ જ હતો પણ મારી મમ્મીએ તેમને સમજાવ્યા શ્રીમતિ પાસીમલને કે તમે તમારા ઘેર પાછા જાવ. કોઈપણ સ્ત્રીનું સાચું ઘર કેવળ તેના પતિનું ઘર છે. વિતેલી વાતોને ભૂલી જાવ અને જરૂર પડશે તો અમે પણ પાસીમલજીને સમજાવીશું. આખી વાત સાંભળ્યા પછી કેવળ ના કહીને શ્રીમતિ પાસીમલ પોતાના કામમાં લાગી ગઈ.

સમય વિતતો ગયો. પરંતુ શ્રીમતિ પાસીમલ ટસની મસ ન થઈ. પાછળથી ખબર પડી કે શ્રીમતિ પાસીમલે બેંગ્લોરમાં જ એક નાની દુકાન પર જઈને સેલ્સ ગર્લની નોકરી શરૂ કરી દીધી. વાત વિશ્વાસ કરવા જેવી નથી લાગતી. ખાસ કરીને એવા કુટુંબની વહુ જેના પોતાના નામે કરોડો રૂપિયા જમા છે. તે વહુ આજે નાની મોટી નોકરી કરશે. વિશ્વાસ નથી થતો. કાલ્પનિક વાત લાગે છે, સપનાની વાત લાગે છે પરંતુ આ હકીકત છે. આ વાત શ્રી પાસીમલ કોને કહે?

આ શ્રૃંખલા લંબાતી રહી અને એક દિવસ શ્રી પાસીમલજીની તબીયત ખરાબ થઈ ગઈ. એમને હોસ્પીટલમાં દાખલ કરવા પડ્યાં. એમને આશા હતી કે કમસે કમ આ સમયે શ્રીમતિ પાસીમલ આવશે અને ફરીથી પતિ — પત્ની વચ્ચે બહુ સારું થઈ જશે. જ્યારે શ્રીમતિ પાસીમલને પોતાના પતિની તબિયત વિશે ખબર પડી તો દોડતી હોસ્પીટલ આવી, દવા વગેરે જોવા લાગી, ડૉક્ટર સાથે વાત કરવા લાગી. હોસ્પીટલમાં રહી પરંતુ પાસીમલજીને રજા મળી તો શ્રીમતિ પાસીમલ ફરી પોતાના માતા-પિતા ના ઘેર ચાલી ગઈ. હવે આ બનાવને વિત્યાને પાંચ વર્ષ વિતી ચૂક્યા હતા અને શ્રી પાસીમલજીની ૬૦મી વર્ષગાંઠ આવશે તો તે ચોક્કસ આવશે અને આખરે એમના લગ્નની ૪૦મી વર્ષગાંઠ પણ હતી. વિચાર્યું કે આવા શુભ અવસરે શ્રીમતિ પાસીમલ આવી જાય. પાસીમલજીએ બેંગ્લોરમાં પાંચ તારક હોટલમાં ભવ્ય કાર્યક્રમ રાખી દીધો. લગ્નની ૪૦મી વર્ષી અને પોતાના ૬૦મી વર્ષગાંઠનો અને સાથે ભવ્ય રંગારંગ કાર્યક્રમવાળાને બુક કરી લીધો અને બધાંની નજરો રાતની પાર્ટી ઉપર હતી. પાસીમલજીને પત્નીને

દિલની વાત કોને કહીએ અને કેવી રીતે

આમંત્રણ આપી આવ્યા હતા. અનુરોધ કરી આવ્યા હતા પત્ની કેવળ સાંભળતી રહી. કશું જ બોલી નહીં પણ પાસીમલજીને આશા હતી કે એમની પત્ની જરૂર આવશે. સાંજ નજીક આવી ગઈ. સૂર્ય આથમી ગયો. કાર્યક્રમ શરૂ થઈ ગયો. મહેમાનો આવવા લાગ્યા. બેંગ્લોર બહારથી પણ ઘણા મહેમાનો આવ્યા હતા. બધાં મળીને પાંચસો – છસો લોકો જમા થઈ ગયા. આવતાં જ લોકો પૂછતા ક્યાં છે શ્રીમતિ પાસીમલ. પાસીમલજી હસતાં હસતા કેવળ એટલું જ કહેતા મોડી આવશે, આવે છે, પાર્ટી સમાપ્ત થઈ ગઈ. પાસીમલજીની આંખો વારંવાર કેવળ ગેટ તરફ જતી રહેતી, પરંતુ પૂરતી આશાથી વિપરીત એમની ધર્મપત્ની આ આયોજનમાં ન આવી, શું કરે પાસીમલજી? કોને જણાવે પોતાના મનની વાત? કોને જણાવે કે એમની કોઈ ભૂલ નથી અને તે પોતાની પત્નીને મનાવવા માટે મહેનત કરી રહ્યાં છે, માફી માગવા તૈયાર છે, પત્નીને બેંગ્લોરથી અન્ય શહેરમાં ભલે મુંબઈ હોય કે દિલ્હી અથવા સિંગાપુર હોય ત્યાં જઈને રહેવાની પણ વાત કરી રહ્યાં છે. પણ શ્રીમતિ પાસીમલ તો એવી જીદ્દી નીકળી કે સાંભળવાનું નામ નહીં. ન વાત સાંભળે છે કે કાંઈ બોલે છે.

દરેક રવિવારે પાસીમલજી પોતાનું કર્તવ્ય નિભાવે છે, પત્નીને મળવા જાય છે. કલાક બે કલાક બેસે છે. કુટુંબ, બાળકો, પૌત્ર પૌત્રી વિશે ચર્ચા થાય છે. એમના પૌત્ર – પૌત્રી મળવા જાય છે શ્રીમતિ પાસીમલને. ક્યારેક ક્યારેક વહુ પણ જાય છે. ક્યારેક દીકરો પણ જાય છે, ક્યારેક જમાઈ, દીકરો, દીકરી આવી જાય છે. પરંતુ હવે તો શ્રીમતિ પાસીમલે એક જુદું નાનું ૪૦૦ સ્કેવર ફૂટનું મકાન લઈ લીધું છે. એમાં તેઓ એકલા રહે છે. પોતાનું બધું જ કામ એકલી કરે છે. શરુઆતમાં પાસીમલજીએ વિચાર્યુ હતું કે જયારે પૈસાની તંગી પડશે, જયારે કામ કરવામાં મુશ્કેલી પડશે, જયારે થાક લાગશે ત્યારે સંભવ છે કે ત્યારે તેમની પત્ની તેમના ઘેર પાછી આવી જશે. કેમ કે તેમના ઘરે બધી સગવડો હાજર હતી. પરંતુ પત્ની ન આવી. આવું છેલ્લા અગિયાર વર્ષોથી ચાલે છે. આવતા અગિયાર વર્ષો શું થશે ખબર નહીં. પરંતુ પોતાના મનની વાત પાસીમલજી કોને કહે. આ જ છે સૌથી મોટી તકલીફનું કારણ. ઘણીવાર મિત્રમંડળીમાં વિચારે છે, ખાવાપીવા પછી વાતો કરતી વખતે જણાવે પોતાના મનની વાત. પરંતુ વાત કહેતા પહેલાં જ એમના મનમાં શંકા થાય છે કે ક્યાંક એમની વાત સાંભળીને મિત્ર એમની ઠેકડી ન ઉડાડે, ક્યાંક એમની વાત સાંભળીને લોકો ઠઠ્ઠા મશ્કરી ન કરે.

વધતી ઉંમરમાં સંપત્તિનો સદુપયોગ

આજે સંપત્તિ બેસુમાર છે, અચલ સંપત્તિ એકથી વધારે, ચલ સંપત્તિ એકથી વધારે પરંતુ એક સમય એવો પણ હતો જ્યારે બાળપણમાં પૈસા જોયા પણ ન હતા, રૂપિયાની નોટ બાળપણમાં દેખાતી ન હતી. સિક્કા જ બહુ મુશ્કેલીથી મળતા હતા અને આજે જ્યારે ઉંમર ૭૦ની ઉપર થઈ ગઈ તો રૂપિયા એટલા છે જે પોતાને જ ખબર નથી કે કેટલાં છે. હવે તો નોકર ચાકર જ હજારો રૂપિયાનો હિસાબ રાખે છે. રોજનો બજારનો ખર્ચ ૫૦૦ થી ૧૦૦૦રૂપિયા હોય છે. કહેવાનો મતલબ એ છે કે એવી વ્યક્તિ જેને ત્યાં પૈસાની કમી નથી. એમના ઘરમાં સમૃદ્ધી છે. તમને લાગતું હશે કે એ કુટુંબમાં તો મનની વાત કોને કહે તે વિશે તો સમસ્યા ઉત્પન્ન થવાનો પ્રશ્ન જ નહીં હોય.

જો તમે વૈભવમાં રહો છો અથવા જે દિવસે તમે વૈભવમાં નહોતા રહેતા તે દિવસની કલ્પના કરો કે જે સમૃદ્ધ વ્યક્તિ હતી તેને જોઈને એવું લાગતું હતું કે આપણી સામે તો સાક્ષાત ભગવાન ઊભા છે. સમાજમાં આપણે સમૃદ્ધ વ્યક્તિના ચહેરાને જોઈએ છીએ, એમના કપડાને જોઈએ છીએ, એમની ગાડીને જોઈએ છીએ, એમની રહેણી કરણીથી પ્રભાવિત થઈએ છીએ અને જે વાત તેઓ બોલે છે એ જ સાચુ માની લેવાય છે. સાથે-સાથે સમાજ તેમને બહુ હોશિયાર માને છે. આ એક હકીકત છે, પરંતુ ખરેખર શું આ સાચું છે કે નહીં કે કેવળ આગળની વ્યક્તિ ખુશ રહી શકે છે કે અમીર વ્યક્તિ હોવાથી ખુશ રહેવાની ગેરંટી નથી. એવી અનેક વાતો છે જે તમારા મનમાં આવતી હશે. પરંતુ કોઈ સાથે ચર્ચા કરી શકતા નથી. ખાસ કરીને જ્યારે આપણી ઉંમર થઈ જાય, આપણે ૬૦ – ૭૦વર્ષના થઈ જઈએ. બાળકો કુટુંબ પૌત્રો – પૌત્રીઓ કુટુંબમાં આવી જાય.

રોજ વધુને વધુ ઘરડા થતાં જઈએ એવી પરિસ્થિતિમાં સવાલ એ થાય છે કે શું કોઈ એવી વાત છે જે આપણે કેવળ મનમાં રાખી મૂકી છે. જે કોઈને કહી શકતા નથી? જી હાં, એવી એક વાત નહીં ઘણી બધી વાતો જેને તમે કોઈને કહી શકતા નથી ત્યાં સુધી કે પોતાની પત્નીને પણ નહીં. મારી આ વાત આ સાથે બની શકે કે ઘણા વાચકો સહમત ન હોય પરંતુ સત્ય એ છે કે જ્યારે તમારી પાસે ધનદોલત આવી જાય અને ઉંમર ૬૦ વર્ષ ઉપર થઈ જાય, પછી એક એવી બાબત જે તમારા જીવનમાં આવશે, જે તમને પરેશાન કરશે અને તે બાબત તમારી સંપતિ વિશેની છે. આ બાબતને કારણે તમે ચિંતન કરશો, વિચારશો પણ પોતાના મનની વાત દુર્ભાગ્યે કોઈને કહી નહીં શકો. આજે તમે તમારા મનમાં પોતાની સંપતિ કોને આપવા ઇચ્છો છો તે તો તમે કોઈને કહેવા માગતા નથી. આ રહસ્ય તો પોતાના મનમાં સંતાડી રાખ્યું છે. મોટાભાગે વ્યક્તિ આ વાત પત્નિ પણ જણાવવા માગતા નથી કેમકે તમને લાગે છે કે હું મારી પત્ની સાથે કાંઈ ચર્ચા કરીશ તો કદાચને તે નારાજ થઈ જશે, ભડકી ઉઠશે.

ઘણીવાર જ્યારે ઉંમર થઈ ગઈ હોય, તમારી ઉંમર પાકી ગઈ હોય, તો વિચાર એ આવે છે કે મારી સંપતિ મારા મૃત્યુ પછી કોને આપી જાઉં. જો પત્ની સાથે ચર્ચા કરો છો તો ડર લાગે છે કે ક્યાંક પત્ની કેવળ એક લાઈનનો ઉત્તર રજૂ ન કરે કે જો તમને કંઈ થઈ જાય તો બધી સંપતિ મને જ આપી જજો. આખરે મારી વૃદ્ધાવસ્થામાં કોણ ધ્યાન રાખશે. તમારા મનમાં એ પણ વિચાર આવે છે કે હું પત્નીને સ્પષ્ટ જણાવી દેવા માગું છું કે મારી સંપત્તિ કરોડોમાં છે, પણ એમાંથી બે કરોડ તો હું દાન કરવા માગું છું અને પછી ઇચ્છું છું કે થોડી રકમ દીકરાને મળે, થોડી દીકરીને મળે અને થોડી પત્નીને મળે. તમારા પૈસા છે, તમારી મરજી, કોણ રોકી શકે, તમને સલાહ આપનાર કોણ. આ વાત હકીકતમાં સાચી છે, યોગ્ય છે. પણ તમને ડર લાગે છે. તમે તમારા મનની વાત કોઈને કહી શકતા નથી તે સાચું છે. આ જ તો દુર્ભાગ્ય છે તમારા અને અમારા જીવનનું. મને યાદ આવે છે એક કુટુંબમાં પતિ-પત્નિ, બે દીકરા અને બે દીકરીઓ હતી. સંપત્તિ હતી લગભગ દશ કરોડ રુપિયાની. પતિએ પત્નીને કહ્યું કે હું વિચારૂં છું કે મારું વસીયત બનાવી દઉં. પાંચ કરોડની સંપત્તિ તારા નામે કરી લઉં જેમાં આ મકાન સામેલ છે અને બાકીની પાંચ કરોડની સંપત્તિ એકએક દીકરા - દીકરીને સવા કરોડ રૂપિયા આપી દઉં. પત્ની એક મિનિટ તો સાંભળતી રહી. આમ તો તે એક

ગૃહિણી હતી છતાં પણ એટલું બોલી કે જુઆ તમે મને કેવળ મકાન આપી જશો, તેનાથી તો કાંઈ ઘર ચાલવાનું નથી. મકાન તો કેવળ રહેવા માટે કામમાં આવશે અને જ્યાં હું રહું છું ત્યાં તો હું રહીશ જ એમાં શું શંકા છે? પણ તેના કરતાં તો તમે દીકરા વહુ અને દીકરી વગેરેને પૈસા ન આપીને મારી પાસે જ રહેવા દો એ સારું છે જેથી ઘડપણમાં હું મારું ગુજરાન ચલાવી લઈશ. અને હું બાળકોને જેને ઈચ્છુ એને વહેંચી આપીશ. એવામાં વિચાર આવી જાય છે કે શું હું મારી સંપત્તિ મારા પૌત્રના નામે કરી દઉં. વિચારી લીધું તેમ કે ઉચિત વિકલ્પ છે કે હું આ સંપત્તિ બેટાને બદલે પૌત્રના નામે કરી દઉં.જેથી વેપાર વ્યવસાયમાં દીકરાને પણ મુશ્કેલી ન આવે. આવા વિચારથી તમારા મનમાં ખુશીની લહેર આવી જાય છે ત્યાં બીજી બાજુ મનમાં વિચાર આવે છે કે જો મેં આવું કર્યું અને મારા દીકરાના ઘડપણમાં પૌત્ર નાલાયક નિકળ્યો અને દીકરાને ઘડપણમાં ખર્ચવા માટે પણ પૈસા ન આપે તો શું થશે? મનમાં આવા વિચાર આવવાથી ફરી તમારું મન કુંઠિત થઈ જાય છે, તમે તણાવમાં આવી જાવ છો અને ફરી પોતાને એ જગ્યાએ જુઓ છો જ્યાં આગળ માર્ગ દેખાતો નથી ન પાછળ માર્ગ દેખાય છે. તકલીફ અને સમસ્યા તો એ છે કે આપણા પોતાના પૈસા વિશે જે આપણે જ કમાયા છે તે વિશે ચર્ચા, તે વિશે ભાવિના રોકાણની પ્રણાલી ભવિષ્યમાં કોને આપવાની છે એ બધી વાતો કોઈને કહી શકતા નથી. જે લોકોના કુટુંબમાં હજુ સુધી આવી વાતો કરવાની સામે આવી નથી. કેમ કે તેઓ ઉંમરમાં નાના છે. તેઓ મારી વાત સમજી શકશે નહીં. પરંતુ દરેક વ્યક્તિ જે ૫૦ વર્ષથી વધારે ઉંમરના છે તે આ વાતને સારી રીતે સમજી જશે કે ૫૦ વિતી ગયા ત્યારે કોને શું આપે. આ વિશે જ્યારે ચર્ચા કરવાનો સમય આવી જાય છે પણ તમે પોતાની પત્નીને પણ ખુલ્લી રીતે વાત કરી શકતાં નથી.

મને યાદ આવે છે અમારા એક પરમ મિત્રના ઘરની વાત. એમને બે દીકરા છે. દીકરાઓએ પોતાના પિતાના વ્યવસાયમાં મન લગાવીને કામ કરવાનું શરૂ કરી દીધું. મોટા દીકરાના લગ્ન ૬ વર્ષ પહેલાં થયા હતા અને નાના દીકરાને લગ્ન થયાને એક વર્ષ થયું છે. હવે અમારા મિત્ર વિચારી રહ્યાં છે કે આવનારા સમયમાં કોને કેટલું આપવામાં આવે. પત્નિ સાથે ચર્ચા કરવા બેઠા તો પત્નીએ કહ્યું કે આપણો જે નાનો દીકરો છે તે હજુ નાનો છે. તેને તમે ઓછામાં ઓછું ૮૦ ટકા ધનદોલત આપી દો. મોટો તો મોટો છે તે કારોબાર પણ વધારે જાણે છે. તે

તો પોતાની મેળે કમાઈ લેશે. પતિદેવ વાત સાંભળીને સ્તબ્ધ થઈ ગયા. શું કરે સમજાયું નહીં કેમ કે બિચારા પતિદેવ. એ માને છે કે મોટા દીકરાએ ૧૦ — ૧૫ વર્ષોથી પિતા સાથે ખભે ખભો મેળવીને કામ કર્યું. વળી નાનો દીકરો હમણાં જ છ મહીના પહેલાં વિદેશથી ભણીને આવ્યો છે અને છ મહીનાથી જ વેપાર — વ્યવસાય સંભાળી રહ્યો છે. એટલે આવી સ્થિતિ તમારા ઘરમાં આવી જાય તો તમારી ઇચ્છા એ જ હશે કે મોટા દીકરાને થોડું વધારે આપીએ, નાના દીકરાને થોડું ઓછું, નહીં તો બંને ને બરાબર આપીએ. પરંતુ સમસ્યા એ છે કે તમારી પત્ની જ તમારી વાત સાંભળવા તૈયાર નથી તો દુનિયામાં કોને જઈને સંભળાવશો પોતાના મનની વાત.

તમારી સંપત્તિ : તમારી વસીયત

જ્યારે મનની વાત કરી રહ્યાં છો તો એ ધ્યાન રાખવું પડશે કે નાની – મોટી રોજબરોજની વાતો ને તમે સ્થાન ન આપો. એ વાતોમાં જેને સાંભળનાર કોઈ નથી. ઉદાહરણ માટે શ્રી પ્રકાશજીના ઘરમાં શ્રી અને શ્રીમતિ પ્રકાશનું મન એ દિવસે ખરાબ થઈ ગયું જ્યારે એમણે જોયું કે એમના જ ઘરમાં રહેતા દીકરા – વહુએ પોતે જ મોતીમહલ (દિલ્હીનું એક પ્રસિદ્ધ ભોજનાલય) માંથી જમવાનું મંગાવી લીધું. પૈસાની કોઈ ચિંતા ન હતી ઘરમાં, પણ દુઃખ એ વાતનું લાગતું હતું કે અમારા જ ઘરમાં અમારા બાળકો ડ્રાઈવરને ગાડીમાં મોકલીને ખાવાનું મંગાવી રહ્યાં છે. અને જે આજે બન્યું છે તે વિશે એમને ચિંતા નથી કે ખાવાનું બગડશે, બરબાદ થશે, પૈસા વેડફાશે. ખેર, જ્યારે ખાવાનું આવી ગયું ત્યારે દીકરા – વહુએ માતા – પિતાને એ ભોજનને ગ્રહણ કરવા માટે અનુરોધ પણ ન કર્યો. આવી નાની મોટી વાતો તમારા ઘરમાં પણ ઘણીવાર થતી રહેતી હશે.

પરંતુ તમે તમારા જીવનમાં આનંદ ચાહો છો, સુખ ચાહો છો, મનની શાંતિ ચાહો છો તો આવી નાની મોટી વાતો જેની કોઈ ઊંડી અસર તમારી રહેણી કરણી અને મન પર પડનાર નથી, તેને છોડી દો, એને મનમાંથી કાઢી નાખો અને તે વિશે વિચારો પણ નહીં. મારી વાતથી મને વિશ્વાસ છે કે ઘણા લોકો સહમત નહીં થાય કેમકે તેમને એમ લાગે છે કે અમે પણ અમારા માતા-પિતા સાથે ૩૦-૪૦ વર્ષ સુધી રહ્યા પણ અમે ક્યારેય હિંમત કરી નહીં કે અમે બજારમાંથી ખાવાનું મંગાવીએ અને અમે પતિ- પત્ની બેસીને ખાઈ લઈએ અને માતા-પિતા મ્હોં જોતાં રહે. આ હતી તમારી જૂની વાતો, આ હતી જૂની યાદો હવે જૂની વાતોને વર્તમાનમાં બનતી ઘટનાઓ સાથે જોડવાની ચેષ્ટા ન કરો. જો તમે આવી ચેષ્ટા

કરશો તો તમને કેવળ દુઃખ જ થશે. દીકરા – વહુને સમજાવાશે નહીં અને એ સ્પષ્ટ રીતે બાળકોને બોલાવીને એ કહી પણ દીધું કે તમે લોકો આ રીતે બહારથી ખાવાનું મંગાવો છો અને ચૂપચાપ પતિ – પત્નિ બેસીને ખાવ છો તે સારું નથી. આ ઉપદેશ તેમની સમજમાં આવશે નહીં. એટલે ઉચિત એ છે કે આવી નાની મોટી વાતોને મનમાં પ્રવેશવા ન દો, મન પર હાવી થવા ન દો અને વિચારો નહીં કે આવી વાતો હું કોને કહીશ. આવી વાતો માટે સર્વોત્તમ એ જ રહેશે કે એક આંખે જુઓ અને બીજી આંખ બંધ કરી લો અને આવી નાની વાતોને ક્યારેય પણ મન પર અંકિત થવા ન દો. આવું કરવાથી તમારું મન પ્રસન્ન રહેશે અને વિનાકારણ તણાવ પેદા નહીં થાય તમને કે તમારી પત્નિને.

ઘણીવાર પતિ તરફથી જવાબદારીપૂર્વક સંપત્તિની વહેંચણીની સંબંધિત વિચાર નહીં કરવાથી પત્નિને ઘણી વિકટ સમસ્યા થઈ જાય છે જેનું કોઈ સમાધાન નથી, જેનો કોઈ ઈલાજ નથી. એવા વાચક જે પરિણિત છે તેઓ જ્યારે પણ પોતાની પત્ની વિશે વિચારે, ખાસ કરીને જ્યારે ઉંમર વધી જાય અને તમે આયોજનની તૈયારી કરવા લાગો કે અમારા પછી કોને મળશે અમારી સંપત્તિ, તો આવી સ્થિતિમાં મનમાં સંપત્તિના વિભાજન કરવાનો વિચાર હોય. ખાસ કરીને આપણા મૃત્યુ પછી તો પત્નીને શું આપવું છે તે વિશે સારી રીતે વિચાર કરો. એક દિવસ નહીં પણ બે - ત્રણ દિવસ, શાંતિથી બધાં પાસા પર વિચાર કરી અને પોતાની કૌટુંબિક સ્થિતિને ધ્યાનમાં રાખીને એવું આયોજન કરો જેનાથી આવનારા સમયમાં કોઈપણ જાતની મુશ્કેલી તમારી પત્નિને ન થાય.

પતિ – પત્નિ વચ્ચે નાના – મોટા ઝઘડા. ચઢભડ ચાલ્યા જ કરે છે પરંતુ જ્યારે વાત કંઈક ચિંતનની આવે છે તો ચોક્કસ તમારા મનમાં આ વિચાર આવશે જ કે મારા ગયા પછી મારી પત્નિને મુશ્કેલી ન પડે. આવા વિચાર તો તમારા માતા-પિતા કે દાદા – દાદીના મનમાં તો ક્યારેય આવ્યા નહીં. વિચારો, વિચારે પોતાના ભૂતકાળને, ભૂતકાળ વિશે વિચારો તો તમે જોશો કે તમારા માતા – પિતા, દાદા – દાદીએ એવું ક્યારેય વિચાર્યું કે મારા મૃત્યુ પછી મારી પત્નીને રહેવા માટે હું શું વ્યવસ્થા કરી રહ્યો છું અને કેવી રીતે રહેશે મારી પત્નિ. કેવી રીતે મારી પત્ની આજીવિકા મેળવશે? આવી સ્થિતિ ન આવી તમારા દાદા કે પિતા પછી કેમ કે એમને તમારા પર પૂરો વિશ્વાસ હતો. એમને તમારા પર પૂરો ભરોસો હતો કે જે દિવસે તેઓ આ દુનિયાથી ચાલ્યા જશે તો એમનો ભરોસો

એ જ હતો કે એમનો દીકરો પોતાની મા અથવા પોતાની દાદીનું પૂરતું ધ્યાન રાખશે. ક્યાંક અનિશ્ચિતતાની ભાવના ન હતી એમના મનમાં. પણ આજની વાત જ એવી છે કે તમે બોલી નથી શકતા પોતાના મનની વાત અને મનમાં પીડા, વેદના, તણાવ એ કારણે રહે છે કે મારા ગયા પછી શું થશે મારી પત્નીનું. ખાસ કરીને આ પ્રકારના સવાલ એ સમયે આવે છે જ્યારે તમે જુઓ છો કે તમે સમૃદ્ધ છો, તમારા ઘરમાં સંપત્તિ છે. પૈસાની ચિંતા નથી એવામાં સમસ્યા વધારે થાય છે. જ્યારે તમે નજર દોડાવો છો તમારી સંપત્તિ તરફ તો તમે જુઓ છો. જે પણ સંપત્તિ તમે મેળવી છે તે તમે જાતે મેળવી છે અને સંભવતઃ ક્યાંક ને ક્યાંક મનમાં એ વાત આવે છે કે મારા ગયા પછી પણ મારી પત્નીની જવાબદારી તો મારી જ છે ને, તેથી આ વિશે જરા શાંતિથી વિચારો, ચિંતન કરો, મનન કરો ધ્યાનથી કૌટુંબિક સ્થિતિઓનું વિશ્લેષણ કરો. અંતે કંઈક એવું કરો, જેનાથી મુશ્કેલી ન થાય.

ઉપરોક્ત સંદર્ભમાં જ એક સાચી ઘટના યાદ આવે છે આ વાત લગભગ ૨૦ વર્ષ પહેલાંની છે. એક ધનવાન ઘરમાં માલિકે પોતાની વસીયત બનાવી અને વસીયતમાં પોતાના દીકરાને આખું મકાન આપ્યું. પરંતુ વસીયતમાં એમણે લખી દીધું કે મારું આખું મકાન મારા દીકરાનું થઈ જશે. પરંતુ પત્નિને મારા મકાનમાં રહેવાનો અધિકાર છે. વારંવાર આ લાઈને વાંચ્યા પછી પતિને શાંતિ થઈ કે મેં મારા મૃત્યુ પછી મારી પત્નિ માટે સારી વ્યવસ્થા કરી છે. આ કળિયુગમાં દીકરાએ પોતાની મમ્મીને વસીયત પ્રમાણે આખા મકાનના એક ખૂણામાં જ્યાં ગેરેજ બનાવ્યું હતું તેમાં રહેવા માટે વ્યવસ્થા કરી દીધી. બિચારી માતા, લાચાર માતા આવામાં શું કરે? વસીયતમાં તો લખ્યું હતું એ જ કે પત્નિને કેવળ રહેવાનો અધિકાર રહેશે અને બધી સંપત્તિ દીકરાને મળી જશે. જે મહિલા કાલ સુધી પતિના રાજમાં આનંદ કરતી હતી. બહેનપણીઓ, સાથીદારો, સગાઓને ઘેર બોલાવતી હતી, ડ્રોઈંગરૂમમાં પાર્ટી કરતી હતી, આજે એ મહિલાને જીવતે જીવ ગેરેજમાં રહેવું પડે છે. આનાથી વધારે દુઃખ એ મહિલાને શું હશે. એમના પતિ સ્વર્ગમાં અથવા જ્યાં પણ બેઠા હોય, જો જોઈ શકતા હોત આ સ્થિતિમાં કેવળ રડી શકે છે બીજું કાંઈ કરી શકતા નથી. અંતે આ મહિલા પોતાના મનની વાત કોને જણાવે? કોની પાસે દુઃખડા રડે? પોતાનો જ પુત્ર જે એવી પરિસ્થિતિ ઊભી કરી રહ્યો છે જેનાથી માના આત્મસન્માનને આઘાત પહોંચાડી રહ્યો છે. તમારા જીવનમાં

દિલની વાત કોને કહીએ અને કેવી રીતે

પણ એવી કોઈ સમસ્યા આવે, એવી કોઈ સ્થિતિ આવે તો સમજી વિચારીને તમે એવી જોગવાઈ કરો કે જેનાથી આવનારા સમયમાં મુશ્કેલી ન થાય.

ઉપરોક્ત સાચી ઘટના વિશે જ્યારથી મને જાણકારી મળી ત્યારથી મેં મારા બધાં ક્લાયન્ટ જેમની માટે વસીયત બનાવીએ છીએ એમના માટે ખાસ એવી વ્યવસ્થા કરી કે જે પાક્કી હોય, ઠોસ હોય અને જેથી તમારા મૃત્યુ પછી તમારી પત્ની મુશ્કેલીમાં મિકાય નહીં. જ્યારે પણ વ્યક્તિ વસીયત બનાવે છે તો પહેલાં એ જ કરે છે જ્યાં સુધી બની શકે, મૃત્યુ પછી તે પત્નિને જ સંપત્તિનો માલિક બનાવી દે. પરંતુ ઘણીવાર એવું પણ બને છે કે પતિ કૌટુંબિક સમસ્યાઓ ઉત્પન્ન થવાના ડરથી સંપત્તિ પોતાના પત્નિને નામે ન લખતાં દીકરાને નામે લખી દે છે. પરંતુ વસીયતમાં બહુ સ્પષ્ટ રીતે લખી નાખે છે કે સંપતિ મારા મૃત્યુ પછી બેટાને તો મળશે, પરંતુ મારી પત્નિનો એ મકાનમાં, એ ભાગમાં સંપૂર્ણ અધિકાર હશે જે ભાગમાં હું રહું છું. આગળ એ પણ લખી દે છે કે, હું આ જે ડ્રોઈંગ રૂમનો ઉપયોગ કરું છું, હું બાથરૂમ તથા ગેસ્ટરૂમનો ઉપયોગ કરી રહ્યો છું, આ બધી જગ્યા મારા મૃત્યુ પછી મારી પત્ની ઉપયોગમાં લેશે અને તેનો જ સંપૂર્ણ અધિકાર રહેશે કે આ જગ્યાને તે જેમ ઇચ્છે તેમ રાખે અને જ્યાં સુધી મારી પત્ની જીવીત છે,મારો દીકરો જેને હું સંપત્તિ આપી રહ્યો છું તે આ સંપત્તિનું વેચાણ સહેજ પણ કરી શકશે નહીં.

વાચકોને જણાવતાં આનંદ થાય છે કે ઉપરોક્ત રીતે જ્યારથી મેં વસીયત લખવાનું શરૂ કરી દીધું ત્યારથી અમારા ક્લાયન્ટોના ઘરમાં સુખ - શાંતિ આવી ગઈ છે. એમની મુશ્કેલીઓ દૂર થઈ ગઈ છે અને મનમાં આ પ્રકારની પીડા નથી. સાથે આવનારા કાલની ચિંતામાંથી મહિલાઓ અને પુરુષો દુઃખી થવાનું બંધ કરી રહ્યાં છે. જો તમે પણ ૫૦ વર્ષ પાર કરી રહ્યા છો અને વિચારી રહ્યા છો વસીયતનામુ વગેરે બનાવવાનું તો મહેરબાની કરીને એ રીતે વસીયતનામુ બનાવો જેનાથી આવનારા સમયમાં તમારી પત્નીને કોઈપણ પ્રકારની મુશ્કેલીઓનો સામનો ન કરવો પડે અને જેનાથી તમારા વિચારો કાયદાકીય રીતે અમલી બની શકે. એક પતિદેવની તો એ પણ ઇચ્છા હતી કે મારા મૃત્યુ પછી મારી વહુ મારી પત્નીની પૂર્ણ ઇજ્જત કરે કેમ કે આગળ તે કહેવા લાગ્યા કે મારી પત્ની થોડી સંવેદનશીલ છે. જો તેને માન – સન્માન કે આદર નહીં મળે તો તે દુઃખી થઈને મરી જશે. આ વાત સાંભળીને હું પણ વિચારવા લાગ્યો કે એમની સમસ્યાનું

સમાધાન કેવી રીતે કરાય. એક તો રીત એ હતી કે એમને કેવળ ખોટી સાંત્વના આપી દઈએ કે ના – ના બધું ઠીક થશે, કોઈ ચિંતા ના કરો, પણ મને સાંત્વનામાં કોઈ રૂચિ નથી. હું કેવળ એને જ સાચુ અને સારું માનું છું. જે કાગળમાં લખેલું છે. તેથી જ્યારે આવી વ્યક્તિનું વસીયત નામુ બનાવવા બેઠા છો તો તેમાં પતિદેવે લખી દીધું કે મારા મૃત્યુ પછી મારી વહુ મારી પત્નીને જ્યાં સુધી જીવીત છે રોજ પ્રણામ કરશે અને એક સારી ચાલ - ચલણનું સર્ટિફિકેટ પ્રત્યેક મહીને લેશે ત્યારે જ તેને માસિક એક નિયમિત રકમ મળશે. આ વાત સાંભળીને કદાચ હસવું પણ આવે પરંતુ આ બહુ માર્મિક વાત છે અને એવી વાત છે જેનાથી તણાવ, ચિંતા બધું દૂર થઈ ગયું. કેમ કે વસીયતનામામાં સ્પષ્ટ રીતે લખી દેવાયું કે વહુએ રોજ સવારે પ્રણામ કરવા પડશે, વ્યવહાર સારો રાખવો પડશે, ત્યારે જ તેને માલિક એક નિયમિત રકમ મળશે.

ઘર ગૃહસ્થીમાં જે વિતે છે તેની વાત દુર્ભાગ્યે આપણે કોઈને કહી શકતા નથી. ઘણીવાર તો મનમાં થાય છે કે લોકો સાંભળશે તો અમારા કુટુંબ વિશે શું કહેશે? અને આ જ વિચાર કરીને મનમાં ગાંઠ બાંધીને રાખી લે છે.

જ્યારે પણ તમારા કે તમારા મિત્રો કે સગાસંબંધીઓના કુટુંબમાં વસીયતનામુ બનાવવાની ચર્ચા આવે તો સારી રીતે વિચાર – વિમર્શ કરીને અને બધા પાસાઓ પર ચર્ચા કરીને જ તમે નિર્ણય કરો કે તમારી કઈ સંપત્તિ કોને મળે જેથી આવનારા વર્ષોમાં ગૃહસ્થી સારી રીતે ચાલે અને કોઈ વિઘ્ન ઊભુ ન થાય. જો તમે તમારું વસીયત બનાવી દીધું અને કોઈના નામે તમારી સંપત્તિ લખી દીધી અને સપ્તાહ પછી એ વ્યક્તિને બદલાયેલો ચહેરો, બદલાતો રંગ અનુભવો છો, આવામાં તમારું મન વિચલિત થઈ જાય છે. મનમાં મૂંઝવણ શરૂ થઈ જાય છે. કોઈને એ વાત કહી શકતા નથી કે મેં વસીયત બનાવી દીધું પરંતુ અમુક વ્યક્તિ જેને મારી સંપત્તિ મળવાની છે તે અત્યારથી જ મારી પરવા કરતો નથી તો આગળ શું થશે. આવી તમામ સમસ્યાઓને સમાપ્ત કરવા માટે અમારી પાસે એક વિચિત્ર જાદુ છે અને એ જાદુનું નામ છે વસીયત બદલવાનો જાદુ.જી હા, જો આજે તમે કોઈના નામે વસીયત કરી નાખી છે, તો એ કાંઈ જરૂર નથી કે એજ વ્યક્તિને તમારી સંપૂર્ણ સંપત્તિ મળે. તમારી સંપત્તિ તમારી ઈચ્છા મુજબ વહેંચી શકો છો. તેથી તમારી ઈચ્છા અનુસાર જ્યારે પણ ઈચ્છો તો તમે તમારા વસીયતનામાને બદલો અને જેટલીવાર બદલવા ઈચ્છો, બદલી શકો છો, ડરવાની કોઈ જરૂર

નથી. મારા એક બંગાળી ક્લાયન્ટની વાત જણાવી રહ્યો છું. એ વ્યક્તિની ઉંમર હતી ૬૫ વર્ષ. એણે વસીયત બનાવી અને કુટુંબની એક વહુના નામે બધી સંપત્તિ લખી દીધી. આગલા દિવસે જ્યારે એણે જોયું કે જેના નામે સંપત્તિ લખી આપી છે તે વહુ તો બહુ સજી ધજીને રહેવા લાગી અને બિચારા સસરાનું કોઈ ધ્યાન રાખતી નથી. એવામાં સસરાને લાગ્યું કે, હવે તો મારું જીવન બરબાદ થઈ ગયું કેમ કે મેં વહુના નામે વસીયત લખી નાખ્યું છે. પણ જ્યારે એમણે મારી સાથે ચર્ચા કરી તો મેં એમને સમજાવ્યાં કે તમે ચિંતા ન કરો, મન બગાડશો નહીં અને કેવળ એ વાતને ધ્યાનમાં રાખો કે તમારા પૈસા, તમારું વસીયત અને તમારી ઈચ્છા અને તેને અનુરૂપ તમે જ્યારે ઈચ્છો ત્યારે વસીયત બદલી શકો છો.

ત્યાર પછી તેમના ઘરમાં બહુ જ આનંદમય વાતાવરણ રહ્યું. બે - ત્રણ મહીનામાં કુટુંબના બધાં સભ્યોને બોલાવતા અને કહેતા કે જુઓ ભાઈ મારી પાસે ઘણો સમય છે. વસીયત બનાવવા માટે. મેં વસીયત બનાવી હતી. બધી સંપત્તિ એક વહુના નામે લખી હતી પરંતુ હું મારું મન બદલી રહ્યો છું અને હવે હું વિચારી રહ્યો છું કે મારા મૃત્યુ પછી મારી સંપત્તિ કોને અપાય. આ વાત સાંભળતાં જ કુટુંબના બધા સભ્યોના ચહેરા પર ચમક આવી ગઈ અને કુટુંબની બધી વ્યક્તિઓ આ વૃદ્ધ વ્યક્તિની સેવામાં લાગી ગયા. દિવસમાં બેવાર એમને માલીશ કરવામાં આવતી, દિવસમાં બે વખત જ તેઓ જમી શકતા હતા. પણ કુટુંબના પાંચ - છ સભ્યો અલગ અલગ પકવાન, ફળ વગેરે લાવીને તેમની સમક્ષ ઉપસ્થિત થતા. આ વાત લગભગ ૨૦ વર્ષ જુની છે. આજે તે વ્યક્તિ ૮૫ વર્ષની થઈ ગઈ છે. પણ જ્યારે મને મળે છે ત્યારે મારો આભાર માને છે કે વાહ ભાઈ લખોટિયાજિ, તમે એવો નુસ્ખો મારા કુટુંબમાં આપી દીધો જેનાથી હું વૃદ્ધાવસ્થામાં પણ આનંદથી રહું છું. કેમ કે હુ દર બે, ચાર, છ મહીને મારું વસીયત બદલુ છું. અને વારંવાર બદલું છું. આખરે મારી સંપત્તિ, મારી ઈચ્છા, હું ઈચ્છું તેને આપું. બની શકે અમારા ઘણા વાચક આ બંગાળી બાબુની વાતોથી પ્રેરણા લઈને પોતાના જીવનમાં આનંદનો અનુભવ કરી શકે.

પ્રદર્શનથી દૂર રહો

રૂપિયા-પૈસાને લઈને પણ ઘણીવાર એવું થાય છે કે આપણે આપણા મનની વાત કુટુંબના બીજા સભ્યોને કરી શકતા નથી, જ્યારે કુટુંબના સભ્યોને જ કહી શકતા નથી તો મિત્રોને, સગાઓને, કહેવાની વાત જ નથી બનતી. એ પણ હકીકત છે કે જીવનની બધી કમાણી પાંચ મિનિટમાં તમારે અને અમારે લખીને કોઈ બીજાને આપવી પડશે. આ વિષય પર ગત દિવસો દરમિયાન એક લેખ લખ્યો. આ લેખ ગૃહલક્ષ્મી તથા બીજા ઘણા પત્ર – પત્રિકાઓમાં છપાયો. આ લેખ છપાતા વાચકોની જે પ્રતિક્રિયા થઇ તે હકીકતમાં જબરદસ્ત હતી.આમ તો હું દર વર્ષે ઘણા લેખ લખું છું. ઈન્કમટેક્ષ પર, રોકાણ પર કે પછી સામાજિક વિષયો પર, પરંતુ આ લેખની પ્રતિક્રિયા મને મળી એટલી આજ સુધી કોઈ એક લેખ માટે નથી મળી. ખબર નહીં આ લેખ લોકોના મનને સ્પર્શી ગયો કંઈક જાદૂ કરી ગયો અને કંઈક વધારે સારો લાગ્યો. લોકોને અને સંભવતઃ એ પણ બની શકે કે લોકોને એમ લાગ્યું હોય કે એમના મનની વાત આ લેખમાં લખવામાં આવી છે. લગભગ ૪૦૦ – ૫૦૦ પત્ર, ટેલીફોન, ઇ-મેલ મને આલેખમાં છપાયા પછી પ્રાપ્ત થયાં. આપણે વાચકોને પણ આ લેખ વંચાવી દઈએ છીએ જેથી એમને પણ જાણ થઈ જાય કે શું લખ્યું હતું આ લેખમાં :

જિંદગીની બધી જ કમાણી પાંચ મિનિટમાં બીજાઓ માટે લખી નાખી

વાત લાગે છે તો વિચિત્ર પણ હકીકત છે, ભલે તમે માનો કે ન માનો, તમને માફક આવે કે ન આવે. પરંતુ જીવનનું કડવું સત્ય તો એ જ છે કે આપણે આજે અને આજે નહીં તો કાલે જીવનની બધી કમાણીને પાંચ મિનિટમાં બીજાના નામે લખી નાખવાની છે. એકવાર તો આ વિચાર આવતા જ માનસિક રીતે આપણે

ચિંતિત બની જઈએ છીએ અને તરત વિચાર કરવા લાગીએ છીએ ના બાબા ના, હું મારા જીવનની બધી કમાણીને પાંચ મિનિટમાં કોઈ અન્ય વ્યક્તિને હરગીજ આપવાનો નથી. આપણી ઈચ્છા હોય છે કે આપણે કોઈ ને ન આપીએ. આપણા જીવનની કમાણી પણ જીવનની વાસ્તવિકતા એજ છે કે આપણે બધાએ આપણા જીવનની બધી કમાણી ભલે તે અચલ સંપત્તિના રૂપમાં હોય કે ચલ સંપત્તિના રૂપમાં હોય. બીજાને આપવી જ પડશે. અને આ આપવાની પ્રક્રિયા ખુશીથી અપનાવો અથવા દુઃખી મનથી અને ચાહે એવું ના વિચારો કે હું આ નહીં અપનાવું. વાસ્તવિકતા અને જીવનનું સત્ય તો એ જ છે કે આપણે આપણી બધી કમાણી અન્ય લોકોના હાથમાં આપવી પડશે.

મોટા ભાગના લોકો આને ઉખાણુ સમજતા હશે. જીવનમાં નાની ઉંમરથી જ તમે પણ કામ શરૂ કરી દીધું. ભલે નોકરી, વ્યવસાય, ઉદ્યોગનું પાછલા પચાસ વર્ષોમાં ઘણું ઘણું ધન કમાયા. મહેનત કરીને લાખો-કરોડો કમાયા. એક પણ સંપત્તિ તમારા નામે ન હતી. આજ ઘણી બધી સંપત્તિ, કંપનીઓના શેર, બેંક બેલેન્સ, ફિક્સ ડિપોઝીટ, સોનું – ચાંદી, ઝવેરાત બધું તમારી પાસે છે પરંતુ જીવનનો એક પડાવ એવો પણ આવશે જ્યારે તમારે આ બધી સંપત્તિઓને પોતાના વસીયત દ્વારા આવનારી પેઢીમાં કુટુંબના અન્ય સભ્યોના નામે વ્હેંચી દેવી પડશે. આ પ્રક્રિયાથી જો તમે સંતુષ્ટ નથી અથવા તમને અનુકૂળ નથી આવતી આ વાત તો પણ આ વાતની ગેરંટી છે કે તમારી સંપૂર્ણ સંપત્તિ તમારા ગયા પછી કુટુંબના બધા સભ્યોમાં જબરદસ્તી વહેંચી આપવામાં આવશે. જી હા, જો આપણે વસીયત નથી બનાવતા તો આપણા મૃત્યુ પછી આપણી સંપૂર્ણ સંપત્તિ કાયદા પ્રમાણે આપણા સગાઓમાં વહેંચી નાખવામાં આવે છે.

જ્યારે આપણને જાણ થઈ ગઈ કે ચાલીસ – પચાસ વર્ષોની મહેનતથી કરેલી કમાણી અને મેળવેલ સંપત્તિ પાંચ મિનિટમાં વહેંચવી જ પડશે. તો એવી દિશામાં એક વિચાર વાચકો સામે હું રાખવા માંગુ છું. હું ઈચ્છું છું કે આ વિચાર પર તમે મનન કરો, મિત્રો સાથે ચર્ચા કરો, પછી તમારા મનમાં બદલાવ લાવવાની કોશીશ કરો. મારા મને જ્યારે આપણે આપણું સંપૂર્ણ જીવનની કમાણીને પાંચ મિનિટમાં જ આપવી પડશે તો આપણે કેમ એવું ન વિચારીએ કે આપણી સંપત્તિનો થોડો ભાગ દરેક વર્ષે સેવાના સારા કાર્યોમાં લગાવો. જી હા, આ વિચાર મેં અત્યાર સુધી સેંકડો પ્રતિષ્ઠિત અને પૈસાદાર લોકો વચ્ચે મૂક્યો અને એમને

પ્રેરિત કર્યા કે તમે તમારી સંપત્તિનો થોડો ભાગ પોતાના હાથે દાન ધર્મમાં લગાવો. જી હા, પૂણ્યનો લાભ તો મળશે જ. પરંતુ અપાર માનસિક શાંતિ તમારા દ્વારે આવશે. તેથી આવનારા સમયમાં સંપત્તિ વહેંચવાનો ઈરાદો રાખતા સમયાંત્તરે પોતાના જ હાથે થોડી રકમ ગરીબ અસહાય વ્યક્તિઓ મધ્યે વિતરીત કરવાનું કાર્ય કરો. પોતાને હાથે અપાયેલા દાનની ઉપયોગિતા શાસ્ત્રોમાં પણ લખેલી છે. પોતાના હાથોથી ગરીબ અસહાય વ્યક્તિની સેવા કરો તો આપણને હકીકતમાં શાંતિ મળે છે અને આપણો આત્મા પ્રસન્ન થાય છે. તમે આ વાત અપનાવવાની શરૂઆત કરો કે આપણે આપણા જીવનમાં આપણા પૈસાનો સદુપયોગ કુટુંબના સભ્યોમાં વહેંચવા ઉપરાંત સમાજમાં જે એવા વર્ગના લોકો છે, જે અસહાય છે, તકલીફમાં છે, અભાવમાં છે એમની થોડી મદદ કરીએ તો દેશ અને સમાજનું કલ્યાણ થશે અને આપણા આત્માને પણ સાચું સુખ મળશે.

પાછલા અઠવાડિયે સવારે ૮ વાગ્યે તૈયાર થઈને જ્યારે હું દૈનિક કાર્ય શરૂ કરવા માટે મારા ટેબલ પર આવ્યો તો એ સમયે જોયું કે એક છોકરી કુમારી પૂનમ મારી ઓફિસની બહાર બેઠી છે, તેના હાથમાં ગૃહલક્ષ્મીનો નવો અંક છે અને એણે અનુરોધ કર્યો કે લખોટિયા સાહેબ, શું હું તમારી સાથે ૧૦ મિનિટ વાત કરી શકુ છું. મેં એ છોકરી સાથે વાત કરી અને એ જોયું કે તે છોકરી ઉપરોક્ત લેખ વાંચ્યા પછી મારી પાસે મળવા આવી છે. લેખમાં લખેલી વાતો તે સમજતી હતી પરંતુ એ કહેવા આવી હતી કે લખોટિયાજી, તમે બની શકે તો એ પણ લખો કે મા – બાપે પોતાના જીવનની સંપૂર્ણ કમાણી તરફ જ્યારે તેઓ જોતા હોય તો ઓછામાં ઓછું પહેલા પોતાના બાળકોના ઉજ્જળ ભવિષ્ય માટે કાંઈ વ્યવસ્થા કરી દે. નહીંતર ઘણીવાર એવું જોવા મળે છે કે માતા – પિતા તો કરોડપતિ છે. પરંતુ તેઓનું મૃત્યુ થાય છે તો એમના જ બાળકો અર્થાત્ કરોડપતિના બાળકો બહુ તંગીમાં જીવે છે. કેમ કે મા-બાપ બાળકોના ભવિષ્ય માટે કોઈ આયોજન કે પ્લાનિંગ કરતા નથી. આ છોકરીએ આવીને સૌ પ્રથમ મારા પગે પડીને આશીર્વાદ માગ્યા અને ક્હયું કે, તમે મારા પિતાજી સમાન છો અને હું વિચારૂં છું કે ૧૦ – ૧૫ મિનિટ તમારી સાથે વાત કરું, તો મારું મન હળવું થશે. એના ચહેરા પર તણાવ હતો, આંખોમાં આક્રોશ હતો અને ફટાફટ તેના જીવનની કહાણી જણાવવા લાગી. એણે જણાવ્યું કે તેના પિતા પણ સારા કારોબારી હતા. દક્ષિણ દિલ્હીમાં જ પ્રોપર્ટીનું કામ કરતા હતા. પરંતુ તેમના મરણ પછી કુટુંબના સભ્યો બહુ મુશ્કેલીમાં

છે. તેની એક બહેનના લગ્ન એવી જગ્યાએ થયાં એનો પતિ પહેલાથી જ એડ્સની પકડમાં હતો અને તેના શરણે તેની બહેન અને તેના બાળકોને પણ આ બિમારી લાગુ પડી છે. આ છોકરીએ વધુમાં જણાવ્યું કે ચાર ભાઈઓના પરિવારમાંથી બે ભાઈઓના મૃત્યુ તેની સામે થયાં અને એક ભાઈનું વર્તન જેની સાથે તે રહે છે તેની સાથે આજકાલ સારું નથી. એ છોકરીની વાતો પરથી એમ લાગ્યું કે ચોક્કસ તે પણ પોતાના મનની વાત કોઈને કહી શકતી નથી. તેણે જણાવ્યું કે એક જગ્યાએ તે કામ કરવા ગઈ. તેનું કામ ઓફિસની વ્યવસ્થા જોવાનું હતું. મહીનાનો પગાર હતો ૧૫,૦૦૦ રૂપિયા. બહુ લગન અને ઉત્સાહથી તેણે કામ કર્યું. ઓફિસને સારી રીતે ગોઠવીને રાખી. અચાનક જ્યારે પગાર આપવાનો દિવસ આવ્યો તો માલિક ઓરડાના એક ખૂણામાં એક નાના જાળા તરફ ઈશારો કરતાં કહ્યું કે, જો આ ઓરડામાં જાળુ છે. તેં કશું કામ કર્યું નથી. તું કશું કરતી નથી અને એવું કહીને તેને નોકરીમાંથી કાઢી મૂકી. આ છોકરીએ મને કહ્યું કે, લખોટિયાજી હું વિચારું છું કે હું પણ જમાના સાથે આવું. એકાએક હું તો કશું સમજ્યો નહીં. મેં કહ્યું હા, જમાના સાથે ચાલવું તો જોઈએ પરંતુ તેને ઈશારો બીજી તરફ હતો.

આગળ તેણે ખુલાસો કર્યો કે જે રીતે જમાનામાં બધા લોકો ચાલે છે, ભલે ખોટું કામ હોય કે સાચુ કામ હોય એ જ રીતે કામ કરવા માગું છું અને હવે એ જ માર્ગે ચાલવા ઈચ્છું છું. ત્યારે મેં તેને સમજાવ્યુ હતું કે, એવું ક્યારેય વિચારીશ નહીં. કેમ કે દુનિયા ભલે ખોટા માર્ગે ચાલે, આપણે સાચા માર્ગ પર ચાલવાનું છે, આપણે એ માર્ગે ચાલવાનું છે જે આપણને સ્વાભિમાન આપે અને આપણે એ માર્ગે ચાલવાનું છે જેને સ્વર્ગમાં તારા માતા — પિતા જોઈ રહ્યા હોય જેનાથી તેઓ ગર્વ અનુભવ કરી શકે. વાત પૂરી થતાં એ છોકરીના ચહેરા ઉપર રોનક દેખાવા લાગી, આંખોમાં નમ્રતા દેખાવા લાગી. એણે કહ્યું કે, લખોટિયાજી તમારી વાતથી પ્રભાવિત થઈને મેં નિર્ણય કરી લીધો કે હું તો મારા જીવનમાં સાચા માર્ગને જ અપનાવીશ અને કેવળ પૈસા કમાવા માટે ખોટા માર્ગ તરફ પાછું ફરીને જોઈશ નહીં. અમારા વાચકોને પણ નમ્ર વિનંતી છે કે તેઓ પણ જીવનના જુદા જુદા વળાંક પર કોઈ વ્યક્તિની મદદ કરી શકે તો મહેરબાની કરીને અવશ્ય મદદ કરે અને કોઈ વ્યક્તિને ખાલી વાતોથી જ કોઈ સાચી દિશા દેખાડી શકે તો જરૂર સાચી દિશા દેખાડવામાં મદદ કરે. આવું કરવાથી તમને અવશ્ય આંતરિક શાંતિ મળશે અને એ દિવસે જીવન વધારે સુંદર લાગશે.

દિલની વાત કોને કહીએ અને કેવી રીતે

આજે દુનિયાના બધા લોકો સખત મહેનત કરે છે, ચાહે પુરુષ કે મહિલા, જેટલી મહેનત કરી શકે છે તેનાથી પણ વધારે મહેનત કરવા ઈચ્છે અને આશા રાખે છે કે થોડી વધારે મહેનત કરીશું તો વધારે પૈસા એકઠાં થશે. અમારું જીવન વધારે પૈસા હોવાથી થોડું વધારે સારું થશે. મહેનત કરતા કરતા જુવાની ઘડપણમાં બદલાઈ જાય છે. ચોક્કસ પૈસા ભેગા થઈ જાય છે અને હવે એ સમય આવી ગયો જ્યારે બધી સંપત્તિ પાંચ મિનિટમાં બીજાના નામે લખી જવી પડશે. ઘણી એવી વ્યક્તિઓ પણ મને મળે છે જે સંપત્તિ બીજાના નામે લખવાની પ્રક્રિયા પર વિશ્વાસ જ નથી કરતા. જ્યારે એમની સાથે વસીયત બનાવવાની વાત કરો તો એમનું હૃદય બેસી જાય છે. એમને ડર લાગે છે કે હાય, મારી બધી સંપત્તિને હું વસીયતના માધ્યમથી કોઈ બીજાના નામે લખીશ, આવું હું શા માટે કરું? પણ એટલું જાણી લો કે જો તમે વસીયત લખ્યું નહીં હોય તો પણ તમારા જીવનની બધી સંપત્તિ જે તમે ૫૦ વર્ષોની મહેનતથી કમાઈ છે તે તમારા સગાઓમાં વહેંચી અપાશે. તમારી આંખ બંધ થયા પછી ભલે તમારું વસીયત નામુ હોય કે ન હોય, તમારી બધી સંપત્તિ ચોક્કસ અન્ય લોકોને વહેંચી આપવામાં આવશે. તમારી ઈચ્છા હોય કે ન હોય પણ આખા જીવનની બધી કમાણી પાંચ મિનિટમાં બીજાને નામે લખી આપવી જ પડશે. પરંતુ અફસોસની વાત એ છે કે આવી વાતો એટલે કે સંપત્તિની વહેંચણી વિશે આપણે આપણા કુટુંબના સભ્યો વચ્ચે નથી કરી શકતાં. મોટા ભાગની વ્યક્તિ તો પોતાની પત્નીને પણ મનની વાત નથી કરી શકતાં. કે સંપત્તિની વહેંચણી તેમના મૃત્યુ પછી કેવી રીતે કરાય.

આ જ સંદર્ભમાં એક દિવસ મારા મિત્ર જે મુંબઈમાં રહે છે, મોટા ઉદ્યોગપતિ છે, ઓછામાં ઓછા ૨૦૦ - ૩૦૦ કરોડના આસામી છે. તેઓએ મને વિમાન મથકે બોલાવ્યો. સામયિક વિષયો પર ચર્ચા થવા લાગી. અચાનક તેમણે કહ્યું કે, સુભાષજી, હું તમારી પાસે એક પ્રશ્નનો ઉકેલ જાણવા ઈચ્છું છું કે આવામાં હું શું કરુ, હું આ વિષય પર વાત પણ કરી શકતો નથી. તે સજ્જને જણાવ્યું કે તેનો એક જ દીકરો છે. અને તે દીકરો વિદેશમાં ભણી ભારતમાં પાછો આવી ગયો છે. અને હવે પિતાના કારોબારને પણ સંભાળે છે. જો કે આજકાલ પિતાનો કારોબાર થોડો મંદ ચાલી રહ્યો છે છતાં પણ દાળ - રોટલીની ચિંતા નથી. કહેવામાં તો આપણેવાત દાળ - રોટલીની કરીએ છીએ. આજના સમયમાં પૈસાદારો માટે દાળ - રોટીનો અર્થ છે કે નવી ગાડી જ્યારે લાવવા ઈચ્છે ત્યારે લઈ આવે, નવું

ઝવેરાત જ્યારે લેવા ઇચ્છીએ ત્યારે ખરીદી લે, જ્યારે પણ વિદેશ ફરવા ઇચ્છા કરે ત્યારે જઈ આવે, આ બધાં ખર્ચા કરવા જો તમે સક્ષમ છો તો કહેવાશે કે તમે દાળ - રોટીની પરેશાનીથી મુક્ત છો. આવું જ આ કુટુંબ હતું. જ્યાં દાળ - રોટીની મુશ્કેલી જરા પણ ન હતી. અને કુટુંબના સભ્યો આરામથી રહેતા હતા, કરોડો રૂપિયાની વાર્ષિક આવક હતી, વાતને આગળ વધારતા એ સજ્જને કહ્યું કે, ભાઈ સાહેબ મારા દીકરા માટે દિલ્હીના અગ્રવાલ કુટુંબનો એક સંબંધ આવ્યો છે. એમની એક જ દીકરી છે. અને તેઓ હજાર કરોડની પાર્ટી છે. મેં વાતને વચમાં જ ટોકતાં કહ્યું કે ચાલો, તો તો બહું જ સારી વાત છે, તમને સારો સંબંધ મળી ગયો છે. પરંતુ મારી વાતને કાપતા તેમણે આગળ જણાવ્યું કે કેવળ એક જ નાની મુશ્કેલી છે અને તે એ છે કે, છોકરીવાળા ઇચ્છે છે કે છોકરો મુંબઈમાં ન રહેતાં દિલ્હીમાં જ રહે. મેં તરત જ એમને પૂછ્યું કે, કહો કે તમારો શું અભિપ્રાય છે. સાથે-સાથે કુટુંબના સભ્યોનો શું અભિપ્રાય છે. તરત જ તેમણે જવાબ આપ્યો કે ભાઈ સાહેબ મેં તો મારો અભિપ્રાય કુટુંબના સભ્યોને તરત જણાવી દીધો. અને કુટુંબીજનોને કે મારે મારો છોકરો વેચવો નથી. હું તો સારા ઘરમાં લગ્ન કરાવવા માગું છું. સારી છોકરી લાવવા ઇચ્છું છું. મારે છોકરાને થોડો વેચવાનો છે? કે આ સંબંધ સ્વીકારી લઉં.

આ પ્રશ્ન જ્યારે એમની પત્નીને પૂછવામાં આવ્યો તો પત્નિએ પણ કાંઈ આ જ પ્રકારનો જવાબ આપ્યો અને કહ્યું કે, અમારે છોકરો વેચવો નથી. આખરે અમને પણ એક જ દીકરો છે ને અંતે એ પ્રશ્ન પૂછવામાં આવ્યો કે એમના એકના એક દીકરાને. દિકરો તો એક મિનિટ તો કાંઈ વિચારતો રહ્યો પછી દબાયેલા અવાજે બોલ્યો કે, મારે પણ કાંઈ આવો જ વિચાર છે કે આવામાં સંબંધ ન કરવો જોઈએ. માતા – પિતાના ચહેરા પર દીકરાના આ ઉત્તર સાંભળીને થોડી પ્રસન્નતા પ્રસરવા લાગી. એમને લાગ્યું કે બધાંનો મત એક જ છે. પરંતુ વાતાવરણ ત્યારે સ્તબ્ધ થઈ ગયું જ્યારે દીકરાએ આગલી ક્ષણે એ પ્રસ્તાવ મૂકી દીધો કે શા માટે એકવાર છોકરીને ન મળાય, ત્યાર પછી નિર્ણય લઈશું. મા – બાપે વાતને ત્યાં જ સમાપ્ત કરી અને કહ્યું હા બેટા, છોકરીવાળાને કહીશું કે તેઓ છોકરી તો દેખાડે પછી વાત આગળ કરીશું. વાત સમાપ્ત થઈ ગઈ. પરંતુ મારો મિત્ર આંખ અને ચહેરાથી રડમસ થઈને કહ્યું તમે જ બતાવો સુભાષજી, આવામાં દીકરાનો જે જવાબ હતો તેનો હું શું નિષ્કર્ષ કાઢું. મેં કહ્યું કે, નિષ્કર્ષ તો સાદો જે હકીકતમાં

બહુ સરળ, સુગમ છે પરંતુ તે તમને ગમવા લાયક નથી. તેથી તો તમારુ મન ખિન્ન થાય છે. મેં વાત આગળ વધારતા કહ્યું કે દીકરાના જવાબથી એ બહુ સ્પષ્ટ થાય છે કે તે તો પૈસાના લોભમાં સાસરીમાં જવા તૈયાર છે આવામાં તમે વિચારો શું કરવું છે.

મેં એમને સાંત્વના આપતા કહ્યું કે, ચાલો કોઈ વાત નહીં, તમારો દીકરો તમારા કારોબારને મુબઈથી સંભાળશે અને ભાવિ સસરાના કારોબારને દિલ્હીમાં પણ સંભાળશે. થોડા દિવસ મુંબઈ રહેશે અને થોડા દિવસ દિલ્હીમાં રહેશે એમાં શું પરેશાની છે? મારો જવાબ સાંભળીને મારા મિત્ર બોલ્યા ના, બિલકુલ નહીં ચાલે, કેમ કે એક જ દીકરો છે અમારો અને પૈસાના લોભમાં મોટી પાર્ટી છે છોકરીવાળા એ વાતને ધ્યાનમાં રાખીને છોકરાના લગ્ન ત્યાં કરી દઈએ તો ત્યાં ઘરજમાઈ બની રહેશે અને અમારા ઘડપણનું શું થશે. વાત બહુ સ્પષ્ટ હતી. પરંતુ આ વાત વિશે તેઓ પોતાની પત્નીને અને પોતાના દીકરાને, પોતાના ભાઈને, પોતાના મિત્રને અને કોઈને પણ ખુલીને વાત કરી ન શક્યા. આખરે કરે તો શું કરે જમાનો એવો છે કે આપણે આપણા મનની વાત ક્યારેય કોઈને કહી શકતા નથી. આવામાં તમે પ્રભુની સામે જઈને તમારા મનની વાત કરો અને ઓછામાં ઓછા એક – બે મિત્ર એવા બનાવવાની કોશીષ કરો કે જેને તમે તમારા મનની બધી વાત કહી શકો વળી, બીજી બાજુ તમારો મિત્ર પણ તમને તેના મનની બધી વાત કહી શકે છે.

જીવનનું એક કડવું સત્ય એ છે કે જે જેટલા વધારે પૈસાવાળો છે તે વ્યક્તિ એટલો જ વધારે તનાવગ્રસ્ત છે. આવી વ્યક્તિ જ્યારે પાર્ટીમાં જાય છે તો લોકો તેને જોઈને અચંભિત થાય છે. આખરે આટલા બધા પૈસાવાળો છે એને જોઈને લોકો વિનાકારણ તેની આગળ પાછળ ફરે છે. પરંતુ આવા પૈસાવાળા વ્યક્તિના દિલમાં અનેક છિદ્રો થઈ ગયા છે અને પોતાની પીડાને કોઈને કદી પણ કહી શકતો નથી. આવી વ્યક્તિ ઉપરથી હસે છે,પાર્ટીમાં જાય છે ,પાર્ટીમાં ખર્ચ કરે છે, શોખ પૂરા કરે છે. પરંતુ દીલમાં રહે છે પરેશાનીઓ અને પોતાના મનની વાત, પોતાની મુશ્કેલીઓની વાત કોઈને કહી પણ શકતા નથી. આખરે એમને ડર લાગે છે કે જો કોઈ વાત પોતાના મનની, મુશ્કેલીની અન્ય લોકો સામે મૂકે તો બજારમાં એમની શાખનો ભાંડો ફૂટી જશે અને એ જ કારણે વાતને મનમાં સંતાડીને રાખે છે. પોતાના દર્દને ઉચિત ઉપચાર તો એ છે કે આવી વ્યક્તિ પણ સમાજ,

મિત્ર અને નજીકના મળનારા વ્યક્તિઓની સામે પોતાની જૂઠી પ્રતિષ્ઠાને બાજુ પર મૂકીને સાચું જીવન જીવે. દેખાડાનું કોઈ કાર્ય ન કરે. એથી એમના મનની પીડા ચોક્કસ તો થોડી ઓછી થશે. સમયાંતરે આવા લોકોને હું સમજાવું છું અને મને ત્યારે ખુશી મળે છે જ્યારે હું જોઉં છું કે મારી વાત સાંભળીને જે પોતાના જીવનને બદલી શક્યાં છે અને થોડા મહીનાઓ પછી તેઓ આવીને આભાર માને છે કે જીવનને સરળ બનાાવીને એમણે આનંદ પ્રાપ્ત કરી લીધો અને એમની પીડા થોડી ઓછી થવા લાગી છે.

એક મિત્રએ તો વિદેશમાં બે - ત્રણ મકાન લઈ રાખ્યા હતા. એક મકાન દુબઈમાં અને બીજું મકાન લંડનમાં અને ત્રીજો ફ્લેટ હતો. ન્યૂયોર્કમાં સમાજમાં બહુ ઈજ્જત અને પ્રતિષ્ઠા હતી. મિત્રોને તેઓ ખચકાટ વગર આમંત્રણ આપતા હતા કે આવો, જ્યારે મન થાય ત્યારે મારા મકાનમાં રહો. મારી પાસે ચાવી લઈ લેજો, દુબઈમાં તો એમના નોકર ચાકર પણ કામ કરતા હતા. ત્યાં રહેનારા વ્યક્તિઓને ઘરનું ખાવાનું મળી શકતું હતું. વર્ષમાં કેટલાંય મિત્રો કે મળનારા તમારા વિદેશના મકાનમાં વિદેશમાં ત્રણ જગ્યાએ મકાન રાખવાને કારણે તે વ્યક્તિનો બહુ દબદબો અને રોફ હતો. તેના પાર્ટી સર્કલમાં તેઓ આ રોબને જોઈને બહુ ખુશ થતા હતા. સમય ખરાબ આવી ગયો. એમની કમાણી ઓછી થવા લાગી. વિદેશોમાં રાખેલા મકાનનો ખર્ચો પણ તેઓ આપી શકતા ન હતા. આ મકાનો પર બેંકમાંથી લોન લીધી હતી તેનો હપ્તો પણ તેઓ આપી શકતા ન હતા. ઘણી બધી મુશ્કેલીઓ એક સાથે ઘેરાયેલી હતી. ત્યારે એમના એક મિત્રે એમને આગ્રહ કર્યો કે તમારા દુબઈના મકાનની ચાવી મને આપો કેમ કે હું દસ દિવસ માટે દુબઈ જાઉં છું, અને જ્યારે તમારું મકાન છે જ તો હું, પત્ની અને બાળકો ત્યાં રહીશું. આખરે આવો આગ્રહ તો આવે જ કેમ કે વારંવાર પોતાના મિત્રના સમૂહમાં તેઓ બધાને આમંત્રણ આપતા રહેતા હતા કે જ્યારે પણ દુબઈ કે લંડન જાવ તો મારા મકાનમાં રહો. હવે જ્યારે એમના ખરાબ સમયમાં એમના મિત્રએ અનુરોધ કર્યો કે મને દુબઈના મકાનની ચાવી આપી દો તો તણાવનો કાર્યક્રમ ચાલુ થઈ ગયો. હવે આ સજ્જન એમનાથી મ્હોં સંતાડવા લાગ્યા અને ચાવી નહીં આપવાનું કોઈને કોઈ બહાનુ કાઢવા લાગ્યા. આખરે એ દિવસ આવી ગયો જે દિવસે એમના મિત્રને રાત્રે દુબઈ માટે રવાના થવાનુ હતું. હવે એમના ઘેર આવીને મિત્રએ કહ્યું કે હવે ચાવી આપી દે. ભાઈ આખરે આજ

રાતની ફ્લાઈટમાં જ દુબઈ જઈ રહ્યો છું ત્યારે તેમને સાચું બોલવું પડ્યું કે, હવે તેઓ ચાવી આપી શકતા નથી. બેંકે એમના ઘરની બહારથી તાળુ મારી દીધું છે. કારણ કે માસિક હપ્તો તેઓ આપી શકતા નથી.

હવે જરા તમે પણ વિચારો કે આવી સ્થિતિમાં કેટલું નીચા જોવાનું થાત. એટલે ઉચિત તો એ જ છે કે પોતાની જુઠી શાન શા માટે તેઓ મકાન નો કબજો ન રાખી, લોકોને ફાલતુ આમંત્રણ ન આપતા અને જો કમાણી ઓછી થઈ રહી છે તો એ મકાન વેચી નાખત કે ભાડે આપી દેત તો આજે આવી મુશ્કેલી ન થાત. પરંતુ પોતાના મનની વાત કોઈને પણ કહી ન શકે, પોતાની પત્નિને પણ નહીં. જો કહેત તો એમને એમના અહમ્ પર ઘા પડત. તેથી કોઈને પોતાના મનની વાત કહી ન શક્યાં. તમે આ સાચ્ચી ઘટનાથી કેવળ એ સાર ગ્રહણ કરો કે જ્યાં સુધી બની શકે ખોટી શોબાજી, દેખાડો કરવાનું છોડી દો, તો ચેનથી, વધારે આનંદથી રહી શકશું, તણાવ નહીં હોય. સાથે જે કંઈ પણ વાત હોય તે બેધડક આપણે સ્પષ્ટ રીતે મિત્રો, સગા સંબંધીઓને જણાવીએ તો મુશ્કેલીથી દૂર રહીશું, તણાવ નહીં થાય અને કોઈપણ પ્રકારની સમસ્યા નહીં ઉદ્ભવે.

જ્યારે કમાણી સારી થઈ રહી હોય છે તો પત્ની, બેટા, વહુ બધાં ખુશ દેખાય છે. આખરે પૈસા માટે કોઈને પણ રોકટોક નથી. પરંતુ કમાણી જ્યારે ઓછી થઈ જાય તો કુટુંબનો વડો પોતાના મનની વાત કોઈને પણ કહી શકતો નથી. એકવાર આવી જ રીતે એક વ્યક્તિએ પોતાના મનની વાત પત્નિને જણાવ્યું કે આજકાલ કમાણી ઓછી થાય છે એટલે આગલા છ મહીના માટે ઘરેણા ન ખરીદીશ, કીટી પાર્ટીમાં પૈસા બરબાદ ન કરીશ અને આ મુશ્કેલી કેવળ આવતા પાંચ - દશ મહીના માટે છે, તે પછી બધું બરાબર થઈ જશે. ત્યારે ફરી ખર્ચો કરજે, કોઈ મુશ્કેલી નથી. પરંતુ પતિના મ્હોંમાંથી મનની સાચી વાત સાંભળીને પત્નિનો ગુસ્સો સાતમા આસમાન પર ચઢી ગયો અને બોલી તમને કમાણી કરવાની અક્કલ નથી. આખી દુનિયા કમાણી કરે છે. અને તમે તણાવમાં છો, કમાણી કરી શકતા નથી. જો મને ખબર હોત કે તમને જીવનમાં કમાણી કરવામાં આવી મુશ્કેલીઓ આવત તો હું તમારા જેવા માણસ સાથે લગ્ન જ ન કરત. વાત ત્યાં જ પૂરી ન થઈ. પત્નીએ મીઠું મરચું ભભરાવીને એ ત્રણ – ચાર માગા વિશે પતિ સામે એ યાદી મૂકી દીધી, જેના એની સાથે લગ્ન માટે પ્રસ્તાવ આવ્યા હતા. પતિ વિશે વિચારો કે બિચારો પતિ પોતાની પૂંજી, જે એણે બહુ મહેનત કરીને,

કઠોર પરિશ્રમ કરીને, એક એક રૂપિયો બચાવીને એકઠી કરી છે. પરંતુ આજની નવી પેઢી એ જ પૈસાને બહુ ક્રૂરતાથી બરબાદ કરી રહી છે. ખોટા ખર્ચા કરી રહી છે અને પૈસાને પૈસાની ઈજ્જત આપતી નથી. આ વાત વિચારીને મનમાં દુઃખ થાય છે, ગુંગળામણ થાય છે અને આ ગુંગળામણ તમે કુટુંબના સભ્યો સામે મૂકી શકતા પણ નથી. ઘણીવાર તમને લાગે છે કે હું મારા સમયમાં ઘણીવાર ક્યાંક જવાનું હોય તો રાતની ટ્રેન પકડીને જતો અને સવારે પહોંચી જતો. પણ આજની આપણી પેઢીને કેવળ વિમાનમાં જ મઝા કરવી છે. તેઓ તો ટ્રેનથી જશે નહીં. આવી નાની મોટી વાતો પણ તમારા મનને યુદ્ધ આપી દે છે, પરેશાન કરે છે. અને જ્યારે તમે વિચાર કરો છો તે વિષય પર અર્થાત્ જીવનના આખરી પડાવ પર જ્યારે બધી સંપત્તિ બીજાને નામે લખવાનો સમય આવી જાય છે ત્યારે તો તમને પીડા શરૂ થઈ જાય છે.

તમે જુઓ છો ઘરનું વાતાવરણ કે તમારી પત્નિ માટે કોઈ પાંચ-દશ વર્ષોમાં એક હેંડબેગ લાવીને આપતા હતા અને આજે તમારી વહુ મોંઘા એટલે દશ પંદર હજારવાળા પર્સ રાખે છે તે પણ એક નહીં ઘણા બધાં. તમારી આંખો સામે જ પૈસા ઘણા બધાં બરબાદ થાય છે, નાશ કરવામાં આવે છે, કમાણી કરવામાં કોઈનું ધ્યાન નથી, ખર્ચામાં ખચકાટ નથી, તો આવી માનસિકતા જ્યારે કુટુંબમાં જુઓ છો, તો ચોક્કસ તમારું મન ખિન્ન થાય છે અને એ વિચાર આવે છે કે હું શું કરું? મારા જીવનની બધી કમાણી મારે કુટુંબના આવા સભ્યોના નામે આપી જવી પડશે. આ વાત હકીકત છે પણ મારા મનને આવી હકીકતના કારણે નિર્બળ બનવા ન દો. જો તમે તમારા મનમાં ગુંગળામણ અનુભવો છો તો તે વિશે મિત્રો, સગા વગેરેને મન મૂકીને વાત કરી લો. પરંતુ વાસ્તવિક દૃષ્ટિ એ જ છે કે જ્યારે આપણે નહીં રહીએ ત્યારે કુટુંબના સભ્યો આપણી સંપત્તિને જેમ ઇચ્છે એમ જ તો ખર્ચ કરશે. તેથી તમારી કંજુસાઈ છોડો, આનંદથી જીવો. આવા વિચાર રાખશો તો મન દુઃખી નહીં થાય. ચોક્કસ મનમાં શાંતિ આવશે અને મુશ્કેલીઓ દૂર ભાગી જશે.

ખુશ રહેવું જરૂરી છે

નાના બાળકોના સબંધમાં પણ કુટુંબમાં ઘણીવાર નાની-મોટી એવી ઘટનાઓ બની જાય છે જેના વિશે તમારા મનમાં અનેક વિચારો આવે છે, પણ એ વિચારોનું પોટલું બાંધીને શાંત રહેવું પડે છે. આવા વિચારોને તમે કુટુંબના અન્ય સભ્યો સમક્ષ રજુ કરી શકતા નથી. અને ન તો તમારા મિત્રો સાથે આ વિશે ચર્ચા કરી શકો છો. આમ તો તમે મૂંઝવણમાં પડી ગયા હશો કે નાના બાળકો વિશે એવી શું વાત છે? જો આપણે નજર દોડાવીએ તમારા અમારા કુટુંબ તરફ જ્યાં નાના બાળકો છે તો આપણે ક્યાંક આવું જ કરવું જોઈએ છીએ. પાછલા દિવસોમાં હું એક મિત્રના ઘેર ગયો હતો. તે મિત્ર દક્ષિણ દિલ્હીમાં પોતાની ૨૫૦ મીટરની કોઠીમાં રહેતા હતા. બે માળનું એમનું મકાન છે અને કુટુંબ પણ નાનુ હતું. મારા મિત્ર, એમના પત્નિ, એક દીકરો — વહુ અને દોઢ વર્ષનો વહાલો પૌત્ર. ઘરમાં ક્યાંય અનાજ પાણીની અછત ન હતી. ગાડીઓ હતી, ઝવેરાત હતું, પૈસાની અછત ન હતી, નાનુ બાળક પણ અત્યારથી જ એવી સ્કૂલમાં જતો હતો જ્યાં તેના અભ્યાસનો વાર્ષિક એક લાખ રૂપિયા ખર્ચ થતો હતો. મારા મિત્ર પોતાના પૌત્રના અભ્યાસનો ખર્ચ કરતા અને સાથે સમાયાંતરે ઘણા બધાં રમકડાં એમના તરફથી આપતા હતા. આવામાં કોઈપણ એમના ઘર તરફ નજર દોડાવે તો સ્વપ્નમાં પણ કલ્પના ન કરી શકે કે શું વિતી રહી હશે.

અમારા વાચક પણ સંભવતઃ વિચારી રહ્યા હશે કે એવી શું વાત છે જે વીતશે, એવી કઈ મુશ્કેલી છે, સમૃદ્ધિ છે, પૈસા છે, વહાલુ નાનું કુટુંબ છે. આગળનો વંશ ચલાવવા માટે પૌત્ર પણ છે. આવામાં બધાંએ ખુશ રહેવું જોઈએ. પરંતુ એમના મનમાં જે વીતી રહી હતી એ વાતને મારા મિત્ર કોઈને કહી શકતા ન હતા અને કોણ સાંભળશે એમની વાત. આ વિચાર એમના મનમાં વારંવાર આવતો હતો.

દિલની વાત કોને કહીએ અને કેવી રીતે

એકવાર જ્યારે સાંજે અમે બેઠા હતા તો એમની આંખો ભીની લાગી. મેં પૂછ્યું કે શું વાત છે. ત્યારે તેમણે કહ્યું કે, જુઓ બહારથી જોતાં તો બધાં લોકો વિચારશે કે હું કેટલો ખુશ છું, કેટલો ભાગ્યશાળી છું, દીકરો છે, વહુ છે અને પૈસાની અછત નથી. પણ આવું સાચું તો એ છે કે સુભાષજી મારા ઘરમાં, જી હાં મારા પોતાના જ ઘરમાં હૃદય ભાંગી પડે છે. દીકરો છે પરંતુ એની પત્નીને અમારી સાથે કોઈ લેવા દેવા નથી અને અમારી વહુ એના દીકરાને એટલે અમારા પૌત્રને અમારી પાસે રમવા સુદ્ધાં મોકલતી નથી. પહેલા માળે રહે છે અમારી વહુ અને અમે નીચલા માળે રહીએ છીએ. પરંતુ ૫ – ૭ મિનિટ જ પૌત્રને અમારી પાસે રમવા માટે મોકલે છે. આગળ તેઓ બોલવા લાગ્યા કે એમણે પણ સ્વપ્ન જોયું હતું, વિચાર્યું હતું કે અમારો પણ પૌત્ર હશે અને બીજાઓની જેમ અમારો પૌત્ર પણ રાત્રે અમારી પાસે સૂઈ જશે, અમારી સાથે ફરવા જશે. આગળ જણાવવા લાગ્યા કે હું બીજું શું ઇચ્છું છું. મારી દીકરા વહુ પાસે એ જ કે મારા પૌત્રને પ્રેમથી અમારી સાથે રમવા દે. પરંતુ વહુ તો એવી છે કે પાંચ મિનિટ થઈ નથી કે ફટાફટ બાળકને ઉપલા માળે બોલાવી લે છે. અમારા વાચક વિચારી રહ્યાં હશે કે આટલી નાની વાતમાં શું પરેશાની છે. પરંતુ સાચું તો એ છે કે આવી નાની-મોટી વાતો જ દિલને પરેશાન કરે છે અને તમારા હૃદયમાં અલગ પ્રકારની વેદના અને પીડા આપે છે.

સૌથી વધારે પરેશાની ત્યારે થાય છે જ્યારે આપણે જોઈએ છીએ કે આપણે આ વાતો કાંઈ સાથે ચર્ચા પણ નથી કરી શકતાં. અને અહી કહેવાતી આ વાતો આપણા હૃદયમાં ઘર કરી જાય છે અને તેનાથી જ વધારે મુશ્કેલી થાય છે. આગળ મારા મિત્રએ એમ જણાવ્યું કે, એમણે ઘણીવાર વહુને બોલાવીને કહ્યું કે, અમારી સાથે સહકુટુંબ ફરવા ચાલો, આપણા બાળકોની રજાઓમાં સમયમાં સાથે એ પણ કહ્યું કે ચાલો વિદેશ યાત્રા પર જઈએ, ચાલો મૉલમાં ફરવા જઈએ, ચાલો કોઈ ફાઇવ સ્ટાર હોટલમાં જમવા જઈએ, પરંતુ વહુ તો એવી છે કે સાથે આવવા તૈયાર નથી. આમ તો વાત ઝંઝટની લાગતી નથી પરંતુ મનને જ ગમતુ નથી એવું ઘરમાં બનતુ રહ્યું હોય તો તમારા અને અમારા હૃદયમાં મુશ્કેલીઓ ઊભી થાય છે.ચાલતાં ચાલતાં મારા મિત્રની પત્નીએ કહ્યું કે, જુઓ ભાઈ સાહેબ, કાલે તો વહુએ ત્યાં સુધી અમને કહી દીધું કે સસુરજી જ્યારે તમે મકાન બનાવ્યુ હતું તો ઓછામાં ઓછું એટલું તો મગજ ચલાવતાં કે ઊપલા માળની સીડી બહારથી જ બનાવી દેત, કેમ તમે મકાનની સીડી અંદર બનાવી છે. અમને એનાથી મુશ્કેલી થાય છે. બિચારા સસરા કાંઈ બોલ્યાં નહીં. વહુની વાત સાંભળી ન

સાંભળી કરી દીધી પણ એમનું મન ના માન્યું. કેમકે એમણે જે બે માળનું મકાન બનાવ્યુ હતું કે મુખ્ય દરવાજા પર ઉતરીને ઘરમાં ઉપર નીચે આરામથી જવાય. પરંતુ વહુને આ વાત ખટકી ગઈ અને એમાં જ મુશ્કેલી થાય છે કે પહેલાં માળે જવા માટે નીચેના માળની અંદર થઈને જવું પડે છે. વહુ ઇચ્છે છે કે એનો દીકરો પોતાના દાદા – દાદી પાસે વધારે સમય રહે નહીં. આવું કેમ બને છે તે પ્રશ્નનો ઉત્તર કદાચ હું આપી શકીશ નહીં. પરંતુ સાચું તો એ છે કે આટલી નાની વાત પણ મનમાં ખૂંચી જાય છે. સાથે એવા અનેક કુટુંબો જોયાં છે જ્યાં જાણી જોઈને પોતાના દીકરા અને વહુ, દાદા દાદીને નાના બાળકોને મળવા દેતા નથી. એમને શીખવે છે કે તારી દાદી સારી નથી. તારા દાદા અમને પૈસા આપતા નથી. આવામાં બાળકની ભાવના પર શું અસર થશે એ માતા પિતા વિચારતા નથી અને એ પણ વિચારતા નથી કે આજ નહીં તો કાલે તેઓ પણ દાદા દાદી બનશે. પૌત્ર સાથે રમવાની અસીમ ચાહત નહીં સંતોષાવાને કારણે ઘણાં લોકોને વધારે ડિપ્રેશન થઈ જાય છે. જો તમે પણ આ સમસ્યાથી પીડાવ છો તો તમે કેવળ સ્વામી શીવાનંદજી દ્વારા બનાવેલ અતિપ્રિય વેદાંતિક ટોનિકનું સ્મરણ કરતા રહો અને પોતાના દુઃખ અને તણાવને દૂર કરો. નિમ્ન લિખિત વેદાંતિક ટોનિકને જો તમે સારી રીતે દિલ ખોલીને ગાશો તો ચોક્કસ તમારા મનમાંથી ચિંતા દૂર થશે, મન ખિન્નતાથી ઘણું દૂર થઈ જશે અને તમે આનંદિત જીવન વિતાવી શકશો. ખાસ કરીને આવી ક્ષણોમાં જ્યારે તમને લાગે કે તમારા જ ઘરમાં દીકરો વહુ તમારા પૌત્રથી મળવાનું દુર્લભ કરાવે છે. તમે પણ સ્વામી શિવાનંદજીની વેદાંતિક ટોનિક ગાવ અને આનંદ પામો જે આ પ્રકારે છે.

ચિદાનંદ, ચિદાનન્દ, ચિદાનન્દ હમ
હર હાલમેં અલમસ્ત, સચિદાનન્દ હમ
અજરાનન્દ, અમરાનન્દ, અચલાનન્દ હમ
હર હાલમેં અલમસ્ત, સચિદાનન્દ હમ
નિર્ભય ઓર નિશ્ચિંત, ચિદાનન્દ હમ
હર હાલમેં અલમસ્ત સચિદાનન્દ હમ
કૈવલ્ય કેવલ કુતસ્થ આનંદ હમ
નિત્ય સુધા, સચિદાનંદ હમ.

એ તો સાચું છે કે જીવન અને મૃત્યુ માનવતાનું એક કડવું શાશ્વત સત્ય છે.મૃત્યુ હંમેશાં દુઃખદાયી હોય છે. એક સક્રિય સમાજસેવીનું મૃત્યુ સંપૂર્ણ સમાજ તથા માણસાઈને ધ્રુજાવીને નાખે છે. કહે છે સારા માણસોની જરૂરિયાત પૃથ્વી

પર જ નહીં ભગવાનના ઘરે પણ હોય છે.

ચાકસૂ નજીક ઘટેલી સડક દુર્ઘટનામાં મનોજ વિજય તથા મીના વિજયના નિધનના સામચાર જાણીને સંપૂર્ણ રંગપૂર રોડ ક્ષેત્ર તથા સ્ટેશન ક્ષેત્રમાં શોકનું મોજું ફરી વળ્યું. સ્વ.મનોજ વિજયજી આઈટીસી (ઈન્ડિયન ટોબેકો કંપની)ના કોટા શહેરના હોલસેલર હતા. તેઓ કંપની તરફથી સન્માન મેળવવા માટે જયપુર જતા હતા. જયપુરમાં એક કાર્યક્રમમાં એમને પુરસ્કૃત કરવાના હતા. બનાવની ખબર પડતાં જ આખુ કુટુંબ જયપુર પહોંચી ગયું. સડક દુર્ઘટનામાં સ્થળ પર જ શ્રીમતિ મીના વિજયનું મૃત્યુ થઈ ગયુ હતું. તથા તેમને એસ.એમ.એ. હોસ્પીટલ જયપુરમાં ઘાયલાવસ્થામાં દાખલ કરાયા હતા. કુટુંબીજનો મીના વિજયના શબને કોટા લઈ જઈ રહ્યા હતા ત્યારે એમને રસ્તામાં ખબર પડી કે મનોજનું પણ મૃત્યુ થઈ ગયું છે. પોતાની વહુનું શબ લઈને આવતા સસરા રામસ્વરૂપ તથા સાસુ ગીતાને સંભાળવા મુશ્કેલ થઈ ગયા. પછી તેમને દેવલી નજીકથી ધીરે ધીરે આગળ આવવા કહેવાયું જેથી બંનેના શબને કોટા પહોંચવામાં ઓછો સમય રહે. પછી બંનેના શબોની એક સાથે અંતિમક્રિયા સંપન્ન કરાઈ.

એ ક્રૂર પળોએ પાંચ વર્ષીય ગુનગુન અને સાત વર્ષીય શ્રેયાંસ પાસેથી પિતાનો પ્રેમ અને માનું વ્હાલ છીનવી લીધું. બાળકોને પણ ઘટનામાં મામૂલી ચોટ આવી હતી. ઘરમાં હાજર સગાઓએ જણાવ્યું કે મનોજનો જયપુરમાં રહેતી બહેનની સાથે સાલાસાર બાલાજી જવાનો પણ કાર્યક્રમ હતો તેથી તે પોતાની પત્નિ તથા બાળકોને પણ સાથે લઈ ગયો હતો.

આ સમાચાર જ્યારે અખબારમાં છપાયા તો દિવંગત કુટુંબના સભ્યોના મનમાં એક વિચાર વારંવાર આવતો હતો કે આવું અમારા કુટુંબમાં જ કેમ બન્યું. પણ દુર્ભાગ્યની વાત છે કે આવી મુશ્કેલીના સમયમાં જે વિચાર એમના મનમાં આવતા હતા તે વિચારોને તેઓ કોઈની સામે રજૂ પણ કરી શકતા ન હતા. સાચું તો એ છે કે હૃદયની વાત કહે તો આખરે કોને કહે? પણ મારું માનવું છે કે આ પ્રકારની મુશ્કેલીઓ જ્યારે તમારી અને અમારી જિંદગીમાં આવે છે જેનો જવાબ આપણે શોધી શકતા નથી ત્યારે એક ઉત્તર છે જે તમારા હૃદયને શાંત્વના આપશે અને તે ઉત્તર છે નસીબની વાત. મારું માનવું છે કે જ્યારે તમને આ પ્રકારના ઉત્તર ન મળે તો માનો કે આ આપણા નસીબની વાત છે. કેવળ આવું વિચાર્યાથી જ તમારા મનને શાંતિ મળશે સમસ્યા કયાંય નહીં રહે. આ જ રીતે તમે ચાણક્ય નિતીને સારી રીતે અધ્યયન કરશો તોપણ તમને લાગશે કે તમારા જીવનમાં કોઈ સારો સમય આવી ગયો છે. ચાણક્ય નીતિમાં લખવામાં આવ્યું છે કે જે રીતે

સુગંધિત ફૂલોથી લદાયેલા એક વૃક્ષ આખા જંગલને સુગંધથી ભરી દે છે એ જ રીતે સુપુત્રથી આખા વંશની શોભા વધે છે, પ્રસંશા થાય છે. ઘણા લોકોને એકથી વધારે પુત્ર કે સંતાન હોય છે, પરંતુ તેમની સંખ્યાના કારણે કુટુંબનું માન વધતું નથી. કુળનું માન વધારવા એક જ સદગુણી દીકરો પૂરતો છે.

ચાણક્ય નીતિમાં એક અન્ય જગ્યાએ એ પણ લખવામાં આવ્યું છે કે માણસ જે પણ નાનુ કે મોટું કાર્ય કરે છે તેને તેણે શરૂઆતથી પૂરી શક્તિ લગાવીને કાર્ય કરવું જોઈએ. આ શિક્ષણ આપણે સિંહ પાસેથી મેળવી શકીએ છીએ.

તેનો ભાવાર્થ એ થાય છે કે વ્યક્તિ જે પણ કાર્ય કરે, ભલે ને પછી તે નાનુ હોય કે મોટું તેને પૂરી શક્તિ લગાવીને કરવું જોઈએ ત્યારે જ તેમાં સફળતા પ્રાપ્ત થાય છે. સિંહ પૂરી શાંતિથી શિકાર પર ઝાપટ મારે છે તેને સફળતા મળે જ છે.

અડધા ઉપરાંત સમસ્યા સમાપ્ત થઈ જાય છે. જો આપણે શિક્ષિત હોઈએ તો. કેમ કે વિદ્વાન વ્યક્તિની તો દેવતા પણ પૂજા કરે છે. જે વ્યક્તિ વિદ્વાન હોય છે તેના ઘરમાં પતનનું કોઈ કામ નહીં હોય. મને યાદ આવે છે ચાણક્ય નીતિની એ વાત જેમાં કહેવામાં આવ્યું છે કે વિદ્યારહિત મોટા કૂળમાં માણસનું ઉત્પન્ન થવાથી કોઈ લાભ નથી કેમ કે તેનું સન્માન થતું નથી, વ્યક્તિનું સન્માન મોટા કુળમાં ઉત્પન્ન થવાથી નથી થતું બલકે વિદ્વાન હોવા અને સારા ગુણોને કારણે થાય છે. ચાણક્ય કેવળ વંશના મહત્ત્વને નથી માનતા, તેઓ વ્યક્તિના વિદ્વાન હોવાને વધારે ઉપયોગી માને છે. એમનું કહેવું છે કે જો નીચા કુળમાં પેદા થયેલ વ્યક્તિ પણ વિદ્યા વગેરે ગુણોથી ભરેલો હોય તો બધા લોકો તેનું સન્માન કરે છે.

જીવનના દરેક વળાંક પર આપણે અનુભવીએ છીએ કે આપણી જિંદગીમાં એવી વ્યક્તિ આવી જાય છે જે આપણા કામને બગાડે છે. ખરેખર તો તેઓ ઢોંગી છે, દેખાડે છે પ્રેમ પણ એમના હૃદયમાં પ્રેમ નથી અને તેઓ કેવળ પોતાના જ સ્વાર્થને સિદ્ધ કરવા માગે છે. બીજાને છેતરવા તો એમના જીવનનું અભિન્ન અંગ છે. અને દ્વેષ રાખતા એમના દિવસનું કાર્ય આવી વ્યક્તિઓ જોવામાં ઘણા નમ્ર હોય છે પરંતુ અંદરથી તો ધારદાર છરી જેવા હોય છે. આવા લોકોથી સાવધાન રહેવું જોઈએ અને આ પ્રકારના લોકોને તો મનની વાત કહેવાનો તો પ્રશ્ન જ નથી ઊઠતો. ચાણક્ય નીતિમાં પણ આ વાત બહુ સ્પષ્ટ રીતે લખવામાં આવી છે કે જે વ્યક્તિનું ધ્યાન કાયમ બીજાનું કામ બગાડવામાં લાગેલું હોય છે, જે કાયમ પોતાનો સ્વાર્થ સિદ્ધ કરવામાં લાગેલા હોય છે, લોકોને છેતરે છે, કારણ વગર એમની સાથે શત્રુતા રાખે છે, જે ઉપરથી કોમન અને અંદરથી ક્રુર છે એ બ્રાહ્મણ પણ બિલાવ સમાન નિઃકૃષ્ટ પશુ મનાય છે.

જો આપણે સારા ગુણોને વધારવાની ચેષ્ટા સતત કરતા રહીએ તો પણ ઘણી સંભાવના એ વાતની છે કે આપણા દિલમાં સમસ્યાઓ ઓછી હશે અને આપણે જીવનમાં આનંદ જ આનંદ મેળવીશું. મનમાં ઘણી વાતો ખૂંચે છે અને ઈચ્છા થાય છે કે કોઈને કહે પરંતુ જો આપણે ચાણક્ય નીતિનું સૂત્ર, સંખ્યા એક દશમાં અધ્યાયને ધ્યાનથી વાંચીએ તો આપણા મનમાં ઘણી શાંતિ થશે. આ સૂત્રમાં કહેવામાં આવ્યું છે કે માણસમાં ચાર વાતો સ્વાભાવિક હોય છે. દા. ત. કરવાની ઈચ્છા, મધુર ભાષણ, સહનશીલતા અને ઉચિત અથવા અનુચિતનું જ્ઞાન. આ ચાર વાત દુનિયામાં સ્વાભાવિક રીતે હોય છે. અભ્યાસથી આ ચાર ગુણો પ્રાપ્ત કરી શકાતા નથી. વ્યક્તિ સ્વભાવથી જ નિસ્વાર્થ અને દાનશીલ પણ હોય છે. સારા ખરાબનું જ્ઞાન પણ માણસમાં સ્વાભાવિક રીતે હોય છે. આ ગુણ એવા છે જે ઈશ્વરની કૃપાથી માણસના જન્મથી જ તેના સ્વભાવમાં વણેલા હોય છે. તેના માટે અભ્યાસ કરવાનો કોઈ લાભ નથી.

એક મિત્રના લગ્નનું આમંત્રણ આવ્યું. તેના નાના ભાઈના લગ્ન હતા. બહુ આદર સન્માનથી તેઓ નિમંત્રણ પાઠવી રહ્યા હતા. એક દિવસના કાર્યક્રમમાં શ્યામ બાબાના કિર્તનનો પણ કાર્યક્રમ હતો. કાર્ડમાં લખ્યું હતું, હે મારા શ્યામ, હે મારા પ્રિય, એકવાર તો મારા ઘેર આવો, થોડો સમય અમારી સાથે વિતાવો તો ખરા, તમારી આંખથી આંખ મેળવીએ, અમારા દીલની થોડીક વાતો તમને જણાવીએ તથા તમારો આશીર્વાદ મેળવીએ એવી ઇચ્છા છે. તો મારા બધાં શ્યામ પ્રેમીઓ ૩૦ એપ્રિલનો દિવસ ભુલતા નહીં. અમારી સાથે મળીને બાબાને રીઝવો, શું ખબર આપણને કયા વેશમાં નારાયણ મળી જાય. એ તો નક્કી જ છે કે જયારે કોઈ ધાર્મિક અનુષ્ઠાન થશે અને તે પણ લગ્ન વિશે તો આનંદની લહેર સર્વત્ર રહેશે. પરંતુ છોકરાના મનમાં એક અલગ પ્રકારની મૂંઝવણ હતી. લગ્ન થયાં ન હતા પણ મનમાં અલગ અલગ વિચાર આવતા હતા. તણાવવાળા વિચાર આવતા હતા. એ પણ વિચાર આવતા હતા કે લગ્ન પછી નવી દુલ્હન સાથે કેવા પ્રકારના સંબંધ રહેશે અને આ પ્રકારના અનેક વિચારો એના મનમાં હતાં. પરંતુ જયારે મેં જોયું કે ગીત – સંગીત વગેરે કાર્યક્રમમાં પણ એના ચહેરા પર તણાવની રેખાઓ હતી. ત્યારે વાત કરવાથી એના મનની વાત જાણ થઈ કે તે મનથી ખૂબ વ્યાકૂળ હતો. જમાનાને બદલાતા જોઈને એના મનમાં પોતાના કુટુંબની આવી સ્થિતિ પ્રત્યે અત્યારથી જ શંકાઓ હતી. પરંતુ જે હજુ બન્યું નથી તે અંગે વિચાર વિચારીને વર્તમાનમાં દુઃખી થવાનો કોઈ અર્થ નથી. આ વાત જયારે તેણે મને કહી ત્યારે તેના મનનું દુઃખ થોડું ઓછું થયું અને તે પોતાના ઘર પરિવારના લોકો સાથે લગ્નનો આનંદ અનુભવી શક્યો.

એકલતામાં ના જીવો

બધી અવસ્થાઓ પાર કરીને અવિનાશ એ અવસ્થામાં પહોંચી ગયો છે જે અવસ્થાનું અંતિમ ચરણ, ભગવતલીન અવસ્થા છે. આ અવસ્થા આવતાં સુધી અવિનાશે જીવનના અનેક ઉતાર - ચડાવ જોયાં છે. પ્રથમ અવસ્થામાં તો ભૌતિક સુખનું તો નામોનિશાન ન હતું. તો બીજી બાજુ હવે આવેલી વૃદ્ધાવસ્થામાં તો ભૌતિક સુખની ભરમાર છે, પરંતુ માનસિક સુખ નથી. અવસ્થા ભલે ગમે તે રહી હોય પરંતુ એક પ્રશ્ન અવિનાશના માનસપટ પર ચક્કર તો લગાવતો જ રહ્યો છે તે એ છે કે આખરે કોની સાથે વાત કરીએ, કદાચ આજ સ્થિતિ આપણા બધાં લોકોની છે. આંખોની નીચે અને મગજ પર દૈનિક ચર્ચાની એક એવી પટ્ટી બાંધેલી છે. કોઈપણ આ પ્રશ્ન વિશે ગંભીરતાથી વિચારતા પણ નથી. તો પછી સમાધાનની વાત તો દૂર જ છે.

અવિનાશને પોતાના બાળપણની યાદ આવે છે, જ્યારે તે નાનો હતો. સ્કૂલ પછી, રાત્રી ભોજન પછી તે પોતાના પિતાની રાહ જોતો હતો. પરંતુ પિતા એવા છે કે વ્યવસાયિક કાર્યોને સમાપ્ત કરીને રાત્રે મોડા ઘેર આવતા હતા. અને તે સમયે અવિનાશ સૂઈ જતો હતો. થોડો મોટો થયો તો અવિનાશ અને તેની ભૂખ કેવળ સ્વાદિષ્ટ પકવાનો સુધી જ સિમિત ન રહી. તેની ઇચ્છા થતી કે તેની મા સાથે વાત કરે. થોડી વિદ્યાલયની, તો થોડી મિત્રોની પરંતુ માને ક્યાં ફૂરસદ હતી. તેની કીટી પાર્ટીઓ અને સામાજિક કાર્યોમાંથી.

અવિનાશના લગ્નનો સમય પણ આવી ગયો. તેણે વિચાર્યું કે ચાલો હવે પત્નિ સાથે લાંબા સમય સુધી મનની વાત કરી શકશે. પરંતુ ઘરગૃહસ્થીના ચક્કરમાંથી અવિનાશને અને પત્નિને ક્યાં સમય હતો. મિત્રો સાથે વાત કરતો

તો કેવળ સ્વાર્થની. મોટાભાગના મિત્રો સ્વાર્થી હતા. અવિનાશના બાળકો પણ મોટા થતાં ચાલ્યા. અવિનાશને ચાલીસ વર્ષ વિતી ચૂક્યા હતા. અવિનાશ પાસે ફરી એ જ પ્રશ્ન. આખરે વાત કરે તો કોને કરે. બીજી વાત મોટા બાળકો સાથે અવિનાશ શું વાત કરે? એમની સાથે તો ડિસ્કોની, ડાન્સની, નવી ફિલ્મોની, નવા કપડાં અને નવા મ્યુઝીક સીસ્ટમની જ વાત થઈ શકે.

અવિનાશ હોય કે આપણે બધા સાથે એ જ સમસમ્યા છે કે આખરે આપણે કોની સાથે વાત કરીએ. પાછલા સપ્તાહ સવારે જ્યારે અવિનાશ ફરવા જઈ રહ્યો હતો ત્યારે તેને તેની સમસ્યાનું સમાધાન જાતે જ મળી ગયું અને એના જીવનનો માર્ગ જ બદલાઈ ગયો. અવિનાશે ફરતાં ફરતાં જોયું કે એક સરખી ઉંમરની મહિલા રેડિયો હાથમાં લઈને બહુ પ્રસન્નતાથી ભજન સાંભળી રહી હતી. બસ આ ઝલકે અવિનાશના પ્રશ્નોનો જવાબ આપી દીધો. આખરે કોની સાથે વાત કરીએ? અવિનાશ માટે આ પ્રશ્ન જ ન રહ્યો. તેણે મહિલાની એક ઝલકથી બધું મેળવી લીધું. આજે અવિનાશ સવારે ભજન – કિર્તનની કેસેટ દ્વારા કોની સાથે વાત કરીએનું સમાધાન મેળવી રહ્યો છે. બાકીના સમયમાં પોતાની સાથે પોતાની જ અંદર વસેલા ભગવાનની સાથે વાત કરીને આનંદ અનુભવી રહ્યો છે અને એ વાતને લગભગ ભૂલી જ ગયો છે કે કોની સાથે વાત કરીએ? અવિનાશની ઉપરોક્ત આપવિતિ આપણા બધાં માટે પ્રેરણાશ્રોત છે કે જીવનમાં જ્યારે કોઈ એવી તક આવે જ્યારે લાગે કે આખરે કોની સાથે વાત કરીએ તો આપણે ભગવાન સાથે વાત કરીએ, ભગવાનનું કિર્તન કરીએ અને ભગવાનના જ ભજન કિર્તન સાંભળીએ. આ વાતનું પાલન કરવાથી આપણને આ જીવનમાં ક્યારેય એવું નહીં લાગે કે આખરે કોની સાથે વાત કરીએ?

લોકદિખાઉ લગ્ન : એક અભિશાપ

ગયા વર્ષે મેં રૂપરેખા પત્રિકામાં સંઘ પવર્તિની સાધ્વી મંજુલાજીનું એક ચિંતન "મૈં (હું)" નાનો લેખ વાંચ્યો, એ ચિંતનમાં મંજુલાજીએ લોકદિખાઉ (લોકો સામે દેખાડો કરવો) લગ્ન વિશે ચર્ચા કરી છે. આ લેખમાં જે લખ્યું હતું તે આ પ્રકારે હતું :

અરૂણા આખી રાત ધ્રૂસકે-ધ્રૂસકે રડતી રહે છે પણ તેને સાંત્વના આપનાર કોઈ નથી. લગ્ન પછી પહેલી જ વાર તે સાસરીમાં આવી છે. હજુ એટલું સાહસ પણ એકઠું કરી શકી નથી કે પોતાની વ્યથા કોઈને પ્રગટ કરે. આખો દિવસ સજી ધજીને બેસી રહે છે. નણંદ, દીયર બધાં મશ્કરીઓ કરતાં રહે છે.

રાત્રે અરૂણા એકલી પડી જાય છે, ત્યારે એની એક નજર ઘડિયાળ પર જાય છે અને બીજી નજર રોહિતાશને શોધે છે. એવું કરતાં કરતાં રાતના એક-બે વાગી જાય છે. રોહિતાશનું કોઈ ઠેકાણું નથી. અરૂણા રડતી રડતી પડખાં ફેરવતી સૂઈ જાય છે તેને પોતાને પણ ખબર પડતી નથી.

સવારે સૂજેલી આંખો, મૂરઝાયેલો ચહેરો પોતે જ દર્શાવે છે કે આ નવોઢા કેટલી વ્યાકુળ છે છતાં પણ અરૂણાએ એક વર્ષ સુધી કોઈને પણ જાણ થવા દીધી નહીં કે તેની અંદર પણ અથાગ પીડા છે. વર્ષ પછી બિમાર પડતાં તેના શરીર અને મુરઝાતા ચહેરાના તેજે બધાને બધું જ જણાવી દીધું.

જણાવવાનું કોને? બધાંને રોહિતાશની આદતોની ખબર હતી. એ માતા-પિતા સાચે જ દુશ્મન હોય છે જે પોતાના દીકરાના લક્ષણો જાણવા હોવા છતાં પણ તેના લગ્ન કરીને એક છોકરીનું જીવન બરબાદ કરી નાખે છે. રોહિતાશના માતા – પિતા અને ભાઈ – બહેનને ખબર હતી કે તેને પહેલેથી જ એક છોકરી

88 *દિલની વાત કોને કહીએ અને કેવી રીતે*

સાથે અનૈતિક સંબંધ છે. તે આ લગ્ન માટે તૈયાર ન હતો. કુટુંબીજનોએ બળજબરીથી તેના લગ્ન અરૂણા સાથે કરી દીધા હતા.

અરૂણાએ જ્યારે પ્રત્યક્ષ રોહિતાશની ચાલ ચલગત જોઇ તો એકાદવાર ટકોર કરી પણ તેણે અરૂણાની જીભ એમ કહીને બંધ કરી દીધી કે મેં તો તારી સાથે દેખાવના લગ્ન કર્યા છે : મારા વાસ્તવિક લગ્ન તો પહેલેથી જ થઈ ગયા છે. બિચારી અરૂણા બોલે તો શું બોલે? કરે તો શું કરે?

કુટુંબીજનોએ વિચાર્યું કે જ્યારે લગ્ન કરાવી દઈશું તો રોહિતાશ પોતાની મેળે સાચા માર્ગે પાછો વળી જશે. પણ રોહિતાશ હવે વધારે નિરંકુશ થઈ ગયો હતો.

પતિની અણગમતી હોવાને કારણે અરૂણાની ધીરે ધીરે કુટુંબમાં પણ ઉપેક્ષિત થવા લાગી, સાસુ – સસરાની પહેલી ફરજ એ હતી કે રોહિતાશ માટે અરૂણાને લાવે જ નહીં. પછી પોતાના ખાનદાનની પ્રતિષ્ઠા જાળવવા રોહિતાશના અરૂણા સાથે દેખાવના લગ્ન કરાવ્યા તો પછી અરૂણાને પણ સંભાળતા. દીકરો ન માને એટલે તેને ઉપેક્ષિત કરી છોડી દેવી, કેટલો મોટો અન્યાય છે. જ્યારે પતિ, સાસુ – સસરા અરૂણાને અવગણતા હોય તો દીયર, જેઠ જેઠાણીને શું પડી હોય.

મનમાં ઘૂંટાવાને લીધે અરૂણાને મુર્છાવસ્થાના હુમલા આવવા લાગ્યા. સાસુ સસરાએ તેને એમ કહીને તેના માતા-પિતાના ઘેર મોકલી દીધી કે ત્યાં થોડું ખુલ્લુ વાતાવરણ મળશે તો તંદુરસ્તી સારી રહેશે.

પિયર મોકલી તો એવી મોકલી કે પછી ક્યારેય બોલાવી જ નહીં. અરૂણાના મા – બાપ બિચારા શું કરે, જે કાંઈ હતું તે અરૂણાના લગ્નમાં ખર્ચી નાખ્યું અને તે બધું તેની સાસરીમાં રહી ગયું. કોર્ટમાં લડવાની હિંમત નહીં. મા – બાપ ઘરડાં થઈ ગયાં. ભાઈ - ભાભી જીવનભર આ બોજને સહેવા તૈયાર નહીં. બિચારી અરૂણા કઈ આશાએ દિવસો વિતાવે. તેની પાસે શિક્ષણની કોઈ ડીગ્રી પણ નહીં કે ક્યાંક નોકરી કરી લે.

આવા અભિશાપિત જીવનથી કંટાળીને કોઈ આત્મહત્યાની વાત વિચારે તો કોઈ આશ્ચર્ય નહીં. પરંતુ અરૂણાએ સંતો પાસેથી સાંભળેલું કે પરિસ્થિતિઓથી ગભરાઈને આત્મહત્યા કરવી ઘોર પાપ છે. અને તેનાથી આગળની ગતિ બગડે છે. તેથી તે આત્મહત્યાની હિંમત પણ કેળવી શકી નહીં.

આખરે અરૂણા મન મારીને ગુંગળામણ ભરેલું જીવન જીવવા લાગી. તેની સાપે છછૂંદર ગળ્યા જેવી સ્થિતિ થઈ ગઈ. ન જીવી શકતી હતી ન મરી શકતી

હતી. પોતાની લાડલીની આખી સ્થિતિ જોઈને મા – બાપ પણ વધુ ન જીવી શક્યા. ભાઈ - ભાભીનો ધુત્કાર આખો દિવસ સહન કરતી અરૂણા કૂતરાથી પણ બદતર જીવન જીવવા મજબૂર થઈ ગઈ.

અંતે, સાધ્વી મંજુલાજીએ પોતાની વાત પૂરી કરતાં લખ્યું કે, માનવ સમાજ અબુધતાને ત્યાગીને રોહિતાશ – અરૂણાના પ્રસંગમાંથી ત્વરિત સમજણ પ્રાપ્ત કરીને કૌટુંબિક તથા સામાજિક ક્ષેત્રમાં સમરસતા નિર્માણ કરવા સંયમ, સત્કર્મ, સ્નેહ, ભાગવત, શ્રદ્ધા, વિશ્વાસ તથા માનવતા વગેરે માનવ ધર્મના ઉત્કૃષ્ઠ લક્ષણો અપનાવતા વ્યક્તિ ખુશહાલી પ્રાપ્ત કરીને પ્રભુની આશીષના ભાગીદાર બને. જે આત્મ આસ્થાનો માર્ગ છે. તેથી તમે અને અમે પણ જીવનના દરેક પડાવ પર શાંતિથી જોઈએ તો આપણે જોઈશું કે એક નહીં, બે નહીં, ઘણા બધાં જીવનમાં એવા પડાવ આવશે જેમાં મનની વાત કરવા આપણે સક્ષમ નથી. પરંતુ એ અવસ્થામાં તણાવ આવ્યા વગર આપણે પ્રભુનો આશીર્વાદ લઈને પોતાના દૈનિક જીવનનો નિર્વાહ કરતા રહીએ ત્યારે જીવન કંઈક સારું ગુજારી શકીશું.

દરેક હાસ્ય સુંદર નથી હોતું

ઓફિસમાં જે પ્રકારે કાર્ય ચાલે છે તેનાથી પણ અનેક વાતો એવી આવે છે કે રોજીંદા જીવનમાં જ્યારે તમે ઓફિસમાં ચાલતી વાતોનો ઉલ્લેખ કોઈને કરી શકતા નથી. કરીએ તો કોને કરીએ? આ બધાંની સમસ્યા છે. ઘણીવાર જોવામાં આવ્યું છે કે ઓફિસમાં ટાંગ ખેંચનારા અનેક લોકો, તમારી ઈર્ષ્યા કરનારી અનેક વ્યક્તિ. તમે વધારે કામ કરો છો તેનાથી પણ નારાજ લોકો અને એવામાં તમારા મનમાં કોઈ વાત, કોઈ વિચાર આવે તો કોને કહો? ખબર નહીં જ્યારે તમે સવારે ઓફિસમાં જાવ છો ત્યારે દશ – વીસ વ્યક્તિ હેલ્લો કરે છે, તમારી તરફ ખોટું હાસ્ય ફેંકે છે. પરંતુ હકીકતમાં તે છે કૃત્રિમ હાસ્ય અને આ લોકોની વચ્ચે મનમાં ગુંગળામણ અનુભવતા તમે કાર્ય કરો છો એવામાં જો પોતાનું કોઈ મળી જાય, જેની સાથે તમે બેઘડી સારી વાતો થાય તો તમારું મન હળવું થાય છે. પરંતુ શું કરીએ, કોને સંભળાવીએ પોતાના મનની વાત. આજ તો છે જીવનનું સૌથી મોટું કડવું સત્ય.

પાછલા સમયમાં એક મેનેજમેન્ટ ઇન્સ્ટીટ્યૂટ માટે હું સેમીનાર કરવા ગયો હતો. મારા સેમિનારનો વિષય હતો 'લખપતિમાંથી કરોડપતિ કેવી રીતે બનવું?' એ આયોજનને સફળ બનાવવામાં એ મેનેજમેન્ટ સ્કૂલની એક જુનિયર કર્મચારી કુમારી દીપાનું સૌથી મોટું યોગદાન હતું. પાછલા ત્રણ મહીનાથી દીપા મારા આવવા જવા વિશે પૂર્ણ તૈયારી કરી રહી હતી. દરેક અઠવાડિયે મારી સાથે ફોન પર વાત કરતી. ટ્રેનની ટિકીટ, રહેવાની વ્યવસ્થા, પાવર પોઈન્ટ, પ્રેઝન્ટેશન વગેરે વિશે નાની – મોટી બધી વાતો પર ચર્ચા કરીને એણે કાર્યક્રમને સફળ બનાવવાની વ્યવસ્થા કરી રાખી હતી. એ જ રીતે દીપાએ તે શહેરમાં પ્રેસ,

ટીવી, ન્યૂઝ ચેનલ વગેરે સાથે સંપર્ક કરીને કાર્યક્રમની વ્યવસ્થા કરી લીધી. કાર્ડ સમયસર મોકલી અપાયાં. શહેરના જાણીતા વ્યક્તિઓને ફોન કરી દેવામાં આવ્યા. એમને આવવા માટે કહેવામાં આવ્યું, અનુરોધ કરી દેવામાં આવ્યો. જ્યારે હું વિમાન મથકે પહોંચ્યો તો દીપાએ વ્યવસ્થા કરીને કોઈપણ મુશ્કેલીઓ વગર હું વિમાન મથકેથી સીધો હોટલ પહોંચી જાઉં અને જ્યારે કાર્યક્રમ શરૂ થયો અને મેં પૂછ્યું કે દીપા ક્યાં છે, તો મેં જોયું કે દીપા એક ખૂણામાં હૉલની અંતિમ પંક્તિમાં ચૂપચાપ બેઠી છે. તણાવથી તેનો ચહેરો કાળો પડી ગયો હતો. દીપાએ મને કશું જણાવ્યું નહીં પણ જે રીતે કાર્યક્રમનું આયોજન હતું. હું સમજી ગયો કે દીપાએ બધી વ્યવસ્થા કરી હતી પણ એ સંસ્થાની એક પણ વ્યક્તિ એવી ન હતી જે દીપાના કાર્યોની પ્રશંસા કરે અને ન તો દીપાને દીપ પ્રજવલન તથા અન્ય કાર્યક્રમમાં સામેલ કરે.

જો તમે દીપાની જગ્યાએ હોત તો ચોક્કસ તમારું મન પણ કુંઠિત થઈ જાત. પરંતુ આખરે કહે તો કોને કહે મનની વાત, પ્રોગ્રામ સમાપ્ત થઈ ગયો. બધાં લોકો ઘેર જવા લાગ્યા. દીપા અને તેની સહયોગી મને અંતમાં મળ્યા, પ્રણામ કર્યા, વાતો વાતોમાં મેં દીપાનો ચહેરો વાંચી લીધો અને કહ્યું કે, દીપા હું સમજી ગયો છું તમારા મનની વાત. પરંતુ આ તો વાસ્તવિક જીવનનું કડવું સત્ય છે અને તેને સહન કરવું જ પડશે. મારી આટલી વાત સાંભળીને દીપાને થોડી પ્રસન્નતા થઈ અને તેને લાગ્યું કે ઓછામાં ઓછું કોઈ એક વ્યક્તિ તો છે જેણે તેના મનની વાત બોલ્યા વગર સમજી લીધી.

સ્કૂલ વગેરેમાં આપણે જોઈએ છીએ કે ત્યાં જે નવી અધ્યાપિકાઓની નિમણૂંક કરાય છે. તેઓ બધું કામ તો કરે છે પણ કોઈ વિશેષ આયોજનના અવસરે જ્યારે મોટી મોટી જાણીતી વ્યક્તિઓ આવે છે ત્યારે તેમના કાર્યને તેમના દ્વારા સંપન્ન કરે છે તે જણાવવાતું નથી. આવામાં તેમને ગુંગળામણ થાય છે. તેમને લાગે છે કે અમે જે કામ કર્યું છે તેની સાચી કદર તો થવી જોઈએ. જો તમારા જીવનમાં પણ આ રીતની વાતો આવે છે. જ્યારે તમે દિલ લગાવીને કામ કરો છો, અને તમારી વાત સાંભળનાર કોઈ નથી અને અંતે તમને હાંસિયામાં ધકેલી દેવાય છે અને જેઓએ કામ નથી કર્યું તેઓ શાબાશી મેળવે છે તો મનમાં દુઃખ થશે જ. પરંતુ તમે આવી સ્થિતિમાં દુઃખી ન થાવ પણ કેવળ એ જ વિચારો કે મારી સાથે જ આવું કેમ થયું નથી, બીજાઓ સાથે પણ આવું જ થાય છે.

92 દિલની વાત કોને કહીએ અને કેવી રીતે

આવી નાની – મોટી વાતો પર જો તમે દુઃખી થશો તો તમારી કાર્યદક્ષતામાં અવરોધ આવશે અને તમારી કુશળ કાર્ય કરવાની પ્રતિભા પ્રતિદિન ઓછી થતી જશે. એ જ પ્રકારે આપણે જોઈએ છીએ કે હોસ્પીટલમાં ઑપરેશન થાય છે. પ્રખ્યાત મોટા ડૉક્ટર સાહેબ ઓપરેશન સમયે બેઠાં બેઠાં ચ્હા પીએ છે અને જુનિયર ડૉક્ટરની ટીમ ઑપરેશન કરે છે અને અંતે બહાર નીકળીને મોટા ડૉક્ટર સાહેબ કુટુંબીજનોને જણાવે છે કે બધું બરાબર થઈ ગયું. કુટુંબીજનો મોટા ડૉક્ટર સાહેબ ઉપર ધન્યવાદનો વર્ષાદ વર્ષાવે છે પણ ટીમમાં સામેલ બધાં નાના ડૉક્ટરોની તરફ જોવાવાળુ કોઈ નથી. જો મનની વાત પૂછો તો આ બિચારા નાના ડૉક્ટરો કોઈને જણાવી પણ શકતા નથી કે ઓપરેશનમાં બધું યોગદાન અમે આપ્યું. પરંતુ અમને પ્રેમથી બે શબ્દો કહેવાવાળું કોઈ નથી. જીવનની આ હકીકતને સમજો.

એ જ પ્રકારે સ્કૂલોમાં એ પણ જોવામાં આવ્યું છે કે ખાસ કરીને નાના બાળકોના વર્ગમાં જે નવી શિક્ષિકા આવે છે તેની પાસે ઘણું કામ કરાવાય છે. નાના – મોટા ઘણા કામ ભલે ફોટા વેચવાના, ભલે કપડાં કે પુસ્તકો બાળકોને વેચવાના અન્ય કામ એમને સોંપવામા આવે છે અને જ્યારે સ્કૂલમાં મહેમાન આવે છે ત્યારે એમની સામે નાસ્તો પીરસવાનું કામ સુદ્ધાં આ શિક્ષિકાઓને સોંપાય છે. બહુ હળવા વાતાવરમાં તે બધાં કામ કરતી દેખાય છે પણ એના મનમાં એક ગુંગળામણ અનુભવે છે. ઘણીવાર એમ લાગે છે કે આપણે આવું શા માટે કરીએ જે આપણે કરવું જરૂરી નથી. એક વારે એક સ્કૂલમાં મેં જોયું કે પ્રિન્સીપાલની ઓફિસમાં હું અને મારો એક મિત્ર જે બહુ ધનવાન છે કોઈ કામ અનુસાર એમની સ્કૂલમાં ગયા હતા. તો જોઈને નવાઈ પામ્યા કે ઓછામાં ઓછી અડધો ડઝન શિક્ષિકાઓને અમારા સ્વાગત માટે રાખવામાં આવી હતી. દરેક શિક્ષિકા કોઈ નાસ્તો લાવતી, કોઈ ચ્હા લાવતી, કોઈ પાણીનો ગ્લાસ લાવતી અને અંતે તેમણે અમારી પ્લેટો પણ ઉઠાવી. એમના ચહેરા પર હાસ્ય દેખાતુ હતું. પણ તેઓ જ્યારે જતી હતી ત્યારે તેમના નાક અને મ્હોં મચકોડતા દેખાતા હતા. અને લાગતું હતું કે ખરેખર તેઓ તો દુઃખી છે. આવામાં તેમના દુઃખની ચર્ચા જો તેઓ કોઈ સાથે કરી શકત તોપણ તેમના મનમાં શાંતિ થાત. પરંતુ શું કરે, કોઈને કહી શકતા નથી. ડર લાગે છે કે એમને ક્યાંક નોકરીમાંથી કાઢી ન મૂકે. એટલે જે કામ તેમના નથી તે પણ તેમણે કરવા પડે છે.

ચિંતન કરો, ચિંતા નહીં

આશરે ૨૦ વર્ષ પહેલાંની આ વાત છે. જ્યારે અમે કલકત્તામાં રહેતા હતા. ત્યાં અમારા કૌટુંબિક મિત્રો રહેતા હતા. એ સમયે તેમની ઉંમર લગભગ ૫૦ વર્ષની હતી. એમના ત્રણ દીકરા અને બે દીકરીઓ હતી. બે દીકરા અને એક દીકરીના લગ્ન થઈ ગયા હતાં. સુખી કુટુંબ હતું. અલીપુરના વિસ્તારમાં ચાર માળના ભવ્ય મકાનમાં રહેતા હતા. એક દિવસ એ મિત્રએ મારા પિતાને એમના મનની એક વાત જણાવી. જેનાથી તેઓ બહુ દુ:ખી હતા. એમણે પિતાજીને એ જણાવ્યું કે, જુઓ મારા ત્રણ દીકરા અને બે દીકરીઓ છે, બધાં સુખી છે, બધાં શિક્ષિત છે, બધા ઉપર પ્રભુની કૃપા છે, બધાને બાળકો પણ છે. પરંતુ મને દુ:ખ એ સમયે થયું જ્યારે મને જાણ થઈ કે ત્રણ દીકરામાંથી બે દીકરા અને બે દીકરીઓએ મળીને મારા ઘરના બગીચામાં એ ચર્ચા શરૂ કરી કે આપણા પિતાજીના મૃત્યુ પછી આ મકાન કોને મળશે, આમ તો આજના જમાનામાં આ રીતની ચર્ચા ભાઈ- બહેનોમાં ક્યાંય થઈ રહી છે તો આપણે પણ કોઈ એને ખોટી નહીં કહીએ. પરંતુ વાત આજથી ૨૦ વર્ષ જુની છે.

દીકરા – દીકરીઓ પાસે પણ અખૂટ સંપત્તિ છતાં પણ તેઓએ વિચારતા રહે છે કે પિતાજીના મૃત્યુ પછી આ મકાન કોને મળશે, તો આવી વાત જાણીને પિતાને કેટલું દુ:ખ થશે. આગળ એમણે મારા પિતાજીને કહ્યું કે, લખોટિયા સાહેબ મારી ઉંમર હજુ ૫૦ વર્ષ છે. બધાંને ઘણા રૂપિયા આપ્યા છે છતાં બધાંની નજર મારા મકાન પર છે. એ ન વિચાર્યું કે મારી સાથે મારી પત્નિ છે, જેનો મારે વિચાર કરવાનો છે અને આ બાળકોને કેવળ પોતાના માટે સંપત્તિ મળે એ વિશે જ વિચારવું છે. પૈસા વિશે આપણા કુટુંબમાં સમયાંતરે આવી ઘણી વાતો થાય છે

જેના કારણે આપણું મન ખિન્ન થાય છે.જ્યારે એ જ વિચારવું જોઈએ કે હું જે પરિસ્થિતિમાં રહું છું તેમાં પ્રસન્ન રહું, ખુશ રહું અને જે વિચાર આવી ગયો જો કોઈને જણાવી શકું તો જણાવી દઉં અને જો ન જણાવી શકું તો કેવળ પ્રભુની સમક્ષ આંખો ખોલીને એમની સમક્ષ પોતાના મનની વાત વહેલી શરૂ કરી દઉં.આખી દુનિયામાં કેવળ એ જ એક છે જે તમારા મનની વાત કોઈ ખચકાટ વગર સાંભળશે, સાંભળતા જ રહેશે. જ્યાં સુધી તમે સંભળાવશો. તેથી જ્યારે પણ આવું મનમાં આવે કે મારી વાત સાંભળનાર કોઈ નથી તો મારે તો પોતાની મેળે પ્રભુજીની સામે નજર મેળવીને બેસો. જુઓ, ભલે તેમની સામે રડો, હસો જે ગમે તે કરો અને પોતાના મનની વાત એમને કરો. આ વાત અજૂગતી લાગશે પરંતુ સાચું એ છે કે આ પ્રક્રિયાને જો તમે અપનાવશો તો આવનારા સમયમાં માનવ જીવન ઓછું તકલીફકારક નજર આવશે અને મનને થોડી શાંતિ મળશે. રૂપિયા પૈસા વિશે ઘણી એવી વાતો થાય છે જે તમે કુટુંબમાં કરી શકતા નથી અને મનમાં ને મનમાં ઘૂંટાયા કરો છો.

ઘણીવાર એવું બને છે કે તમે પોતાના માટે ઓછું ખર્ચ કરો છો અને કુટુંબના લોકો ખોટો ખર્ચો કરતાં રહે છે. તમારી ઈચ્છા થાય છે કે હું તમને સમજાવું, એમને કહું, પણ જ્યારે કહેવાની વાત આવે છે તો તમારા મનમાં અજીબ ડર આવી જાય છે અને તમે કોઈને કાંઈ કહી શકતા નથી. કેવળ મનોમન ઘૂંટાયા કરો છો. ઘણીવાર તમે એ પણ જુઓ છો કે એક વસ્તુ ચાર દુકાન ફરીને તમે સસ્તામાં લઈ આવ્યા ઘર માટે અને એ જ વસ્તુ મોંઘી લઈ આવ્યા ભાવ – તાલ કર્યા વગર. આવામાં તમને ગુસ્સો પણ આવે છે, ઘણીવાર મન ખિન્ન થાય છે, પણ તમે કશું બોલી શકતા નથી. બલ્કે જે સામાન તમારા કુટુંબના સભ્ય મોંઘો લાવ્યા તો પોતાની વાતને સાબિત કરવા માટે ત્યાં સુધી કહી દે છે કે જે સામાન તમે લાવ્યા તે ડુપ્લીકેટ હશે, અમે તો અસલી જ લાવ્યાં છીએ, આવી વાતો જ્યારે તમે સાંભળો છો તો જડબાતોડ જવાબ આપવા માંગો છો પણ આપી શકતાં નથી. એ જ પ્રકારે જ્યારે ખર્ચા વિશે તમે જુઓ છો કે કુટુંબના બધા સભ્યો એટલે વડીલ વ્યક્તિ દ્વારા કરાતા ખર્ચા વિશે પાંચ - દશ સવાલ કરે છે. કુટુંબના સભ્યો ઘણીવાર ટકોર પણ કરે છે બાબુજી, દાદાજી તમે આ ફાલતુ ખર્ચો કેમ વધારો છો? તમારે કશી જરૂર નથી. આવામાં તમારા મનમાં ઠેસ પહોંચે છે અને મનમાં વિચાર આવી જાય છે કે હજુ તો હું કામ કરી રહ્યો છું, હજુ હું તંદુરસ્ત છું,

હજુ હું કમાણી કરું છું છતાં મારા પોતાના જ ઘરમાં આ પ્રકારની વાત સાંભળવી પડે છે. ઘણીવાર તો આ પ્રકારના વાતાવરણમાં સમસ્યા વધારે ગંભીર બની જાય છે. મને યાદ છે લગભગ ૪૦ વર્ષ પહેલાં જ્યારે અમે કલકત્તામાં રહેતા હતા, ત્યાં અમારા એક ક્લાયંટ સાંજે લગભગ છ વાગે પોતાના ઘરેથી ડ્રાઈવર અને ગાડી લઈને ગંગા નદીના કિનારે હાવડા તરફ ચાલ્યા ગયા. ડ્રાઈવરને કહ્યું હમણા આવું છું. આજે ૪૦ વર્ષ વિતી ગયા પણ તેઓ હજુ સુધી ઘેર પહોંચ્યા નથી. આખરે કયા કારણે? કારણ, કુટુંબીજનોને પણ ખબર નથી. પણ કેમ કે તે મારા ક્લાયંટ હતા એમની વાતોથી હું પરિચિત હતો તો મને એ લાગે છે તે સજ્જન ઘરમાં કોઈ કડવી વાત સાંભળવાને કારણે તેને સહન કરી શક્યાં નહીં હોય એટલે ઘર છોડીને ક્યાંક ચાલ્યા ગયા. તમારા જીવનમાં આ પ્રકારની ઘણી વાતો આવશે, જ્યારે તમે અનુભવશો કે કુટુંબના સભ્યો તમારી પસંદગી પર ખુશ થતા નથી, તમારા વિચારો સાથે સહમત નથી, તેવામાં શું કરવું, શું પોતાને સુધારે કે કુટુંબીજનોને સુધારે, સાચું તો એ છે કે કુટુંબીજનો તો સુધરશે નહીં પોતાને સુધારી લો. ત્યારે જ જીવનમાં શાંતિ અને આનંદ હશે.

લગભગ પંદર વર્ષ પહેલાં હું અને મારા પિતાજી ચેન્નઈમાં એક સેમિનાર કરવા ગયા હતા. પાંચ તારક હોટલ પાર્કમાં અમે ઉતર્યા હતા. તેની સામે છે ચેન્નઈની પ્રખ્યાત ભવ્ય ક્લબ, બૉટ ક્લબ. એક દિવસ એક વ્યક્તિ સાથે ચર્ચા થઈ રહી હતી તો બહુ દર્દભર્યા વાતાવરણમાં એણે જણાવ્યું કે એમના આઘાત લાગ્યો જ્યારે એમના દીકરાએ જણાવ્યું કે, પિતાજી તમારી ઉંમર ૬૦ વર્ષની થઈ ગઈ છે હવે તમે હવે ક્લબમાં જઈને શા માટે પૈસા બરબાદ કરો છો? ક્લબમાં તો અમારા જેવી નવી પેઢીએ જવું જોઈએ. અમે ત્યાં જઈને આનંદ પ્રમોદ કરીશું અને સાથે વેપાર વધારવાના કાર્યને આગળ વધારીશું. પરંતુ આ ઉંમરે તમારે જવાની જરૂર નથી. સાથે-સાથે બાળકોએ એ પણ જણાવી દીધું કે, પિતાજી તમારી પાસે તો ઘણો સમય છે અને ઘરથી ક્લબ માત્ર ત્રણ કિલોમીટર દૂર છે તો પછી શા માટે ક્લબમાં જતી વખતે ચાલતાં જ જાવ અને ચાલતા પાછા આવો. ફરવાનું પણ રહેશે અને તંદુરસ્તી પણ સારી રહેશે. ઘરમાં ૪- ૫ ગાડી અને આવી વાતો સાંભળવા મળે તો કેવું લાગે જરા કલ્પના કરો અને આ વાત આપણાં જીવનમાં બની જાય અને આપણે તેને જણાવી ન શકીએ તો કેવું લાગશે, ચોક્કસ ખરાબ લાગશે, સારું નહીં લાગે, આપણું મન દુઃખી થશે તેમાં કોઈ શંકા નથી પરંતુ જો

આપણે કોઈને આપણા મનની વાત જણાવી શકતાં નથી તો મન વધારે દુઃખી થઈ જાય છે. અને પ્રત્યેક ક્ષણ તણાવગ્રસ્ત રહે છે. આવામાં ઓછામાં ઓછું કે બે મિત્રો એવા શોધો જેથી તેમને જો તમે તમારા મનની વાત થોડીક પણ જણાવી શકો તો તમને રાહત થશે. બની શકે તો તમે આવામાં વૃદ્ધોની સંસ્થાના સભ્યો બનો જ્યાં પરસ્પર સંસ્થાના સભ્યો મળે અને આપસી ચર્ચા કરે જેથી તેમને પોતાના મનની વાત કહેવાની સમસ્યા ન રહે.

વેપાર અને વ્યવસાય કરતાં કુટુંબોમાં બીજી અનેક પ્રકારની સમસ્યાઓ ઉત્પન્ન થાય છે. ખાસ કરીને વધતી ઉંમરના કારણ. જો તમે કારોબાર ઓછો સંભાળો છો, દીકરા પૌત્રને આપી દીધો છે. કારોબાર પણ હૃદયને આંચકો આપે ત્યારે લાગે છે જ્યારે તમને જાણ થાય છે કે કાર્યાલયના જે ભવ્ય કક્ષમાં તમે બેસતા હતાં ત્યાંથી તેને ખસેડીને તમારી સીટ એક ખૂબ નાના ઓરડામાં ખસેડી દેવામાં આવી છે અને તમારા દીકરા કે પૌત્ર મોટા ઓરડામાં બેસી જાય છે, આવામાં હૃદય પીડાય છે. મનમાં થાય છે કે શું છે મારી ઈજ્જત મારા જ કાર્યાલયમાં. મનમાં એમ પણ થાય છે કે મને મળનારા ક્યારેક આવશે, મારા કર્મચારી મને જોશે. તેમની સામે હું પોતાને કેટલો હલ્કો અનુભવ કરીશ. આવા વિચાર જ્યારે મનમાં આવે છે તો ચોક્કસ મન ખિન્ન થયું સ્વાભાવિક છે. પરંતુ ઉપરોક્ત લખેલી વાતો કેવળ દૃષ્ટાંત માત્ર છે. કેમ કે વાસ્તવિક જીવનમાં એક નહીં અનેક એવા દૃષ્ટાંત તમને જોવા મળશે જ્યારે તમે અનુભવશો કે કામ ધંધામાં રહેનારા વ્યક્તિઓને કેટલી કડવી વાતો સાંભળવી પડે છે. પોતાની ભૂલ વગર અને એવામાં દિલ દુઃખવું સ્વાભાવિક છે.

એ જ પ્રમાણે ઘણીવાર એ પણ જોવા મળે છે કે સમૃદ્ધ કુટુંબોમાં નવી ગાડી ખરીદવાની વાત થાય છે તો વૃદ્ધોને જરા પણ પૂછવામાં આવતું નથી અને નવી પેઢી પોતાને માટે કેવળ નવી મોંઘી અને આધુનિક ગાડીઓ ખરીદતા રહે છે. ગાડીઓ ખરીદવામાં કોઈ સમસ્યા નથી, પણ જો આવામાં ઘરના વડીલોને પણ થોડું ઘણું પૂછી લેવામાં આવે તો એમના મનમાં ખુશીઓ છલકાઈ જાત. આ વાત પણ કોઈની સાથે ચર્ચા કરવાની તમારી ઈચ્છા થાય છે, પણ તેમ કરી શકતા નથી. વિચારો છો કોને કહું હું મારા મનની વાત.

તમારી ઈચ્છા દાન – ધર્મ કરવાની છે અથવા સામાજિક સંસ્થાઓમાં જ્યાં તમે જોડાયેલા છો ત્યાં સેવાના કાર્યમાં અથવા સમાજના કાર્યમાં તમે દાન

આપવાની પ્રબળ ઇચ્છા રાખો છો. પરંતુ જ્યારે દાન આપવાની વાત સામે આવે છે તો સાંભળતા જ તમારા ચહેરા પર ખિન્નતા છવાઈ જાય છે. આંખો સામે અંધારૂં છવાઈ જાય છે કેમ કે તમારા મનમાં એમ લાગે છે કે ક્યાંક દાનની વાત ઉઠાવી તો ઘરમાં ક્લેશ ન થઈ જાય, બાળકો બોલવા ન લાગે કે પિતાજી આટલા પૈસા દાનમાં કેમ ખર્ચ કરી રહ્યાં છો. આવામાં પણ તમે તમારા મનની વાત કોઈને કહી શકતા નથી. પરંતુ જો તમે ઇચ્છો છો આનો એક સાચો અને સીધો ઉત્તર. તમે એવું કરો કે તમે તમારા કુટુંબમાં એક ટ્રસ્ટની સ્થાપના કરો અને એમાં થોડી રકમ મૂકી દો અને ધીરે ધીરે તમારી ઇચ્છા થાય તેમ એ રકમમાંથી દાન આપતા રહો. ન કુટુંબને રોજે રોજ પૂછવાનું અને ન તો કુટુંબીજનોનો ગુસ્સો, અને ન તમારામાં મનમાં અશાંતિ. આ નાના પગલાંથી તમારા મનમાં શાંતિ મળી શકે છે.

વ્યવસાય સંબંધિત કાર્યના કારણે તમે વ્યસ્ત રહેતા હશો અને એવામાં ઘણીવાર એવી ઘટનાઓ બને છે જેને તમે કોઈને કહી શકતા નથી. એક વ્યવસાયીના ઘરમાં આયકર વિભાગમાંથી એક નોટીસ આવી તેમની ભાગીદારી સંસ્થા વિશે. એ તો સર્વવિદિત છે કે આયકર વિભાગની નોટીસ આવે તો ભલ ભલાના હોશ ઊડી જાય છે. આ સજ્જન પણ તણાવમાં આવી ગયા. તેઓ રાત્રે વકીલના ઘેર ગયા. ઇન્કમટેક્ષનો કાગળ બતાવતા ઘણું મોડું થઈ ગયું. રાત્રે ૧૨:૩૦ વાગે ઘેર આવ્યા. આવતાં જ પત્નિને કહ્યું કે મને ગેસ થયો છે. લીંબુ, મધ પાણી બનાવીને મને આપી દે. પત્નિએ પતિનો અવાજ સાંભળતાં જ બૂમો પાડતાં કહ્યું તમને રાત્રે ૧૨ વાગે આવવાની ફૂરસદ મળી પણ રાતે ૧૨ વાગે હું કશું પણ કરી શકતી નથી. રાતે ૧૨ વાગે હું સૂઈ જાઉં કે તમારું ધ્યાન રાખતી રહું. લગાતાર પતિએ નમ્ર શબ્દોમાં કહ્યું કે જો લીંબુ નથી તો કાંઈ નહીં એક કપ ગરમ દૂધ જ આપી દે તો હું સૂઈ જાઉં.

પત્નિનો ગુસ્સો ભડકી ઉઠ્યા બિચારો પતિ પોતાના મનમાં એ વિચારી રહ્યો હતો કે રાતના સાડા બાર સુધી તો હું દફતરનું જ કામ કરી રહ્યો હતો. ઘેર આવીને આશા હતી કે પત્નિ પૂછશે કે મોડા કેમ આવ્યાં, ખાવાનું ગરમ કરી લાવું છું. ખાવાનું નહીં પરંતુ મેં તો માગ્યું હતું કેવળ લીંબુ પાણી કે ગરમ દૂધ અને તે પણ નહીં મળ્યું. આ નાની વાત પોતાના મનની તો કોને કહે, રડતાં રડતાં પત્નિ દૂધ ગરમ કરી લાવી પણ દૂધ પણ પૂરતું ગરમ ન હતું. ઠંડીનો સમય હતો. રાતના સાડા બાર વાગ્યા હતા. પતિએ આગળ વિચાર્યું હતું કે કેવળ એક કપ દૂધ પીને સૂઈ જઈશ. તો પેટ ખાલી નહીં લાગે. પરંતુ પત્નિ દૂધ પણ અડધું ગરમ

કરીને લાવી. પતિદેવ પીવા લાગ્યા તો તેમને ગુસ્સો આવ્યો હતો કે એકવાર ઈચ્છા થઈ કે ગરમ દૂધ પત્નિના મ્હોં ઉપર મારું કેમ કે દૂધ ગરમ હતું જ નહીં, જમવાનું પૂછવાની વાત જ છોડો. પણ કોઈક રીતે ચૂપચાપ તે દૂધ પી ગયા અને દૂધની સાથે પોતાના ગુસ્સાને પણ પી ગયા. ગરજતાં પત્નિએ કહ્યું કે જ્યારે તમે લેટ થઈ ગયા હતા તો પહેલાં ફોન કેમ કરી દીધો નહીં. પતિએ આખરે કહ્યું કે મારો ફોન ખરાબ હતો. હું ફોન કેવી રીતે કરત અને મને તો ખબર જ ન હતી કે હું આટલો સમય કામમાં લાગી જઈશ. આવા સંજોગોમાં જો તમે અને અમે પણ હોત તો આશા તો એ જ હોત કે આપણી પત્નિ આપણી સાથે આત્મિયતા સાથે વર્તે, હમદર્દીથી વર્તે, મુશ્કેલીને સમજે અને સાંભળે. પરંતુ આ વાત કોને કહીએ?

આ જાતની ઘટનાઓ જ્યારે જીવનમાં બને છે તો ઘણીવાર મનમાં આ પ્રશ્ન ઊઠે છે કે આખરે શા માટે વધારે કામ કરતો રહું ? ખાસ કરીને એવી વ્યક્તિઓના મનમાં ઊઠે છે જે કુટુંબ માટે લગાતાર કામમાં જ ગુંથાયેલા રહે છે. એમના મનમાં પણ આ પ્રશ્ન આવી જાય છે કે પાછલા ૩૦ – ૪૦ વર્ષો સુધી મેં કુટુંબ માટે તનતોડ કામ કર્યું છે હવે હું ઈચ્છું છું કે કુટુંબના બાકીના સભ્યો વધારે કામ કરે. આવા વિચારો મનમાં વારંવાર આવે છે અને આવા વિચારો કોઈની સાથે ચર્ચશો નહીં તો મનમાં તણાવ આવી જાય છે. આ પ્રકારના વાતાવરણમાં આપણી ઈચ્છા શું છે, એ ઈચ્છાને સાંભળનાર કોઈ નથી. આ જીવનની હકીકત છે, વાસ્તવિકતા છે, એક નહીં લાખો લોકો છે જેમની એક જ સરખી આ જ મુશ્કેલી, એવામાં શું કરે? એક રીત જે તમે અપનાવતા હશો તે છે દુ:ખી રહેવાની, તે છે તણાવગ્રસ્ત રહેવાનું અને બીજી બાજુ બીજી રીતે એ પણ છે કે તમે તમારા મનને નિર્મળ બનાવી રાખો. ચિંતન કરો ચિંતા નહીં.

જે લોકોની ઉંમર ૫૦ પાર કરી ચૂકી છે એ લોકોએ એ વાત સમજી લેવી જોઈએ કે હવે સમય આવી ગયો છે જ્યારે તમે તમારા જીવનને એક સારી શૈલીમાં ઢાળવાનું શરૂ કરો. જે વિતી ગયું તે વિતી ગયું. એની ચિંતા ન કરો. પરંતુ આજે નવેસરથી તમારા જીવનની શરુઆત કરો અને એ પ્રકારે શરૂ કરો કે તમારું જીવન લક્ષ્યસાધક હોય. સમગ્ર જીવનનો અર્થ છે કે તમે કામ કરો, આનંદ કરો. તમે આનંદથી કુટુંબ સાથે રહો. તમે પ્રત્યેક ક્ષણ આનંદમાં ગાળો. આવું ત્યારે શક્ય બનશે જ્યારે તમે તમારા જીવન નૈયાની અંદર થોડું પરિવર્તન લાવશો અને નકારાત્મક પ્રશ્નો દૂર કરી જીવન જીવવા સંપૂર્ણ હકારાત્મક અભિગમ અપનાવતા રહો.

પરાજિત બનીને ના રહો

વાત પાછલા અઠવાડિયાની છે. એક દિવસ ફોન આવ્યો એક સજ્જન દિલિપ સિંહનો. એમણે મને ફોન પર જણાવ્યું કે તેઓ વસીયતના બારામાં મને મળવા માગે છે. મેં એ સજ્જનને આ સંબંધમાં અમારો કંસલ્ટેશન ચાર્જ છે તે જણાવી દીધો. તે પછી આભાર માનીને એમણે વાત પૂરી કરી. ત્રણ દિવસ પછી ફરી એમનો ફોન આવ્યો. હું તેમના લથડતા અવાજથી સમજી ગયો કે તે આજ વ્યક્તિ છે. ફરી તેમણે કહ્યું કે લખોટિયા સાહેબ તમારી સાથે વસીયત વિશે ચર્ચા કરવા માગું છું. મેં મારી ડાયરી જોઈને તેમને સમય ફાળવી આપ્યો. નિર્ધારીત સમયે દિવસના અગિયાર વાગે તેઓ મારા કાર્યાલયમાં આવી પહોંચ્યા. એમની સાથે એક દીકરો અને એક દીકરી હતા. દીલિપસીંહજીની ઉંમર લગભગ ૮૨ વર્ષની હતી અને તેમના દીકરા અને દીકરીની ઉંમર લગભગ ૫૦ વર્ષની આસપાસ હશે. દીલિપસિંહજીએ જણાવ્યું કે થોડા દિવસો પહેલાં એમણે અખબારમાં મારા અને મારા પિતાજી દ્વારા વસીયત પર લખાયેલા એક પુસ્તક વિશે માહિતી વાંચી, અને ત્યારે તેમણે તેમના દીકરાને કહ્યું કે વસીયતનું પુસ્તક એમને ખરીદીને એમને આપે. દીકરાએ ઘણી તપાસ પછી એક દુકાનમાંથી પુસ્તક ખરીદીને લાવ્યો અને પિતાને આપ્યું. દીલિપસિંહજીએ બેવાર પુસ્તક વાંચ્યું અને સાથે-સાથે પોતાના દીકરાને પણ પુસ્તક વાંચવા આપ્યું.

વસીયત સંબંધી જરૂરી માહિતી પુસ્તકમાંથી મેળવીને પછી જ દીલિપસિંહજી મારા કાર્યાલયમાં મારી સલાહ લેવા આવ્યા હતા. ખુરશી પર જ્યારે બેઠા તો મેં પહેલાં એમને પૂછી લીધું કે ભાઈ સાહેબ શું તમે કન્સલ્ટેશનની ફી લઈને આવ્યા છો? એમણે કહ્યું, જી હાં, તમે અમને ફી જણાવી દીધી અને ફી લઈને આવ્યા છીએ. હવે ચર્ચા થઈ એમની આત્મ કહાણીની. તેઓ કાંઈ બોલે તે પહેલાં મને

દિલની વાત કોને કહીએ અને કેવી રીતે

લાગ્યું કે બહુ સુખી કુટુંબ છે. ૮૨ વર્ષિય દીલિપસિંહજી ચશ્મા વગર જોઈ રહ્યાં છે, સાંભળી શકે છે અને મગજ પણ આ ઉંમરે સંપૂર્ણ સક્રિય છે. સાથે-સાથે જ્યારે દીકરા અને દીકરી આવ્યા છે તો લાગે છે કે એમની ખાસ કોઈ સમસ્યા જ નહીં હોય અને વૃદ્ધાવસ્થામાં બહુ આનંદના દિવસો વિતાવી રહ્યા હશે. પરંતુ જ્યારે ચર્ચા શરૂ થઈ તો લાગ્યું કે અહીં વાત કંઈક અવળી છે અને સાથે એ પણ આભાસ થયો કે પોતાના મનની વાત બિચારા દીલિપસિંહજી કોઈને કરી શકતા ન હતા. સગાઓને મળતા હતા. કુટુંબના અન્ય સભ્યોને મળતા હતા. પોતાના મિત્રોને મળતા હતા. પણ પોતાના દુઃખની પીડા કોઈને જણાવી શકતા ન હતા. દીલિપસિંહજીએ જણાવ્યું કે એમના કુલ છ દીકરા – દીકરીઓ છે. ચાર દીકરા છે અને બે દીકરીઓ છે. એમની વાત સાંભળતા મેં વચ્ચે જ કહ્યું કે ત્યારે તો તમારે લહેર છે દીલિપસિંહજી. મારી વાત સાંભળી તેમનો ચહેરો રડમસ જેવો થઈ ગયો. બે મિનિટ સુધી તેઓ કાંઈ બોલી શક્યા નહીં. તેથી મેં એમને કહ્યું કે તમે આવ્યા છો સલાહ લેવા તો બોલવાનું ચાલુ કરો. આખરે તમારી સમસ્યા શું છે?

પોતાની વાત શરૂ કરતાં પહેલા દીલિપસિંહજીએ રડવાનું શરૂ કર્યું. એમના બાળકો એમને હિંમત બંધાવતા હતા કે પિતાજી તમે રડો નહીં. મેં પણ કહ્યું કે દીલિપસિંહજી તમે શાંતિથી બેધડક થઈને તમારા મનની વાત મને કરી શકો છો. હું કોશીષ કરીશ કે તમારી મદદ કરી શકું. થોડીક સાંત્વના પ્રાપ્ત કર્યા પછી દીલિપસિંહજીએ જણાવ્યું કે આજથી લગભગ ૩૦ વર્ષ પહેલાં તેઓ દિલ્હી આવી ગયા. એમની પાસે ગામમાં જમીન નથી અને દિલ્હીમાં આવીને એમણે ગાય, ભેંસ ખરીદીને એક નાની ડેરીની શરૂઆત કરી. પછી કામ વધી ગયું. અને ૩૫ – ૪૦ વર્ષ પહેલાં જ્યારે એમણે અખબારમાં વાંચ્યું કે, વસંત કુંજ ગામમાં સરકાર તરફથી થોડી જમીન ડેરીવાળાને આપશે. તો તેમણે તેમાં આવેદનપત્ર ભરી દીધું અને તેમને દૂધની ડેરી માટે સાડા ચારસો ગજ જમીન મળી ગઈ. આ ડેરી પર દીલિપસિંહજી બહુ જ સારી રીતે કારોબાર કરતા હતા અને સાથે અર્જુન નગરમાં ૨૦૦ ગજના પ્લોટ પર કુટુંબ સાથે રહેતા હતા. આ વાત સાંભળીને મેં કહ્યું કે, મોટી વાત છે કે તમે ડેરીની સ્થાપના કરી જેમાં મુશ્કેલી ઓછી અને કમાણી જ કમાણી છે. એમણે કહ્યું કે, મોટો દીકરો જ્યારે ૧૭ – ૧૮ વર્ષનો થઈ ગયો તો તેણે મનસ્વીપણે બધી જમીન – જાયદાદ પર કબજો જમાવવા માંડ્યો અને અંતે એમણે ત્યાં સુધી કહી દીધું કે એમની ડેરીનો કારોબાર ખુંચવી લીધો છે. એમણે આગળ કહ્યું કે એમના મોટા દીકરાએ એમની સંપૂર્ણ જાયદાદ એટલે

સાડાચારસો ગજનો વસંતકુંજનો પ્લોટ સાથે-સાથે અર્જુન નગરની જમીન તથા મહિપાલપુરની જમીન બધા પર પોતાનો ભાગ અને માલિકી હક્કનો દાવો કોર્ટમાં દાખલ કરી દીધો છે. હાલમાં એમની સાથે કોઈપણ દિકરો – દીકરી રહેતા નથી એમને અને એમની પત્નિને આ ઉંમરમાં કોઈપણ ખાવાનું આપતા નથી. એમની પત્નિ જેમની ઉંમર ૭૫ વર્ષ છે. આ અવસ્થામાં જાતે ખાવાનું બનાવે છે. આગળ એમણે જણાવ્યું કે, એમને સૌથી વધારે પીડા ત્યારે થઈ જ્યારે ગયા મહીને એમની પત્નિની આંખોનું ઓપરેશન થયું હતું અને એ સમયે ૧૫ – ૨૦ દિવસ સુધી એમને ખવડાવવાવાળુ કોઈ ન હતું. કુટુંબના બીજા દીકરા વિશે જ્યારે ચર્ચા કરી તો એમણે જણાવ્યું કે બીજો દીકરો છે તો સારો પરંતુ એની પત્નિ નથી ઈચ્છતી કે તે પોતાના પિતાને વધારે મળે અને એમનું ધ્યાન રાખે. હવે એમની સમસ્યા આવી અને તે સમસ્યા હતી કે તેઓ વસીયત કેવી રીતે બનાવે અને કોને શું આપે?

જ્યારે મેં એમને જણાવ્યું કે દીલિપસિંહજી તમારી સંપત્તિ અને તમારી ઈચ્છા. એટલે જે સંપત્તિ તમારી છે તેને તમે ઈચ્છાનુસાર જેને ઈચ્છો તેને આપી શકો છો. આ વાત સાંભળી તેઓ બહુ પ્રસન્ન થયાં કેમ કે એમણે એવું વિચાર્યુ હતું કે એમનો મોટો દીકરો જ બધું પચાવીને ખાઈ જશે અને એમની પાસે કશું નહીં બચે. કે તેઓ કુટુંબના અન્ય દીકરા દીકરીઓને અને પોતાની વૃદ્ધ સ્ત્રીને કાંઈ આપી શકે. પણ જ્યારે મેં જણાવ્યું કે જ્યારે તમે વસીયત બનાવી દો અને વસીયતને રજીસ્ટર કરાવી દો તો તમને કોઈ વાતની ક્યાંય સમસ્યા જ નહીં રહે ત્યારે તેમના ચહેરા પર થોડું નૂર આવ્યું. આગળ તેમણે કહ્યું કે શું કરું હું શિક્ષિત નથી. મારી ઉંમર ૮૨ વર્ષ છે. અને મારા દીકરાએ દાવો કરી દીધો છે અને કોર્ટમાં કહે છે કે બધી સંપત્તિ તેની છે અને જ્યાં સુધી કે કોર્ટમાં મારી જાયદાદ વેચવા પર સ્ટે લગાવી દીધો છે. આ વાત બહુ પીડા સાથે તેમના હૃદયમાંથી નીકળતી હતી. મેં તેમને જણાવ્યું કે તમે ચિંતા ન કરો અને સૌથી પહેલાં કોર્ટમાં જઈને અને કોર્ટની ફાઈલ જોઈને એ જાણી લો કે ખરેખર આ સાથે કોઈ કોર્ટનો ઓર્ડર થયો છે કે નહીં. આગળ મેં તેમને સમજાવ્યા કે કેમ કે તમે આ સંપત્તિના માલિક છો અને તમે જ ખરીદી છે. આ સંપત્તિઓ તો કોઈપણ વ્યક્તિ ખોટો કેસ કરીને તમને હેરાન કરી શકતો નથી. આગળ એમણે પૂછ્યું કે મારો મોટો દીકરો કોર્ટમાં એ જ કહે છે કે મારા પિતાજીની માનસિક હાલત સારી નથી. તેઓ સમજવા માટે સમક્ષ નથી. પરંતુ દીલિપસિંહજીએ કહ્યું કે તેઓ હકીકતમાં બધું સંભાળી શકે

છે, જોઈ શકે છે, સમજી શકે છે અને માનસિક રીતે સંપૂર્ણ સ્વસ્થ છે. હવે તેઓ ઈચ્છતા હતા કે તેમનું વસીયત બને અને એમના બીજા દીકરાઓમાં વહેંચાય. શું તે શક્ય છે. તે જ પ્રશ્ન વારંવાર તેમના મ્હોંમાંથી નીકળતો હતો. તેઓ બોલવા લાગ્યા કે મોટો દીકરો સોનાની સાંકળ પહેરે છે અને તેણે પોતાના બાળકના લગ્ન કરાવ્યા અને અમને દાદા દાદીને બોલાવ્યા સુદ્ધાં નહીં. આવી વાતો બનવાથી તેમને બહુ અફસોસ થતો હતો. દીલિપસિંહજી આગળ બોલવા લાગ્યા કે મોટો દીકરો એક દિવસ મારી પાસે આવ્યો અને ઘણું રડ્યો અને પસ્તાવો કર્યો અને બોલ્યો કે તમારી સંપત્તિ છે તમે જે ઈચ્છો તે કરો અને મને ખુશીથી આપો કે ન આપો પણ જે તમારી ઈચ્છા છે તે કરો. દીલિપસિંહજીએ કહ્યું કે હકીકતમાં તે દિવસે એમનો મોટો દીકરો સાચા હૃદયથી અફસોસ વ્યક્ત કરતો હતો. જૂની વાતો ભૂલીને તેની ભૂલો માટે માફ કર્યો અને વિચારવા લાગ્યા કે હવે સમય આવી ગયો છે કે મોટો દીકરો સારી રીતે વર્તશે અને કોઈ સમસ્યા નહીં થાય. પરંતુ પંદર દિવસમાં જ તે મોટા દીકરાનું જૂનું વર્તન ચાલુ થઈ ગયું. આ જોઈને તેમને અફસોસ થવા લાગ્યો કે બીજી કઈ રીતે તેઓ તેમના કુટુંબને સાચવશે. આવનારા વર્ષોમાં અને કઈ રીતે પોતાની જ સંપત્તિમાંથી પોતાના કુટુંબને શું કાંઈ આપી શકશે કે નહીં. એમની ઈચ્છા તો એ હતી કે તેઓ જીવતા જીવ એ બધી સંપત્તિ વેચી નાખે અને સંપૂર્ણ સંપત્તિમાંથી મળેલ રકમ પત્નિ અને પાંચ બાળકો એટલે મોટાને છોડીને તેમને વહેંચી દે. પરંતુ બોલવા લાગ્યા કે તેઓ અગાઉ કે મોટા દીકરાએ કોર્ટમાંથી એવો ઓર્ડર લઈ લીધો છે કે તેના લીધે હું મારી સંપત્તિ વેચી શકતો નથી.

મેં એમને સમજાવતાં કહ્યું કે, તમે સૌથી પહેલાં માહિતી મેળવો કે હકીકતમાં કોર્ટમાંથી આવો ઓર્ડર થયો છે કે કેવળ ગેરમાર્ગે દોરવા માટે તમારો દીકરો વકીલ મારફતે આ વાત તમને જણાવે છે. મેં દીલિપસિંહજી પાસેથી હવે એ જાણવા ઈચ્છ્યું કે એમના બાકીના બાળકો શું કરે છે, એમની કમાણી શું છે. દીલિપસિંહજીએ જણાવ્યું કે બે દીકરા ડ્રાઈવરનું કામ કરે છે. અને એક દીકરો ઘર પાસે જ નાની દુકાન ચલાવે છે. બંને દીકરીઓના લગ્ન થઈ ગયા. પરંતુ એમના પતિ કાંઈ બહુ મોટું કામ કરતા નથી. એકનો પતિ તો કેવળ ચોકીદારી કરે છે. અને જ્યારે વાત આવી દીલિપસિંહજીની પોતાની કે તેઓ કેવી રીતે તેમની કમાણી કરે છે તો એમણે જણાવ્યું કે બહુ મુશ્કેલીથી મહીનામાં પાંચ હજાર રૂપિયા તેઓ કમાઈ શકે છે. નાના મોટા ભાડૂઆતની મદદથી.

દીલીપસિંહજીએ પોતાના દીકરા દીકરીઓને કહ્યું કે જે પર્સ છે તેમાંથી પૈસા કાઢીને લખોટીયા સાહેબના ટેબલ પર આપી દો. એમણે કન્સલ્ટેશન માટે મારી ફી દીકરીના પર્સમાંથી કાઢી. કેમ કે તેમના હિસાબે તેમની દીકરી થોડી વધારે સમજુ હતી. એટલે એની જ પાસે પૈસા રાખ્યા હતા. તેમણે પૈસા ગણીને મને આગળ આપવા લાગ્યા અચાનક મારા મનમાં એક વિચાર આવ્યો કે દીલિપસિંહજી વૃદ્ધ વ્યક્તિ છે અને તેમની આવક મહીને પાંચ હજાર રૂપિયાથી ઓછી છે. આવામાં મારી ફી આપવામાં તેમને મુશ્કેલી ચોક્કસ થઈ રહી હતી. હું કાંઈ બોલું એ પહેલાં જ દીલિપસિંહજીએ કહ્યું કે મારી પાસે તમને ફી આપવાના પૈસા થોડા ઓછા હતા તો અમે પડોસમાંથી ઉધાર લઈ આવ્યાં છીએ. પણ તમારી ફી આપી રહ્યાં છીએ લખોટિયા સાહેબ. ફરી મેં મનનો અવાજ સાંભળ્યો. જેણે મને એ જ કહ્યું કે આવી અસહાય વ્યક્તિની મદદ કરવી જ તો માનવ જીવનનો ધર્મ છે. એ પૈસા લઈને હું શું કરીશ. જે બહુ મુશ્કેલીથી પૈસા ભેગા કરીને મને આપવા માટે લાવ્યાં છે. એમણે જે ફી મારા હાથમાં મૂકી, મેં પૂરા આદર અને સન્માન સાથે એમના હાથમાં પરત કરી દીધી અને કહ્યું કે, દીલિસિંહજી તમે આ રાખો. તમારી મુશ્કેલીઓ ઘણી છે. આ પૈસા તમારા કામમાં આવશે અને તમારે આજે કોઈપણ ફી આપવાની નથી. મારી આ વાત સાંભળીને પિતા, પુત્ર અને પુત્રી અચંબિત થઈ ગયા. મેં એમને ફરી શુભ કામનાઓ પાઠવી અને કહ્યું કે ફરી મુશ્કેલી આવે તો તમે બેધડક મારી પાસે આવજો. જ્યાં સુધી બનશે હું તમારી મદદ ચોક્કસ કરીશ. ઘણા બધાં આશીર્વાદ આપતાં દિલીપસિંહજીએ પ્રસ્થાન કર્યું. પરંતુ જતાં પહેલાં બે મિનિટ સુધી તેઓ સતત ચાલતાં રહ્યાં. આંખોમાંથી આંસુઓની ધારા વહેતી હતી. આ આંસુ ખુશીના હતા કે દુ:ખના અથવા સાંભળનાર કોઈ મળી ગયું તેની ખુશીના હતા એ તો હું કહી શકું તેમ નથી.

આપણે બધાં પણ આપણા બાળકો તરફથી જીવનમાં ઘણી મુશ્કેલીઓ મેળવીએ છીએ જેના વિશે આપણે કોઈને કશું કહી શકતાં નથી કેમ કે આ એવી વાતો છે જે દરેકને આપણે કહી શકતા નથી. પાછલા દિવસોમાં હું જહાંપનાહ ક્લબમાં બેઠો હતો ત્યારે એક વ્યક્તિએ વાત વાતમાં જણાવ્યું કે તેઓ તેમના દીકરાને રોકાણ વિશે સલાહ આપતા હતા. સારી વાતો કહેતા હતા. જેથી દીકરો પોતાના પૈસાનું સારી રીતે રોકાણ કરી શકે. દીકરાએ બાપની વાત સાંભળીને જવાબ આપી દીધો કે હું રોકાણની બધી વાતો જાણું છું. કૃપા કરીને તમે મને સલાહ ન આપો. આમ તો વાત નાની હતી પણ તે પિતાના મનમાં ખૂંચી ગઈ.

દિલની વાત કોને કહીએ અને કેવી રીતે

એમના મનને થોડો આઘાત લાગ્યો. એમણે વિચાર્યું કે હું બીજી કોઈ તકલીફ તો આપતો નથી કેવળ દીકરા ને એટલું જણાવી રહ્યો છું કે સારા રોકાણ માટે કેવી રીતે પોતાના પૈસાનું રોકાણ કરે તો લાભ થશે. પિતાને લાગી રહ્યું હતું કે ના તો હું દીકરા પાસે પૈસા માગું છું, ના કોઈ ઠપકો આપતો, તેના જ પૈસા સારી રીતે રોકાણ કરવા માટે થોડી સલાહ આપી રહ્યો છું. જો દીકરાને વાત સાંભળવી નથી તે ખાલી કહી દેત કે સારું પિતાજી વિચારીશ અથવા ચૂપ રહ્યો હોત. પરંતુ દિકરા દ્વારા નાની કડવી વાત કહેવાથી એમના દીલમાં પીડા થતી હતી. પણ શું કરે? આટલી નાની વાત કોને જણાવે પોતાના મનની પીડા.

એવી ઘણી વ્યક્તિઓ છે જેમણે પોતાના બાળકોને લાડ પ્યારને કારણે પોતાના જીવનમાં જ તેમના નામે કરોડો રૂપિયાની સંપત્તિ કરી દીધી અને પોતાના જ ઘડપણમાં એમને મુશ્કેલીઓનો સામનો કરવો પડ્યો. આ વિશે જે આવા લોકો પર વિતે છે તેની કહાણી તે કોઈને જણાવી પણ શકતા નથી. તેઓ ઉપરથી હસતાં રહે છે પરંતુ પોતાની આ મુર્ખતા પર રડતા રહે છે કે તેમણે પોતાના જ જીવનમાં પોતાની બધી સંપત્તિ બાળકોના નામે કરી દીધી. તેથી જ્યાં સુધી બની શકે ત્યાં સુધી તમે તમારી બધી જ સંપત્તિની વહેંચણી ન કરો. આ નાની વાતને જો તમે માની લેશો અને હૃદયમાં સ્થાન આપશો. આ વાતને તો ચોક્કસ તમારું ઘડપણ જરૂર સારું જશે. એક કુટુંબમાં કુટુંબના વડીલે પોતાના દીકરા દીકરીઓને સંપત્તિ ભેટમાં આપી દીધી. આ વાત ઘણા વર્ષ પહેલાંની છે. એ સમયે આયકર કાનૂનમાં પોતાના જ બાળકોને ભેટ આપવા માટે ગિફ્ટ ટેક્ષ ભરવો પડતો હતો. આ મહાશયે લાખો રૂપિયા ગિફ્ટ ટેક્ષના ભર્યા અને સંપત્તિ બાળકોને નામે કરી દીધી. વેપાર પણ બાળકોના નામે કરી દીધો અને આજે એમને પોતાના જ મકાનમાં જે બાળકોના નામે કરી દીધા હતા તેમાં રહેવા માટે બેવાર વિચાર કરવો પડે છે. અને મનમાં અજાણ્યો ડર રહે છે કે ક્યાંક એમના બાળકો ઘડપણમાં એમને કાંઈ કહી ન દે. એક કુટુંબમાં તો ત્યાં સુધી જોવા મળ્યું કે ઘણી બધી સંપત્તિ જ્યારે બાળકોને મહેનત વગર મળી તો મોટો દીકરો દારૂની લતે ચઢી ગયો અને જીવનમાં કોઈ કામ ન કર્યું, કેવળ મિત્રોની સંગત, મોટી ગાડીઓનો શોખ અને રોજ રાત્રે પાર્ટી.

આવા પિતા પોતાના દીકરાને પોતાના જ જીવનકાળ દરમિયાન ઘણી બધી બિમારીઓથી સપડાતા જુએ છે. આવા બાળકોનું કૌટુંબિક દાંપત્ય જીવન બગડેલું હોય છે. બાળકો, મા – બાપની પરવા કરતા નથી કે નથી તેમની કોઈ વાત સાંભળે છે. કેમ કે આખરે તેમની પોતાની પાસે કરોડો રૂપિયા છે. તેથી એમને

કોઈની પરવા નથી. એવામાં બિચારા એ પિતાની મનોસ્થિતિ સમજો. જેણે પોતાના કરોડો રૂપિયા તથા બધી જ સંપત્તિ બાળકોના નામે લખી દીધી છે. અને પોતાના જ જીવનમાં આ સજ્જન બાળકોના પતનને જોઈ રહ્યાં છે. સહન કરી રહ્યાં છે, કશું બોલી શકતા નથી, કોઈની સાથે ચર્ચા પણ કરી શકતા નથી. એક કુટુંબમાં તો બાળકોને ઘણી બધી મૂડી પોતાના જ જીવનકાળ દરમિયાન આપવાને કારણે પોતાના જ બાળકોનું પતન પિતાએ જોયું અને બિચારા પિતાને એટલો આઘાત લાગ્યો કે એમનું હૃદય બંધ પડવાથી મૃત્યુ થઇ ગયું. આજે એમની વિધવા પત્ની ૮૦ વર્ષની ઉંમરે પોતે પોતાનું ઘર ચલાવે છે અને જુદી રહે છે. સંતાનો એજ શહેરમાં છે પણ કોઇ તેમની સંતાન તેમની સાથે રહેતું નથી. તેથી જ્યાં સુધી બની શકે પોતાના જ બાળકોને તમે તમારી સંપત્તિ પોતાનાજ જીવનકાળ માં પૂરેપૂરી તો ચોક્કસ ન જ આપો. આ નાની ફોર્મ્યુલાને જો તમે અપનાવશો તો બની શકે કે દિલમાં કોઇ એવી વાત ન ઉઠે જે કોઇ બીજાને જણાવવાની તમને જરૂર પડે.

૫૦ ઉપર ઉંમર થઇ જતાં તમારી ઘણીવાર ઇચ્છા થઇ જાય છે કે હવે કામકાજ છોડો, હવે આપણે હરિદ્વાર, ઋષિકેશ માં જઇને મહીનાઓ સુધી રહીએ અથવા ફરીને સેર-સપાટો કરીએ. એના લીધે એકાએક મનમાં વિચાર આવી જતો હશે કે બધો કારોબાર બાળકો ને સોંપીને ચાલ્યા જઇએ અને મોટાભાગે આવામાં ઘણી વ્યક્તિ બાળકોના નામે પોતાનો કારોબાર કરી દે છે, બેંકના બધા હક્કો આપી દે છે અને વિચારે છે કે હવે હું દેશ ભ્રમણ કરવા જઉં. પરંતુ આવું કરવાથી થોડા જ મહીનાઓમાં દુઃખ જ દુઃખ સહન કરવું પડે છે. પોતાના રોજિંદા ખર્ચા માટે પણ હવે દિકરા પાસે માંગવા પડે છે અને દિકરાને બહુ મુશ્કેલીથી તકલીફથી પૈસા આપવાની આદત પડી ગઇ છે. તેથી તમારા ઘડપણમાં પણ આનંદપૂર્વક રહેવા ઇચ્છો છો અને ઇચ્છો છો કે મનમાં કોઇ પ્રકારની તકલીફ તમને ન પડે તો તમે બધો વેપાર, વગેરે પૂર્ણ રીતે આપીને નિવૃત્તિ લઇને ન નીકળો. ઉચિત એ હશે કે કારોબાર સંભાળવામાં તમે બાળકો ને પણ પોતાના કારોબારમાં પાર્ટનર બનાવો. કંપનીમાં ડાયરેક્ટર બનાવો અને તમે પાર્ટનર બની રહો. તમે ડાયરેક્ટર તરીકે ચાલૂ રહો અને તમે પોતાના કાર્યાલયમાંથી પગાર મેળવો છો તે પગાર પણ લેતા રહો. બાળકોને જવાબદારીઓ વધારે સોંપો પરંતુ પૂર્ણ રીતે ઘોડાની લગામ બાળકોના નામે જ ન કરી દો. આવું ના કરવાથી બની શકે આવનારા સમયમાં તમારે તકલીફ ઉઠાવવી પડે અને પછી આવી જાય એવો સમય જ્યારે તમે મનની વાત કોઇને કહી શકતા નથી.

સમસ્યા બનતાં લગ્ન સંબંધ

ગયા મહીને મારા સાઢૂ અને એમની ધર્મપત્નિ(મારી સાળી) આવ્યા. ઘણા વર્ષો પછી તેઓ દિલ્હી આવ્યા હતા. અમારી સાથે બે-ત્રણ દિવસ રહ્યા. મોટાભાગે તેઓ કલકતામાં જ રહે છે. એક દિવસે રાત્રિ ભોજન પછી અમે લોકો કૌટુંબિક ગપશપ કરી રહ્યા હતા તે સમયે એક સવાલ મેં પણ તેમની સમક્ષ મૂકી દીધો અને તેમને કહ્યું કે સાઢૂ સાહેબ અને સાળીજી તમે જણાવો કે શું તમને લાગે છે કે આપણા મનની વાત આપણે કોઇને કહી શકતા નથી. તમે જરા મને એ જણાવો કે કલકતામાં આજકાલ શું ચાલી રહ્યું છે. નવી યુગા પેઢીની કેવી છે રહેણી-કરણી અને લગ્ન વિશે સમાજમાં કેવી ગતિ વિધિ ચાલી રહી છે. આપણા સમાજ વિશે મને પણ માહિતગાર કરાવો. મારા સાઢૂ કલકતામાં સામાજિક કાર્યોમાં લાગેલા રહે છે એટલે મેં વિચાર્યુ કે એમની સાથે થોડી સામાજિક ચર્ચા થઇ જશે તો મને પણ આજના જમાનામાં જે ચાલી રહ્યું છે તેનો કોઇ અંદાજ મળશે. આમ તો હું મનમાં એ વિચારતો હતો કે કલકતામાં આજે પણ ઘણું સ્વચ્છ કૌટુંબિક વાતાવરણ હશે અને લગ્ન સબંધમાં ત્યાંની માન્યતાઓ દિલ્હી અને મુંબઇ જેવા ગતિશીલ શહેર કરતાં કાંઇક સીધી-સાદી, સાચી અને સાફ હશે. પરંતુ જ્યારે એમની સાથે ચર્ચા થઇ તો મને લાગ્યું કે હું ખોટું વિચારતો હતો. મેં એમને પૂછ્યું કે કૃપા કરીને જણાવો કે આજે પણ કલકતા વગેરેમાં જે લગ્ન ત્યાં થાય છે મારા મતે ૮૦ ટકા તો બધું બરાબર ચાલતું હશે અને વધારેમાં વધારે ૨૦ ટકા કિસ્સાઓમાં કાંઇક સમસ્યાઓ પેદા થતી હશે. તેઓ હસવા લાગ્યા અને કહેવા લાગ્યા કે સુભાષજી, તમે કઇ દુનિયામાં જીવો છો. એમણે જણાવ્યું કે કલકતામાં પણ લગ્ન સબંધમાં ૮૦ ટકા કિસ્સાઓમાં સમસ્યા જ છે અને માત્ર ૨૦ ટકા કિસ્સાઓમાં ઠીક-ઠાક

ચાલી રહ્યું છે. લગ્ન વગેરેથી પેદા થતી જે સમસ્યાઓ છે તે વિશે પણ આપણે ૨૦-૩૦ વર્ષ પહેલા ચર્ચા તો કરી શકતા હતા પરંતુ આજની પેઢીમાં કોઈપણ વ્યક્તિ જે તેના પર વિતી રહી છે તે વિશે ચર્ચા કરવા સમર્થ નથી. આજ કારણ છે કે કલકતામાં પણ ઘણા લોકોને ડિપ્રેશન રોગના શિકાર બનવું પડે છે. કોઈને કાંઈ કહેવાનો જમાનો તો હવે રહ્યો જ નથી અને તમે જો કોઈને સમજાવવા પણ લાગ્યા તો કોઈ વાત સમજવા માટે તૈયાર નથી. સમાજના લોકો જ્યાં કોઈ ભૂલ કરી રહ્યું છે તે વ્યક્તિને કહેવા માટે આગળ આવતો નથી અને ચૂપચાપ મ્હોં તાકીને સમાજમાં થતા તમાશાને જોઈ રહે છે. છૂટાછેડા ઘણા વધારે થઈ રહ્યા છે. બધા છૂટાછેડાના કિસ્સા સ્પષ્ટ રીતે સમાજને દેખાતા નથી કેમકે ઘણા એવા મુદ્દા છે અને ઘણી બધી એવી પરિસ્થિતીઓ લોકોએ પોતાનામાં વણી લીધી છે જેના કારણે છૂટાછેડા થઈ રહ્યા છે, થતા રહેશે.

મારા સાઢૂ એ આગળ જણાવ્યું આજે મુશ્કેલીઓ એટલી ઊંડી છે કે લખોટિયાજી તમે દિલ્હીમાં બેઠા કલ્પના પણ નથી કરી શકતા કે આજે છોકરાવાળા પર શું વિતી રહી છે. પહેલાનો જમાનો હતો જ્યારે આપણે કહેતા કે છોકરીવાળાએ ઘણી મુશ્કેલીઓ ઉઠાવવી પડે છે પરંતુ આજે વાત ઊંધી છે. એક સાચા ઉદાહરણને રજૂ કરતા એમણે જણાવ્યું કે એક કુટુંબમાં લગ્નના થોડા સમય પછી છૂટાછેડાની સ્થિતિ આવી ગઈ અને છોકરીવાળાએ છોકરાના પિતાને કહ્યું કે અમને છૂટાછેડા મંજૂર છે પણ તમે અમારા ૫૦ લાખ જે આજ સુધી અમારા ખર્ચાયા છે તે આપી દો. આ વાત સાંભળીને છોકરાના કુટુંબમાં એકદમ સન્નાટો વ્યાપી ગયો. કુટુંબના બધા સભ્યોના હોશ ઊડી ગયા. એમને સપનામાં પણ કલ્પના ન હતી કે છોકરીના પિતા આ રીતનો પ્રસ્તાવ મૂકશે અને દાવો કરશે કે એમને ૫૦ લાખ રૂપિયા આપી દેવાય ત્યારે જ છૂટાછેડાનું કોકડું ઉકેલાશે. આખરે વાત સમાજના લોકો સમક્ષ આવી અને છોકરીના પિતાએ ફરી એ જ વાત દોહરાવી કે એમને ૫૦ લાખ રૂપિયા મળી જાય ત્યારે સબંધ વિચ્છેદ થઈ જશે. એક પૈસો પણ ઓછો કરવા છોકરીના પિતા રાજી ન હતા. આમ તો તમે અને અમે પણ હોત તો છોકરીના પિતા પ્રત્યે જ આપણી સહાનુભૂતિ ચોક્કસ હોત કેમકે મોટાભાગે આ જ જોવા મળે છે કે જો છૂટાછેડા થાય છે તો મુશ્કેલીઓ વધારે તો છોકરીવાળાને થાય છે. પરંતુ અહીં દૃશ્ય કાંઈક જૂદુ હતું. જ્યારે સમાજના લોકોએ પંચાયત બોલાવી તો બે-ત્રણ મીટિંગ સુધી તો છોકરીના પિતાએ એક રૂપિયો પણ ઓછો

કરવાની વાત માની નહીં અને વારંવાર એ જ કહેતા રહ્યા કે મારા બધું મળીને ૫૦ લાખ રૂપિયા ખર્ચ થયો છે. આ રકમ તો મને મળવી જ જોઇએ ત્યારે જ મારી છોકરી છૂટાછેડા આપશે. છોકરાના પિતા એટલા સક્ષમ ન હતા કે દિકરાની મુશ્કેલી દૂર કરવા ૫૦ લાખ રૂપિયા આપી દે. છોકરાના પિતાને સૌથી મોટું દુઃખ એ વાતનું હતું કે છોકરીવાળાએ જે સામાન આપ્યો અને જે ખર્ચ કર્યો તે એટલો ન હતો કે જેની કિંમત ૫૦ લાખ રૂપિયા હોત. આવામાં છોકરાના પિતાને સમાજ અને કેવળ નીચા દેખાડવાનો ઉદ્દેશ્ય છોકરીના પિતાનો હતો. અંતે જ્યારે સમાજના કેટલાક પ્રતિષ્ઠિત લોકોએ મામલો ઉઠાવ્યો અને બંને વ્યક્તિઓની મીટિંગ કરી અને અંતે છોકરીવાળાને એમ કહેવામાં આવ્યું કે તમે જે સામાન છોકરીને આપ્યો તેની તપાસ છોકરાવાળા પાસેથી કરાવી લો. હવે જ્યારે છોકરાવાળાએ એ સામાન સમાજ સામે રજૂ કર્યો તો છોકરીવાળાએ માની લીધું કે હા, આ બધો જ સામાન તેમણે તેમની દીકરીને આપ્યો હતો અને જ્યારે પૂરુ મુલ્યાંકન થયું તો માલૂમ પડ્યું કે તેનો કુલ ખર્ચ ૧૦ લાખથી ઓછો હતો અને છોકરીના પિતા માંગણી કરતા હતા ૫૦ લાખ રૂપિયાની. આ સમસ્યા દરમિયાન આ બંને કુટુંબની વ્યક્તિ પોતાના મનની મુશ્કેલી કોને કહે, એ જ વિચારતા હતા. છોકરાવાળા એટલે છોકરાના પિતા અને છોકરો પોતે માનસિક રીતે શોકગ્રસ્ત થઇ રહ્યા હતા. એમના હૃદયમાં મૂંઝવણ હતી, એમને સમાજમાં ઇજ્જત જવાનો ભય હતો, ભવિષ્યમાં દિકરાના લગ્ન કેવી રીતે થશે એવા વિચાર છોકરાના પિતાના મનમાં આવતા હતા કેમકે સમાજમાં એમની ઇજ્જતની ઠેકડી ઊડતી હતી. આ વાતો કોને કહે. પોતાના પડોસના લોકોને પણ આ વાતો કહી શકતા ન હતા. અંતે સમાજે નિર્ણય લીધો કે છોકરીવાળાના અધિક્તમ ૧૦ લાખ જ ખર્ચો થયો છે અને છોકરાના પિતાએ સ્વાભાવિક રીતે ૧૦ લાખ રૂપિયાની રકમ આપી દીધી ત્યારે એમનો છૂડાછેડાનો મામલો ઉકેલી શકાયો.

વાત જ્યારે લગ્નની થઇ રહી હતી તો માલૂમ પડ્યું કે જે રીતે અન્ય શહેરોમાં કિસ્સા બની રહ્યા છે એ જ પ્રકારની સમસ્યા કલકતા શહેરમાં પણ છે. જ્યારે છોકરીવાળા છોકરાને પૂછે છે કે તમે ક્યાં રહો છો અને છોકરો માની લે છે કે સારું ભણીને આવ્યો છે અને કલકતામાં રહે છે ત્યારે છોકરીવાળા તેને પૂછે છે કે લગ્ન પછી તમે ક્યાં રહેશો. અને છોકરો જો જવાબ આપે કે મા-બાપ સાથે એમના જ ઘરમાં તો માટાભાગના મામલામાં સબંધ થતો નથી કેમકે છોકરીવાળાને અને

ખાસ રીતે સમાજમાં છોકરીની માતાઓને એવું ઘર જોઇએ જ્યાં એમના થનાર જમાઇબાબુ ભણીને તો આવી જાય પરંતુ રહે અલગ અને એમનું નાનું કુટુંબ હોય. આમાં ઘણા સબંધ થતા નથી કેવળ આ વાતને લઇને કે છોકરો એના માતા-પિતા સાથે એ જ ઘરમાં રહેવા માંગે છે. આ પ્રકારની સમસ્યાઓ જ્યારે સામે આવે છે ત્યારે મન તો થાય છે સમાજમાં લોકોને જણાવીએ અને છોકરીવાળાને સમજાવીએ, પરંતુ શું કહીએ કોને કહીએ આપણે મનની વાત ?

આજથી ૨૦ વર્ષ પહેલા જ્યારે દિકરીના લગ્ન થતા હતા તો દિકરીની મા એને શિક્ષણ આપતી કે બેટા જે ઘરમાં તું જાય છે એ જ ઘરને પોતાનું સમજ જે, અને વધારે પ્રેમ તુ એ જ ઘરમાં આપજે, તારા પતિનું ઘર એ જ તારું ઘર છે એ જ તારું સ્વર્ગ છે. આજે સમય બદલાઇ ગયો છે લગ્ન પછી મોટાભાગની માતાઓ પોતાની દિકરીઓને એ જ સલાહ આપે છે કે દિકરી તું ચિંતા ન કરીશ બધું હું સંભાળી લઇશ અને જેમ જણાવ્યું તેમ જ રહેજે, અને જરાપણ ફિકર ન કરતી મુશ્કેલી થાય તો ઘેર આવી જજે, દુઃખ સહન ન કરીશ, પતિનો જુલ્મ સહન ન કરતી વગેરે વગેરે. આજે લગ્ન પછી કલકતા શહેરમાં ઘણા ઘરોમાં સારું શિક્ષણ મળતું નથી અને આજ કારણ છે કે છૂટાછેડા વધારે થઇ રહ્યા છે. દિકરીને લગ્ન પછી કોઇ સમસ્યાનો ભય નથી કેમકે તેની સાથે માએ એને સારી રીતે તૈયાર રાખી છે બધી વાતો વકીલ વગેરેની સાથે ચર્ચા કરીને બધુ વિચારી રાખ્યું છે અને દિકરીને જણાવી દીધુ છે કે દિકરી લગ્ન પછી થોડી પણ સમસ્યા હોય તો આપણે ફટાફટ છૂટાછેડા લઇ લઇશું અને ઘરમાં પતિની અડધી કમાણી આપણી થઇ જશે પછી તું જીવનભર રાજ કરજે. આ પ્રકારની વિચારસરણી જ્યારે માતાઓ પોતાની છોકરીઓને આપશે તો સમાજનું પતન થવું નક્કી છે. આવા વર્તનથી સમાજમાં કુરીતિ-રિવાજો ઉત્પન્ન થશે અને વધતી જશે. જ્યારે આવી માનસિકતા લઇને છોકરીઓ આવશે નવા કુટુંબમાં અને પતિ સાથે રહેશે તો પતિદેવ પણ પોતાની હોંશિયારીમાં પાછા નહીં પડે. પાછલા દિવસોમાં એ જ કલકતામાં એવા છોકરાવાળા પણ જોવા મળ્યા જેમને ત્યાં લગ્ન પછી એમણે છોકરાની કમાણી ઓછી દેખાડવાની શરૂ કરી દીધી અને દીકરાની સંપત્તિઓ પહેલેથી હટાવી દીધી જેથી જો છૂટાછેડા વગેરે થઇ જાય તો દિકરા પાસે એટલી ઓછી સંપત્તિ હશે કે તે છૂટાછેડાથી ગભરાશે નહીં. આ પ્રકારના ષડયંત્ર અને ચાલાકિઓ જ્યારે છોકરાવાળા કે છોકરીવાળા કરશે અને મનની વાત એક-બીજાને નહીં કહી શકે

તો સમાજમાં લગ્ન પછી પણ તણાવગ્રસ્ત જીવન રહેશે. એટલે ઉચિત તો એ જ છે કે સાચા-સીધા રહો, તમે અને અમે બધા અને પોતાના મનની વાત સીધા-સાદા શબ્દોમાં કોઇને કહી શકો તો સમસ્યા પેદા થવાની શક્યતા જ નથી. પાછલા દિવસોમાં મારી દિકરીની એક બહેનપણી પોતાના પિતા સાથે મળવા આવી. આયકર વિશે થોડીક શંકાઓ તેમના મનમાં હતી. તેમનો જવાબ તેમને મળી ગયો. જ્યારે ચર્ચા આગળ ચાલવા લાગી તો મારી દિકરીની બહેનપણીએ જણાવ્યું કે હવે તે લોકો વિદેશમાં રહે છે. એની મમ્મીનું અવસાન વર્ષ પહેલા જ થયું હતું. દિલ્હીના ગ્રેટર કૈલાશ વિસ્તારમાં એમનું એક મકાન છે અને તેના પિતાજી એ મકાનને પોતાના બે બાળકોમાં વ્હેંચવા માંગે છે. આવામાં બધા જ પ્રકારની મુશ્કેલીઓ ના પૂર્ણ ચિંતન સાથે એમને જવાબ આપવામાં આવ્યો જેથી તેઓ નિશ્ચિંત રીતે પોતાની સંપતિની વ્હેંચણી એ રીતે કરે કે આવનારા સમયમાં કોઇને મુશ્કેલી ન થાય.

આગળ દિકરીની બહેનપણીએ જણાવ્યું કે અંકલ મારા પતિ તો એવા છે કે એમને થોડા-થોડા દાણા નાખતા રહો તો તેઓ ખુશ છે. એટલે એમને વધારે સંપતિ મિલકત ન આપીને સમય સમય પર થોડા થોડા લાખ રૂપિયા આપતા જાય તો જ એ ખુશ રહેશે, આજ એમના વિચાર છે. વળી તેણે પોતાના ભાઇના કુટુંબ વિશે જણાવ્યું કે ભાઇ બહુ મોટા ડૉક્ટર છે અમેરિકામાં અને ભાઇના લગ્ન થયે લગભગ ૧૫ વર્ષ થયા. અત્યારે એમને કોઇ સંતાન નથી પરંતુ એની ભાભી સદા એ કાર્યમાં લાગી રહે છે કે એના પતિ મહેનત કરતા જાય અને કેવળ કમાણી કરતા જાય. કહેવાનો અર્થ એ હતો કે તેની ભાભી તેના ભાઇ પાસે કેવળ વધારે કામ કરાવવા ઇચ્છે છે જેથી ભાઇ વધારે કમાણી કરીને લાવે. આગળ તેણે જણાવ્યું કે તેને પોતાના ભાઇની ખૂબ દયા આવે છે કેમકે તે ભાઇ વધારે કામ કરતો રહે છે અને ભાભીનો એકમાત્ર ઉદ્દેશ્ય એ જ છે કે તેના પતિ મહેનત કરે, મહેનત કરે અને કમાણી કરતા રહે. પરંતુ આ પ્રકારના વિચાર હોવાના કારણે એ સમસ્યા હતી કે જો તેના પિતાએ પોતાના દિકરાને સંપતિ વગેરે આપશે તો તેની પત્ની તેને પણ પચાવી પાડશે. બિચારા પિતાના દિલમાં એ દુઃખ હતું કે એનો દીકરો સખત મહેનત કરીને પૈસા કમાતો જાય છે અને એની પત્ની કેવળ વધારે ને વધારે પૈસા તે કમાતો રહે તેનું જ ધ્યાન રાખે છે બીજું કાંઇ કરતી નથી. આ વાતો કોને કહે અને શું કહે ? વાત તો સાચી જ છે કે જ્યારે તુલસીદાસજીએ

કહ્યુ હતું દુનિયામાં વિવિધ જાતના લોકો છે, વિવિધ પ્રકારની સમસ્યાઓ છે, પણ એક વાત નક્કી છે અને તે એ છે કે બધા લોકો પોતાની વિવિધ સમસ્યાઓ વિશે પોતાના જ લોકો સાથે ચર્ચા કરી શકતા નથી. વળી બીજી બાજુ એક એવું પણ કુટુંબ છે જ્યાં કુટુંબમાં માતા-પિતા અને પુત્રી છે. પિતા પોતાની પુત્રીને સંપતિ આપશે, પુત્રી ધ્યાન પણ વધારે રાખે છે, પણ રહે છે પરદેશમાં, પણ પોતાના ભવિષ્યને અંધકારમય થવા નહીં દેવા માટે પુત્રીએ પિતા પાસે અત્યારે જ એટલે વર્તમાનમા જ મકાનને રજીસ્ટર કરાવીને પોતાના નામે કરાવી લીધુ અને તે કામ માટે પુત્રી જાતે લંડનથી આવી. અહીંના કાયદા સમજ્યા અને પિતા પાસે પોતાના નામે પ્રોપર્ટીનું રજીસ્ટ્રેશન કરાવી પાછી લંડન જતી રહી. આ જાતની વાતને પિતા સમજી શકતા નથી તેવું નથી તે બધું સમજી શકે છે અને દિકરીને એમ પણ કહ્યું કે બેટા, તારા નામે સંપત્તિ વસીયત દ્વારા કરી દઈશ. બસ દિકરી રાજી નહીં અને અંતે પિતાએ વર્તમાન સમયમાં જ દિકરીના નામે સંપત્તિ હસ્તાંતરણ કરવી પડી. તેઓ તેનાથી ખુશ નથી, પણ ખુશ નહીં હોવાની વાત કોને કહે ?

અનેકવાર તમે પણ જોયું હશે કે તમે તો સમૃદ્ધ થઇ ગયા અને કુટુંબના અન્ય સભ્યો કે સગાઓ એટલા સમૃદ્ધ થયા નથી. આમ તો એમને મનમાં ઈર્ષ્યા થાય છે પણ તેઓ તેને પ્રગટ કરતા નથી. તમે પણ બધું સમજી રહ્યા છો પણ તેમને મનની વાત સ્પષ્ટ કહી શકતા નથી. ઘણીવાર ત્યાં સુધી જોવા મળે છે કે કુટુંબના એ સભ્યો, સગાઓ જે આર્થીક રીતે નબળા છે પણ તેઓ ઈચ્છે છે કે તમે પણ તેઓના ઘેર જમવા માટે જાવ. અને તેઓ બહુ ખુશ થઈને પૂરા મનથી તમારો આવકાર કરે છે. આ સબંધમાં એક સત્ય ઘટનાનો અહીં ઉલ્લેખ કરવો જરૂરી છે. જે આ પ્રકારે છે : શ્રી રોનક કુમારને બહુધા પોતાની સાસરીમાં આવવા જવાનું થતું હતું. જે શહેરમાં એમની સાસરી હતી તે જ શહેરના રહેવાસી હતા રોનક લાલ પરંતુ પોતાના કારોબારને કારણે તેઓ દિલ્હી આવી ગયા હતા. હવે જ્યારે પણ રોનક લાલજી પોતાના ઘેર જતા તો પોતાના સાળાને ત્યાં પણ જતા હતા, ત્યાં જમતા, ગપશપ કરતાં. સાળાના એક દિકરા બહુ આદર ભાવથી રોનક લાલને પોતના ઘેર લઈ જતાં અને જમાડતાં કલાકો એમની સાથે રહેતા. આ વાત રોનક લાલજીને સમજાઇ નહીં. તે શહેરમાં એમના ચાર સાળા હતા, બધા સાળા તેમને બોલાવતા હતા અને બધા સાળાના દિકરા-દિકરીઓ પણ તેમને બોલાવતા હતા. પણ એક સાળાના દિકરા વારંવાર આગ્રહ કરીને તેમને જમવા

બોલાવતા. ઘણી શોધ પછી રોનક લાલ ને માલૂમ પડ્યું કે દિલ્હીથી જ્યારે તેઓ મર્સીડીઝ ગાડી લઇને પોતાના ગામમાં જતા ત્યારે તેમના સાળાના પુત્ર તેમને જમવા એટલા માટે બોલાવતા કે તેમની મર્સીડીઝ ગાડી તેમના ઘરની બહાર બે-ત્રણ કલાક ઊભી રહે જેથી આજુબાજુના વિસ્તારમાં તેમનું માન સન્માન વધી જાય. એકવાર રોનક લાલજી એ એવું કર્યું કે જ્યારે તેઓ પોતાના ગામ ગયા તો મર્સીડીઝ ગાડી લઇને ના ગયા અને ટ્રેનથી ગયા, ત્યાં મારૂતી કાર ભાડે લીધી. સાસરીમાં ગયા તો એ જ મારૂતી કારમાં, અને જ્યારે સાળાના દિકરાને જાણ થઇ કે રોનક લાલજી આવ્યા છે તો પણ તેણે મળવાની કોશીષ ન કરી. રોનક લાલજી એ ફોન પણ કર્યો તો પણ કોઇ જવાબ ન મળ્યો. જમવા બોલાવવાનું તો નામ જ નહીં. ત્યારે રોનક લાલજીને માલૂમ પડ્યું કે તેઓ પોતાની મોટી-મોટી ગાડીઓમાં આવે છે તો એમના સાળાના દિકરા એમને નહીં પણ તેમની ગાડીને આમંત્રણ આપે છે, ઘેર આવવાનું. આ વાત કોને કહે ?

આ જ પ્રકારની એક વાત એક દિવસ મારા મિત્રએ મને જણાવી જ્યારે અમે રાત્રી ભોજન પછી પાર્કમાં ટહેલતા હતા. એમણે કહ્યું કે એમના દિકરા સંતુષ્ટ નથી એમના દ્વારા સંપત્તિ વિતરણના મામલામાં. આગળ એમણે જણાવ્યું કે કરોડો રૂપિયાની સંપત્તિ એમણે મૂડી રાખી છે જે કુટુંબના આવનારા દિવસોમાં કામ આવશે. પણ એમનો દિકરો તો એવો છે જે પોતાના પિતાને કહે છે કે તમે કોઇ સારી વ્યવસ્થા કરી નથી આગળની સાત પેઢી માટે. તમે કાંઇક તો વિચારો સારા-નરસા વિશે. આગળ દિકરો પિતાને એ પણ તર્ક-વિતર્ક કરતો રહે છે કે સાત પેઢી વિશે વિચારવું પણ જરૂરી છે અને તેઓ એવું કાંઇ વિચારતા નથી જેનાથી સાત પેઢીનું કાર્ય ચાલી શકે. મારા મિત્રએ કહ્યું કે એમણે એમના દિકરાને સમજાવ્યો કે સાત પેઢીની વાત જૂની થઇ ગઇ છે, આજે તો આપણે ઇચ્છીએ છીએ કે પહેલા આપણે સારી રીતે રહીએ, સમૃદ્ધિ સાથે રહીએ તે પછી આપણી આગલી પેઢી એટલે આપણો પૌત્ર સમૃદ્ધિ સાથે રહે. અહીં સુધીનું પ્લાનિંગ જો આપણે કરી લઇએ તો સારી વાત છે. એમનો દિકરો પિતાના આ વિચારથી નાખુશ છે. હવે આવામાં મારા મિત્ર બોલવા લાગ્યા કે હું કરું તો શું કરું ? આ વાત તો હું કોઇને કહી શકતો નથી. હું મારી પત્નીને પણ નથી કહી શકતો જો પત્નીને કહીશ તો એ સમજશે નહીં અને ઉલ્ટાનું મને જ ધમકાવશે કે હા તમારે સાત પેઢીની વ્યવસ્થા તો કરવી જ જોઇએ. આગળ પોતાની ભાવનાને

વિસ્તારપૂર્વક જણાવતા મારા મિત્રએ કહ્યું કે એમનું માનવું છે કે તેઓ કરોડો રૂપિયા કુટુંબ માટે જ્યારે છોડીને જશે અને આજે પણ આપી રહ્યા છે તો, આગલી પેઢી એટલે એમનો દિકરો પણ આવનારા વર્ષોમાં કાંઇક કમાય અને પ્રગતિ કરે પોતાના ભવિષ્ય માટે અને પોતાની આવનારી ભાવિ પેઢી માટે. એમણે બહુ સ્પષ્ટ સ્થિતિ સમજાવી અને આ વાત પર પોતાના વિચાર રજૂ કર્યા કે તેઓ માને છે કે આપણે વધારેમાં વધારે બે પેઢીનું જ વિચારીએ. આખરે બે પેઢીના વિચાર પછી આ બે પેઢીઓ પણ કાંઇક તો કમાશે અને જો આપણે આવા વિચાર રાખીએ કે આજે પણ આપણે કંજૂસી કરીએ, પૈસા બચાવીએ, વિદેશ વગેરે ફરવા ન જઇએ અને કેવળ પેઢી વિશે વિચારતા રહીએ તો એમનું માનવું હતું કે આપણે બેંકના ખજાનચી છીએ તેથી વિશેષ કાંઇ નહીં.

જો તમે સમૃદ્ધવાન છો તો શું તેથી વિશેષ છો કે સાત પેઢીના વિચાર માટે રાત-દિવસ લાગેલા રહો અને સાત પેઢીની ખાવા-પિવાની વ્યવસ્થા અને આરામ વગેરે માટે મહેનત કરતા રહો અને પોતાનું આખું જીવન તેમાં જ લગાવી દો. શું તમે આ વાત સાથે સહમત છો કે નહીં ? તમારો જવાબ કાં તો હા હશે કાં તો ના. પરંતુ સાચી વાત એ છે તમે તમારા વિચાર પોતાના જ મિત્રોને, પોતાના જ કુટુંબીજનોને જણાવી શકતા નથી. જણાવતાં સંકોચ થાય છે, જણાવતાં લાગે છે કે કુટુંબીજનો કયાંક નારાજ ન થઇ જાય. આખરે સમસ્યા એ જ એક, મનની વાત કહો તો કોને કહો ? આમાં ક્યાંક વધારે, સાચું-ખોટું હોવાની વાત નથી પણ વાત તો એજ છે કે તમારા અને મારા વિચાર અલગ હોય શકે છે. બની શકે કે તમે વિચારો કે સાત પેઢીની વ્યવસ્થા આપણે કરવી જોઇએ. કેમકે હું તો પૂર્ણ રીતે એ જ માનું છું કે આગળની બે પેઢીની વ્યવસ્થા આપણે કરી લીધી તો, એ બે પેઢી પોતાની આવનારી પેઢીની વ્યવસ્થા કરે. શા માટે તેઓ ખાલી બેઠા રહે, વિચારે નહીં, કમાય નહીં, સંપત્તિ વધારવા વિશે વિચારે નહીં ? પરંતુ તમારા વિચાર તમે વ્હેંચી શકતા નથી, બની શકે તમારા વિચાર વધારે પરિપક્વ બની જાય, પણ સમસ્યાઓ એ જ છે કે આપણે કોની સાથે ચર્ચા કરીએ ?

114 *દિલની વાત કોને કહીએ અને કેવી રીતે*

આધ્યાત્મની શરણ લો

પાછલા દિવસોમાં મારા એક લેખને વાંચીને લખનૌથી શ્રી રાજકુમારજીનો પત્ર આવ્યો. હું એમને ઓળખતો પણ નથી. કેવળ અમારી વાતચીત એકવાર ફોન પર થઇ. એમણે જે પત્ર લખ્યો તે આવો હતો :

આદરણીય સુભાષજી,

સાદર પ્રણામ. કાલે ફોન પર તમારી સાથે વાત કરીને પ્રોત્સાહન મળ્યું. હકીકતમાં હું છેલ્લા પાંચ વર્ષથી આર્થીક, શારીરિક, માનસિક સંક્રમણમાંથી પસાર થઇ રહ્યો છું. સંક્ષિપ્ત વિવરણ તથા સમસ્યાઓ તમારી સેવામાં પ્રસ્તુત કરી રહ્યો છું-

મારું નામ રાજકુમાર. મારી પત્નિ પ્રતિભા, પુત્રી રોશની અને જમાઇ રોશનકુમાર, નિવાસ દ્વારિકા, નવી દિલ્હી. મારી દિકરી રોશનીના લગ્ન રોશનની સાથે નવી દિલ્હીમાં ૨૮-૮-૨૦૦૬ના રોજ થયા હતા. તેઓ શરૂઆતમાં ગુડગાંવમાં રહેતા હતા. રોશની અસ્વસ્થ થતા ઓક્ટોબર ૨૦૦૬માં પ્રતિભા તેને લખનૌ લઇ આવી. તે પછી નાના સસરા આવ્યા જ્યારે લગ્નમાં નાના સસરા નાની સાસુ હતા નહીં. નાના સસુરે લખનૌ આવીને અમને ઘણા બદનામ કર્યા તેની વાત હું લખતો નથી. નાના સસુર સામાજિક વિચ્છેદ માટે દબાણ કરતા રહ્યા. સફળતા ન મળતા, છોકરાના મામાએ તેના વકીલ મિત્રના માધ્યમથી તીસ હજારી કોર્ટમાં છૂટાછેડાનો કેસ દાખલ કર્યો. રોશનીના વકીલ પણ સારા હતા. ડિસેમ્બર ૨૦૦૯માં રોશન અને તેની માએ વિદિશાના એક સ્વામીજી('નાના'ના મિત્ર) ને અમારા ઘેર સમાધાન માટે મોકલ્યા. મારી દિકરી રોશનીએ રોશનનો ફરી સ્વીકાર કર્યો, અંતે ૫-૬-૨૦૧૦ ના રોજ રોશની એકલી દિલ્હી ગઇ અને રોશન સાથે દ્વારિકામાં રહેવા લાગી. શરૂના ૪-૫ મહીના પ્રેમપૂર્વક વિત્યા. રોશને કોર્ટમાં રોશનીની સાથે જઇને કેસ પાછો લઇ લીધો. રોશનીએ

ખર્ચની રકમ માટે દબાણ ન કર્યું. તે પછી રોશને તેના ભાઇને લાવીને રાખ્યો જે અત્યંત દુષ્ટ હતો. તેની મા ના દ્વારા કરાવેલા જાદૂ ટોનાનો ઘણો સામાન ઘરમાંથી મળ્યો છે. રોશનની નાની જાદૂ-ટોના કરાવે છે. તે હજુ પણ ફરી છૂટાછેડા ઇચ્છે છે જેથી રોશનને ફરી પરણાવી દહેજ - કેશ મેળવી શકે. રોશન ભાઇને માટે પત્નીને છોડવા તૈયાર છે. ઘણીવાર માર-પીટ ગાળા ગાળી કરી ચૂક્યો છે. બે વાર રોશની ૧૦૦ નંબર પર પોલીસ ફરિયાદ કરાવી ચૂકી છે. હવે બે મહીનાથી નવા નુસખા અપનાવ્યા છે. ઘર ખર્ચ માટે પૈસા આપવાના બંધ કરી દીધા છે. રોશની સાથે એક શબ્દની પણ વાત કરતો નથી. શનિવાર રવિવારે ભાઇને લઇને ફરવા જાય છે. રોશની ફોન પર રડતી રહે છે, શું કરીએ સમજાતું નથી. તે એટીએમ કાર્ડથી પૈસા કાઢીને ખર્ચો કરી રહી છે. અમે બંને જણા અહીં ચિંતામાં છીએ. એક જ દિકરી છે. તમે અમારી વેદના સમજી શકો છો.

આપને નમ્ર વિનંતિ છે કે રોશન તથા કુટુંબના સભ્યોનો મિથ્યા અહંકાર નષ્ટ કરો, જાદૂટોટકાને કાયમ માટે નષ્ટ કરો. બંનેનું દાંપત્ય જીવન ફરીથી પ્રેમ અને આનંદથી ભરપૂર થાય અને પુત્ર સંતાન પણ મળે જેથી અમે બંને અમારું બાકીનું જીવન સુખ શાંતિમાં વિતાવી શકીએ.

અમે લખનૌની બેંકમાં ૩૦ વર્ષની નોકરી કરી છે. ૧૯૯૮માં બેંકે અમને મુંબઇ ટ્રાન્સફર કર્યા જે અમે સ્વીકાર્યુ નહીં. અમે પિતાજીને એકલા મુકીને જઇ શકત નહીં. બેંકે રમત રમીને અમને નોકરી છોડવાના લાભ આપ્યા નહીં.

તમે અમારી દયનિય સ્થિતિ વિચારી શકો છો. ફક્ત ૩૦૦૦/- રૂા. પેન્શન અને લગભગ ૫૦૦૦ રૂપિયા માસિક વ્યાજના પૈસામાં આજની મોંઘવારીમાં કેવી રીતે જીવન જીવી રહ્યાં છીએ. આજે પૈસા હાથમાં હોય તો તેની એફ.ડી. કરાવીને વ્યાજથી ખર્ચ ચલાવી શકીએ અને મર્યા પછી આ જ રકમ દીકરીને કામ આવત. આ ફ્લેટ પિતાજીનો છે અને અમારા મરણ પછી દીકરીને મળી જશે. જો એ શેતાનોએ દીકરીને કાઢી મૂકી તો અહીં રહી શકે છે.

આજે પૈસા ન હોવાને કારણે ઘર – કુટુંબીજનો, સગાઓ, મિત્રો, ભાઈ કોઈ યોગ્ય પ્રેમ સન્માન આપતા નથી. મારી પાસે કોઈ કામ નથી.

બેંકમાંથી છૂટા થયા પછી હું લગાતાર માનસિક તણાવમાં રહું છું. જે દીકરીના સંબંધે વધારી દીધો છે. જૂન ૨૦૧૦માં માલૂમ પડ્યું કે મને પથરી છે. ઑપરેશન ૩૦,૦૦૦રૂપિયામાં જ એકમાત્ર ઈલાજ છે જે મારા માટે શક્ય નથી. હોમિયોપેથી ઈલાજ કરાવી રહ્યો છું. પત્નિ પણ પીઠ - ખભાના દર્દથી પીડીત રહે છે, દીકરીની ચિંતાને કારણે તેનું બી.પી. વધારે છે. આત્મહત્યા કરવાની હિંમત થતી નથી, મારી આંખોમાં ગ્લૂકોમા છે.

મારા ઇષ્ટ શ્રીરાધાક્રિષ્ણ ઠાકુર જ છે. એમનું જ માનસિક નામ જપી રહ્યો છું. આ પત્ર પણ એમની જ પ્રેરણાથી લખાયો છે.

તમને પ્રાર્થના છે કે તમારા ભાઈને યથાસંભવ પૂરી આધ્યાત્મિક શક્તિથી મદદ કરો, આખું જીવન તમારો ઋણી રહીશ. બસ આનો દુરુપયોગ થવા ન દેતા. જો ન કરવા ચાહો તો આ પત્રનો નાશ કરી દેશો જેથી હું વૃદ્ધાવસ્થામાં કોઈ વિપત્તિમાં ન ફસાઈ જઉં.

પત્ર વાંચ્યા પછી મેં મારા મનમાં વારંવાર પત્રની વાત વાંચવાની કોશીષ કરી અને અંતે એ વિચાર આવ્યો કે પોતાની દીકરી રોશનીના જીવનમાં આવેલ તોફાનના કારણે બિચારા તેના પિતા કેટલાં પરેશાન થઈ રહ્યાં છે. તેથી આધ્યાત્મિક દૃષ્ટિથી મદદ કરવા માટે મેં લખનૌ રોશનીના પિતાને ફોન કર્યો. એમની સાથે વાત કરી. એમને હિંમત આપી અને એમને એ પણ કહ્યું કે, તમે ચિંતા ન કરો બધું ઠીક થઈ જશે. પ્રભુને પ્રાર્થના કરો અને દૈનિક કાર્ય કરતાં જાવ, ચિંતા ફિકર બિલકુલ ન કરો. સાથે-સાથે એ કહ્યું કે તણાવ બાજુ પર મૂકી દો. ઉંમરમાં તો તેઓ અમારાથી મોટા હતા પણ મેં ઠપકો આપતા એમને ફોન પર જણાવ્યું તમે બેવકૂફ જેવી વાતો ન કરો એટલે આત્મહત્યાની વાત તો કદી વિચારો જ નહીં. પ્રભુએ જન્મ આપ્યો છે તમને અને અમને તો પ્રભુ જ જન્મ (જીવન) લેશે. આપણે આપણી મરજીથી આત્મહત્યા કરીને આપણા જીવનનો નાશ ન કરીએ. મેં એમને જણાવ્યું કે ગીતા પાઠનું અધ્યયન દિવસમાં બે ત્રણ વાર કરો તો મુશ્કેલી નહીં પડે, તણાવ ઓછો થઈ જશે. તે પછી તો તે સજ્જનનો ફોન મારા પર સમયાંતરે વારંવાર આવતો રહ્યો. અને હું એમને અને એમની આધ્યાત્મિક ગુણોથી સલાહ આપતો રહ્યો. અંતે એમનો પરિવાર શાંતિથી રહેવા લાગ્યો. જે પોતાના મનની વાત કોઈને કરી શકતા નથી એમને આ પ્રકારની સમસ્યાઓ આવે છે, તેઓ કોઈની સામે પોતાની વાત મૂકી શકતા નથી, એમને આ પ્રકારની સમસ્યાઓ આવે છે, અને માનસિક રીતે ચિંતિત અને કુંઠિત રહે છે. આવામાં નાની વાતને બહુ મહત્ત્વ આપવું ન જોઈએ અને જો કોઈ ન મળે તો આપણે કોઈ સાથીની શોધ કરવી જોઈએ. ઓછામાં ઓછા એક એવા સાથી જે આપણને સાંભળી શકે, સમજી શકે, ઠપકો આપી શકે અને મનના ઘા પર મલમ લગાડી શકે. જો તમારા જીવનમાં પણ ઉપરના જેવો પત્ર કોઈ લખે તો કિંમતી સમય ફાળવીને એ વ્યક્તિના પત્રનો જવાબ આપો. તેની સમસ્યાનું સમાધાન જો તમે કરી શકતા નથી, તો કાંઈ નહીં કમસે કમ એને તમે હિંમત તો આપો કે તમે એની સમસ્યા સમજી રહ્યાં છો અને તમે સાચી સલાહ અથવા સાચો માર્ગ તેને બતાવી રહ્યાં છો. જો આપણું મન હશે તો આપણે માનવતાના સાચા માર્ગે ચાલીશું.

કળયુગી દીકરો

ફેબ્રુઆરી ૨૦૦૨માં મેં એક લેખ લખ્યો હતો. જેનું નામ હતું. "કળયુગનાં દિકરા". આ લેખ સરિતા પત્રિકાના ફેબ્રુઆરીના અંકમાં છપાયો. આ લેખને વાંચીને ઘણા લોકોએ ફોન પર પોતાની પ્રતિક્રિયાઓ દર્શાવી. મોટાભાગના લોકોની મુશ્કેલી એ પણ છે કે એમના ઘરમાં પણ આજના કળયુગના દિકરા હાજર છે પણ દબાયેલા સૂરે એ જ કહી રહ્યા હતા કે અમે અમારા ઘરની આ વાત કોઈને કહી શકતા નથી. કોઈની સાથે ચર્ચા કરી શકતા નથી અને પોતાના ઘરમાં બાળકોની સમસ્યાના કારણે મોટા ભાગના લોકો રોગગ્રસ્ત થઈ જાય છે. તમારા ઘરમાં પણ તમારા બાળકો સાથે થતી વાતચીત અને વ્યવહાર જો તમને દુઃખી કરે છે તો તમે એમ ન વિચારો કે દુનિયામાં કેવળ તમે જ એવી વ્યકિત છો જેને ત્યાં આવું બની રહ્યું છે. દેશમાં અને વિદેશમાં ઘણા લોકો છે જે આવી સમસ્યાથી લડી રહ્યા છે છતાં કેવળ સમજદાર વ્યક્તિ જ પોતાના જીવનને સારી રીતે ગુજારી શકે છે. 'કળયુગના દિકરા' નામના લેખમાં જે લખ્યું હતું તે આ પ્રકારે છે :

'પત્નિ પીડિત પતિ સમ્મેલન' પાછલા બે દશકમાં ભારતના વિભિન્ન ભાગોમાં ઘણીવાર મળી ચૂક્યું છે અને હવે તો આવા સમ્મેલનમાં કે ગોષ્ઠીમાં દૂરદર્શન તથા પગ-પત્રિકાઓ એ પોતાના પ્રતિનિધિ મોકલતા પણ બંધ કરી દીધા છે, કેમકે પત્ની પીડિત પતિની વ્યથા સર્વાધિક સામાન્ય વાત બની ચૂકી છે.

રાષ્ટ્રીય સ્તરનું એક આવું જ વિશેષ સંમેલન હાલમાંજ દિલ્હીમાં પણ આયોજિત કરવામાં આવ્યું હતું જેમાં બધા પ્રાંતોનું પ્રતિનિધિત્વ હતું. પરંતુ રાજનીતિક સમ્મેલનની જેમ આ સંમેલનમાં અલગ-અલગ વિચારના લોકોમાં કોઈ અનબન ન હતી. બહુ જ સ્વચ્છ વાતાવરણ દેખાતું હતું.

પરંતુ હા એમાં એક બહુ જ અગત્યનો પ્રશ્ન હતો, જેના માટે આ પ્રથમ સંમેલન બોલાવવામાં આવ્યું. આવા સંમેલનની કલ્પના તો અમે કદી કરી નથી.

સંમેલનનું નામ હતું. 'કળયુગના દિકરા' હા, ભારતના ઈતિહાસમાં સ્વતંત્રતા પહેલા અને પછી અત્યાર સુધી આવું અભૂતપૂર્વ સંમેલન ભારતની ધરતી પર કદી પણ કરવામાં આવ્યું નથી અને થાત પણ કઇ રીતે કેમકે કળયુગનું આગમન તો હમણાં જ થયું છે. આવામાં 'કળયુગના દિકરા' વિષય પર રાષ્ટ્રીય સ્તરનું સંમેલન થવું કોઈ મોટી વાત નથી.

સંમેલન માટે નાની પરામર્શ સમિતિ બનાવવામાં આવી. સમિતિએ સૌ પ્રથમ નક્કી કર્યું કે સંમેલનની સફળતા માટે કોઈપણ પત્રકારોને સંમેલનમાં પ્રવેશ કરવા ન દેવાય. તેના પર બિહારથી આવેલા મુકુટ બિહારી યાદવ તરત બોલ્યા કે જો આપણે પત્રકારો અથવા દુરદર્શનના કેમેરામેનને સંમેલનમાં આવવાની મંજૂરી નહીં આપીએ તો આપણી તકલીફ રાષ્ટ્રીય સ્તરે કેવી રીતે પ્રકાશમાં આવશે. આટલા મોટા સંમેલનની દેશમાં ચર્ચા જ નહીં થાય. દૂરદર્શન પર પણ નહીં દેખાડાય. એટલે એમણે સૂચન કર્યું કે પત્રકારો અને ટીવીના કેમેરામેનને સંમેલનમાં બોલાવવામાં આવે, સાથે એમને કિંમતી ભેટ પણ આપવામાં આવે. જેથી સંમેલનમાં થયેલી વાતો તથા આપણી સમસ્યાઓને સંપૂર્ણ ભારતના નર-નારીઓ સમક્ષ ખૂબીપૂર્વક મૂકે.

મુકુટ બિહારી પોતાની વાત પૂરી પણ કરી શકે તે પહેલા ઉત્તર પ્રદેશથી આવેલા કમલકુમાર સિંહે વચમાં જ પોતાનો પ્રસ્તાવ મુકતા કહ્યું કે સંમેલનમાં પત્રકારો તથા ટીવી કેમેરામેનો ને બોલાવવા તેમની સમજની બિલકુલ બહાર છે, કેમ કે જો ટીવી તથા અખબારોમાં આપણા સંમેલનની ચર્ચા થશે અને જ્યારે તેમાં ભારતના વિભિન્ન પ્રાંતમાંથી આવેલા પ્રતિનિધિઓના ચિત્ર દેખાડવામાં આવશે તો ઘરોમાં બેઠેલા આપણા જે કલિયુગી દિકરાઓ છે તે તેને પત્નિ સાથે જોશે. આવામાં સંમેલન પછી જ્યારે આપણે આપણા ઘરે જઈશું ત્યારે આપણી હાલત વધારે દયનીય થઇ જશે. આપણને અનેક વિકટ પરિસ્થિતિનો સામનો કરવો પડશે.

આટલા ઠોસ તર્ક પછી તો સંવાદદાતાઓને બોલાવવામાં તો બધાને પરેશાની થતી દેખાઇ અને સર્વસંમતિથી નક્કી કરાયું કે કોઈપણ પત્રકાર તથા ટીવી કેમેરામેનને આ સંમેલનમાં બોલાવવામાં નહીં આવે.

સંમેલનનું આયોજન તો ખાનગી રીતે કરવામાં આવતું હતું જેટલું કદાચ આતંકવાદી પણ તેમની ચર્ચા એટલી સતર્કતા અને ગોપનીયતાથી કરતા નહીં હોય.

મહારાષ્ટ્રથી આવેલા અમિત કુલકર્ણીએ સંમેલનની ગંભીરતાને જોતાં સૂચન કર્યું કે પ્રત્યેક સંમેલન કક્ષમાં ક્યારે જાય જ્યારે ગેટની બહાર પૂર્ણ સુરક્ષાની વ્યવસ્થા હોવી જોઈએ. સાથે મેટલ ડિરેક્ટર(ડિટેક્ટર) પણ હોવું જોઈએ.

જ્યારે અન્ય લોકોએ કહ્યું કે હજુ તો આપણે કોઇ વીઆઇપી એટલે વડાપ્રધાન, મુખ્યમંત્રી કે કેન્દ્રીય મંત્રીને બોલાવવાનો નિર્ણય જ નથી કર્યો તો સુરક્ષા માટે મેટલ ડિરેક્ટર નું શું પ્રયોજન ?

તેના પર અમિત કુમારે શંકા દર્શાવતા કહ્યું કે શું ખબર, અમારા અને તમારા કળયુગી દિકરા સંમેલન સ્થળે સ્પાય કેમેરા ટેપરેકોર્ડર લગાવી દે, જેનાથી તેઓ એ જાણી શકે કે આ સંમેલનમાં આપણે શું ચર્ચા કરી અને કઇ કઇ વ્યક્તિએ પોતના કળયુગી દિકરાનું ગાણું ગાયુ છે. તેથી અમિતકુમારની શંકાને ધ્યાનમાં લેતા આયોજનકર્તાઓ એ એક સિક્યોરિટી એજન્સીને સંમેલનની સુરક્ષાની જવાબદારી સોંપી.

આયોજનકર્તાઓએ હવે સંમેલનના મુખ્ય અતિથી પર વિચાર કર્યો. પ્રશ્ન નાનો હતો. નક્કી તો બસ એ કરવાનું હતું કે મુખ્ય અતિથિ તરીકે કોને બોલાવવા ? અનેક અભિપ્રાય મળ્યા. કોઇએ વડાપ્રધાનને બોલાવવા કહ્યું. આના પર પણ બહુ મોટી પ્રતિક્રિયા થઇ કે સંમેલનને તો હજુ ૪૦ દિવસ બાકી છે આપણે આટલી ચિંતા કેમ કરીએ કેમકે આજે જે વડાપ્રધાનને આવવાનું આમંત્રણ આવ્યું તે સંમેલનના દિવસે ભૂતપૂર્વ વડાપ્રધાન બની જાય. અને જો ભૂતપૂર્વ પણ થઇ ગયા અને છતાં આપણે એમને કોઇ ઇન્કવાયરીના જવાબ આપવા સંમેલનના દિવસે વ્યસ્ત હોય.

કોઇએ કહ્યું કે દિલ્હીના મુખ્યમંત્રીને બોલાવો. કોઇએ બીજા રાજનેતાનું નામ આપ્યું. પણ કોઇ નામ પર પૂર્ણ સહમતિ ન બની.

મુંબઇથી આવેલા વી. પ્રકાશે કહ્યું કે હું તો ફિલ્મ નગરી મુંબઇથી આવું છું. શા માટે આપણે આ સંમેલનના ઉદ્ઘાટનકર્તા કે અતિથિ તરીકે રાજેશ ખન્નાને બોલાવીએ ?

રાજેશ ખન્નાનું નામ સાંભળતા જ પરામર્શદાતા એકવાર તો આભા બની ગયા. પછી પ્રકાશને પૂછ્યું કે આખરે શું વિચારીને એમણે રાજેશ ખન્નાને મુખ્ય અતિથિ બનાવવા પસંદ કર્યા. અરે ભાઇ ફિલ્મ ઇન્ડસ્ટ્રીમાં થી જ કોઇને મુખ્ય અતિથિ બનાવવા છે તો અમિતાબ બચ્ચનને બોલાવો અથવા આજના યુવાન અભિનેતા શાહરૂખ ખાનને.

જ્યારે આ બધા પ્રશ્નોના જવાબ આપવા માટે પ્રકાશનો વારો આવ્યો તો એમણે દલીલ કરતા કહ્યું કે રાજેશ ખન્ના જ બધા ફિલ્મ કલાકારોમાં પ્રથમ નંબરે આવે છે. જેમણે ફિલ્મ ‘અવતાર’માં જે રોલ ભજવ્યો તે હકીકતમાં અનુકરણીય હતો. કળયુગના દિકરાનું આવું ચિત્રણ એ ફિલ્મમાં દર્શાવવામાં આવ્યું હતું કે

120 *દિલની વાત કોને કહીએ અને કેવી રીતે*

જેને આજે પણ ફિલ્મ જોનાર ભૂલી શકતા નથી. એ ફિલ્મમાં રાજેશ ખન્ના પર જે વીતી હતી એને યાદ કરીને આજે પણ રડવું આવે છે.

આખરે કેમ ? એ પ્રકાશે જાણવા માંગ્યુ. એમણે બધા સભ્યોને એમના વિચાર પૂછ્યા. સર્વ સંમતિથી બધાનો અભિપ્રાય હતો કે રાજેશ ખન્ના પર ફિલ્મ અવતારમાં જે વિતી હતી તે એ દિવસે વિતી હતી, પણ હવે રાજેશ ખન્ના કરતાં વધારે આપણા પર વિતી રહી છે અને જે વિતે છે તે તો આપણે જ જાણીએ છીએ.

આ બાબતમાં પોતાની વાત સમાપ્ત કરતાં રાજસ્થાનના અનિલકુમાર શેખાવતે કહ્યું કે આપણે આ સંમેલનમાં કોઈપણ મુખ્ય અતિથિ નહીં રાખીએ, કેમકે સામાન્યતઃ આપણે કોઈ મુખ્ય અતિથિને તેના વિચાર જાણવાં, માહિતી મેળવવા અને આપણાથી તેમને વધારે હોંશિયાર તેને માનીએ છીએ એટલે તો આપણે તેને મુખ્ય અતિથિ બનાવીએ છીએ. પરંતુ આ સંમેલનમાં તો દરેક પ્રતિનીધીના હૃદયમાં ડંખે છે, આપણા હૃદયોમાં જે તકલીફ છે તે કોઈપણ વ્યક્તિથી વધારે છે જેનુ નામ આપણે મુખ્ય અતિથી તરીકે લેવા માગીએ છીએ.

પોતાની વાત સમાપ્ત કરતાં અનિલકુમારે નૂરની પંક્તિઓને યાદ કરાવી. 'જોયું હોઠનું હાસ્ય, હૃદયના ઘા ન જોયાં, તમે પણ દુનિયાની જેમ કેવા છેતરાઈ ગયા!'

પણ મુખ્ય અતિથી કે ઉદ્‌ઘાટનકર્તાના નામ પર સહમતી છતાં પણ થઈ નહીં. બહુ જ શાંત અને સ્વચ્છ વાતાવરણમાં ભારતમાં 'કળયુગના દીકરા' વિષય પર આયોજીત પ્રથમ સંમેલન શરૂ થયું. પોતાના પ્રારંભિક ભાષણમાં સંમેલનના અધ્યક્ષ રામકુમાર વર્માએ અતીત તરફ બધાંનું ધ્યાન આકર્ષિત કર્યું અને લઈ ગયા અતીતના લગભગ ૩ દશક પહેલાં, જ્યારે તેઓ પોતે પોતાના દીકરાની ઉંમરના હતા.

એ જમાનો એવો હશે જ્યારે માતા – પિતાનું ખૂબ આદર તથા સન્માન સાથે ધ્યાન રાખવામાં આવતું હતું. પિતા જ્યારે બોલતા ત્યારે પુત્ર જવાબ આપતો નહીં પરંતુ ઊભા ઊભા સાંભળતો નહીં કે આજની જેમ સૂતા સૂતા પિતા સમક્ષ પત્નીનું નામ લેવું એક અપરાધ ગણાતો હતો અને સાથે પોતાના નાના બાળકને વારંવાર ખોળામાં લેવું તેને પ્રેમ કરવો પણ બહુ અનુસાશનની વિરૂદ્ધ હતું.

રામકુમારજીએ કહ્યું કે, અમે પણ કલ્પના કરી હતી, જ્યારે અમારું ઘડપણ આવશે તો અમારા બાળકો પણ આ જ રીતે આદર્શ નિભાવશે અને અમે આરામથી પોતાનું ઘડપણ પાર કરીશું. ફૂરસદમાં પૌત્ર- પૌત્રીઓને ખવડાવતાં દુનિયાનો આનંદ લેતા જઈશું અને જ્યારે અંત સમય આવશે ત્યારે ચુપચાપ આંખ બંધ કરી લઈશું.

દિલની વાત કોને કહીએ અને કેવી રીતે **121**

પરંતુ આજના કળયુગમાં આપણે દીકરાઓ પાસે સેવાની આશા તો દૂર રહી, બે ઘડી મીઠા બોલની આશા પણ રાખી શકતા નથી. આજે આપણા પોતાના જ ઘરમાં લાગે છે કે આપણે કોઈ ધરમશાળા અથવા પારકા ઘરમાં બેઠાં છીએ. પોતાનુ ઘર પોતાનું નથી લાગતુ, પોતાના પોતાના નથી લાગતાં, આખરે આવું કેમ બન્યું!

અધ્યક્ષજીએ વિચાર્યું કે કદાચ આવું એમની સાથે જ થયું હોય પણ કેવળ એક જ વાર કરતલ દ્વનિ સાથે અવાજ આવ્યો કે કેવળ તમારી સાથે જ આવું નથી, બધાંની સાથે આવું જ છે.

ભારતની એકતા અને અખંડિતતા આ સંમેલનમાં પૂરી રીતે દેખાઈ રહી હતી. વિભિન્ન પ્રાંતોમાંથી જે લોકો આવ્યા હતા તેમના વિભિન્ન સંસ્કાર હતા, વિભિન્ન ધર્મ હતા, વિભિન્ન બોલીઓ હતી, પરંતુ જે મુદ્દા માટે સંમેલન હતું તે વાત સરખી હતી તેમાં કોઈ અસમાનતા ન હતી.

અધ્યક્ષજી પછી વિભિન્ન વક્તાઓએ પોતાનું વક્તવ્ય આપ્યું. પોતાની સમસ્યાઓ રજૂ કરી, પોત પોતાની આપવિતી વર્ણવી.

આ સંમેલનની એક વિશિષ્ટતા એ હતી કે જે રીતે કોઈ બીજા સંમેલનમાં જ્યારે કોઈ વક્તા બોલે છે અને વાત સારી લાગે તો શ્રોતા કરતબ ધ્વનિથી તેનું સ્વાગત કરે છે અથવા વચમાં 'વાહ વાહ' અથવા 'શું વાત છે' વગેરે કહીને દાદ આપે છે. જેનાથી વક્તાનો ઉત્સાહ ટકી રહે. પણ સંમેલનમાં આવું કાંઈ થયું નહીં બલ્કે વક્તા જે બોલતા ગયા તે પર પોતાની સહમતિ, પોતાના વિચાર બધાં શ્રોતાઓએ વ્યક્ત કર્યા પણ તાળીઓ પાડીને નહીં કેવળ આંખોમાંથી બે આંસૂ પાડીને.

જ્યારે કોઈ વક્તા પોતાના વિચાર રજૂ કરતાં તો બાકી બધાં સાંભળનારા તેના ભાષણ પછી આંસૂ વહાવતા. એમને લાગતું કે વક્તા જે બોલી રહ્યા છે તે તો તેમના પર વિતેલી વાત છે. બોલે કોઈ અને અસર કોઈ બીજા પર થાય. એ જ થતું હતું આ સંમેલનમાં. વક્તા બોલી રહ્યા હતા. બોલનાર એક જ વ્યક્તિ હતી. પણ તેની વાતની અસર સાંભળનાર બધી વ્યક્તિઓમાં એક જ સમયે એક સાથે થઈ રહી હતી. કેવો વિચિત્ર સંગમ હતો કે એક વાત અનેક વ્યક્તિમાં સરખી રીતે ફીટ બેસતી હતી.

આ સંમેલનઅંગે ન તો સમાચારપત્રોમાં કોઈ રીપોર્ટ હતો નહીં, દુરદર્શનની કેમેરા ટીમને આવવા ન દીધી. પણ કેટલીક આવેલી વ્યક્તિઓના વિચાર અમે સંભળાવ્યા એમના દુઃખની અમીટ છાપ આજે પણ અમારા મનમાં વસેલી છે.

કલકત્તાથી આવેલા શ્યામસુંદર ખેતાને 'કળયુગના દીકરા' વિષય પર પોતાની

ગાથા સંભળાવી તો બહુધા બધાં શ્રોતા થોડી મિનિટો માટે સ્તબ્ધ થઈ ગયાં. એમણે જણાવ્યું કે તેઓ કલકત્તાના અતિ આધુનિક મહોલ્લા ન્યુ અલીપુરના બંગલામાં રહે છે. બહુ મહેનતથી રાત દિવસ એક કરીને એમણે આ બંગલો ૨૦ વર્ષ પહેલાં બનાવ્યો હતો. આ બંગલો બનાવતી વખતે એમણે શું શું સ્વપ્ન જોયા હતાં. તે બધાં સ્વપ્ન ભાંગી ગયા. ભાંગી શું ભાંગીને ભૂક્કો બોલી ગયા જ્યારથી તેમના દીકરાના લગ્ન થયાં.

દીકરાના લગ્નની વાત યાદ કરતાં તે ભાવુક થઈને પોતાના વિચાર રજૂ કરતાં રડી પડ્યાં. યાદ આવી ગયાં એમને એ દિવસો જ્યારે પોતાના ઘરમાં વહુ આવવાની ખુશીમાં એમણે પોતાની પત્નિના ઘરેણા વગેરે વેચીને પુત્રવધુ માટે નવા ઘરેણા તૈયાર કરાવ્યા હતાં. આખા બંગલામાં રંગરોગાન થયું. ઓરડાઓમાં એરકન્ડીશન લગાવી દેવાયાં. નવી કાલીન પથરાવી દીધી અને એ બધી સુખ સગવડતાઓની વ્યવસ્થા એમણે આ બંગલામાં કરી જેથી આવનારી પુત્રવધુને એમ લાગે કે તેના સ્વાગતની તૈયારી બહુ શાનથી કરાઈ છે.

જો કે લગ્ન સારી રીતે સંપન્ન થયા હતા. પણ લગ્નમાં માત્ર ૨૦ મહીનાના સમયમાં જ શ્યામસુંદરજી પોતાના બંગલાના વાતાનુકુલિત કક્ષમાં ન રહેતા બંગલાની અંદર જ બનેલા સર્વન્ટ ક્વાર્ટર્સમાં રહે છે.

આખરે એવું કયું કારણ હતું જેનાથી એમને આવી મજબૂરીનો સામનો પોતાની વૃદ્ધાવસ્થામાં કરવો પડ્યો, આ પ્રશ્ન જ્યારે એક મહાનુભવનો આવ્યો ત્યારે ફરી ભાવવિભોર થઈને શ્યામસુંદરજીએ જણાવ્યું કે બંગલો આખરે એક જ માળનો હતો. લગ્ન પછી વાતાનુકુલિત એક કક્ષ તો એમનો પોતાનો હતો અને બીજો એમના દીકરાનો. પણ જ્યારે એમના દીકરાના પ્રથમ શિશુનો જન્મ થયો તો એ સમયે ઘરમાં હાહાકાર મચી ગયો. દીકરાએ પોતાના માતા-પિતાને સર્વન્ટ ક્વાર્ટરમાં સ્થાનાંતરિત કરીને એમના વાતાનુકુલિત શયન કક્ષને પોતાના નવજાત શિશુ તથા તેની નોકરાણી માટે આરક્ષિત કરી દીધો.

એટલું જ નહીં, રોજ રાત્રે પાર્ટીઓ, ઘોંઘાટ વગેરેથી શ્યામસુંદરજીને ભયંકર પીડા થતી હતી. તે શાંતિથી બે ઘડી પણ સૂઈ શકતા ન હતા. કેમ કે રાતના ૧૧-૧૨ વાગ્યા સુધી એમના કળયુગી દીકરાના મિત્ર, સગાઓ તથા સાસરી પક્ષના લોકો અડ્ડો જમાવીને બેસતાં. શ્યામસુંદરજીની વાત અહીં સમાપ્ત થઈ અને આખા સભાગૃહમાં સન્નાટો છવાઈ ગયો.

આ સન્નાટો તોડ્યો પોતાના વિચાર રજુ કરતાં ચેન્નઈના કે. એન. ચારી એ માઈક પર જ્યારે બોલવા લાગ્યા તો સભાગૃહમાં બેઠેલા લોકોને લાગ્યું કે તેઓ

બોલી તો રહ્યાં છે પણ મ્હોંમાંથી તેમનો અવાજ નીકળતો નથી. તરત એક ગ્લાસ પાણી તેમને પીવડાવ્યું ત્યારે વળી એમણે પોતાની વાત શરૂ કરી.

એમણે જણાવ્યું કે ચેન્નઈ પાસે સમુદ્રતટથી થોડેક જ દૂર એમનો પણ એક શાનદાર બંગલો છે. બંગલામાં બધી આધુનિક સુખ સુવિધાઓ છે. તાજેતરમાં જ એમના કળયુગી દીકરા પી.કે. કુમારે ચેન્નઈ હાઈકોર્ટમાં એમના પર દાવો કર્યો. તેનાથી એમને છ મહીના જબરદસ્ત તણાવ તથા માનસિક કષ્ટ થયું.

સભાગૃહમાં બેઠેલા વિરેન્દ્રકુમારે જીજ્ઞાસાવશ પૂછ્યું કે એવો શું વિષય હતો કે જેના લીધે તમારા દીકરાએ તમારા પર કેસ દાખલ કર્યો ? આંખો મીચી રાખતા તેમણે કહ્યું કે મારા દીકરાએ ચેન્નઈ ઉચ્ચ ન્યાયાલયમાં યાચિકા એટલા માટે દાખલ કરી કે તેના પિતા તેના ધનનો દુરુપોગ કરી રહ્યા છે.

પરંતુ કે.એન. ચારીએ આગળ જણાવ્યું કે એમના દિકરાએ ન્યાયાલયમાં જ્યારે પિતા દ્વારા ધન દુરુપયોગની યાચિકા દાખલ કરી તો માનનીય ન્યાયાધીશો એમના પુત્રને ન્યાયાલયમાં બોલાવીને પૂછ્યું કે તારા પિતાજી તારા ધનનો દુરુપયોગ કરી રહ્યા છે જે સરાસર ખોટું છે, અન્યાયપૂર્ણ છે. એનો ન્યાય તો થશે પરંતુ કમસેકમ તુ એ તો જણાવે કે તારા ક્યા ધનનો દુરુપયોગ તે કરે છે જેથી તેમને ઉચિત દંડ અને તને તારું ધન પાછું અપાવી શકાય.

એમનો પુત્ર પી.કે. કુમાર જ્યારે નયાયાલયમાં ઉપસ્થિત થયો તો માનનીય ન્યાયાધીશને સંબોધિત કરતા બોલ્યો કે જુઓ મહામહિમજી. મારા પિતાનો હું એકમાત્ર વારસ છું. તેઓ વૃદ્ધ થયા છે. હું મારી જુવાનીમાં છું અને આજે આ સમયે તેઓ મારા જ ધનનો દુરુપયોગ કરી રહ્યા છે. ત્યારે ન્યાયાધીશે ટોકતા કહ્યું કે આખરે ક્યું તારું ધન? વિવરણ તો આપ જેથી અમે તને ન્યાય અપાવીએ. ત્યારે પોતાની વાત ચાલુ રાખતાં એમના પુત્રએ કહ્યું કે જેમ મેં જણાવ્યું, હું તેમનો એકમાત્ર વારસ છું, પિતાના મૃત્યુ પછી બધું ધન મને જ મળશે.

આખરે વારસ તો હું એકલો જ છું એટલે મારા પિતાજી પોતાની વૃદ્ધાવસ્થામાં મારું ધન નષ્ટ કરી રહ્યા છે, કેમકે એ ધન જે થોડા સમય પછી મને મળનાર છે તેને આજે મારા પિતા પોતાના હરવા ફરવા, કલબ જવા, દેશાટન કરવા, દાન ધર્મ કરવા તથા વિદેશ યાત્રામાં ખર્ચ કરી રહ્યા છે. મહામહિમજી મારા ધનને બરબાદ થતું બચાવી લો નહીં તો મારું ભવિષ્ય અંધકારમય બની જશે.

થોડા સમય પહેલા ન્યાયાધીશ બિચારા પિતાશ્રીને ઠપકો આપતા હતા, પણ જ્યારે એમને માલૂમ પડ્યું કે એમનો કળયુગી દિકરો એ સંપતિ વિશે ચર્ચા કરી રહ્યો છે જે આજે તેના પિતાની જ છે. એમના જ નામે છે અને એમના દ્વારા જ

અર્જિત કરી છે. ત્યારે ન્યાયાધીશ કડક બની ગયા અને એમણે એક એવો ઐતિહાસિક ચૂકાદો સંભળાવ્યો જેના દ્વારા એમણે પી.કે.કુમારને જબરદસ્ત ઠપકો આપતાં ચેતવણી આપી કે જે સંપત્તિ આજે તારા પિતાના નામે છે અને તે એમના દ્વારા જ અર્જિત કરાઈ છે, તેને તેમના મૃત્યુ પહેલા તારા દ્વારા પોતાની માનવી જરાય ન્યાયસંગત નથી. જ્યાં સુધી વ્યક્તિ જીવિત છે, તેના દ્વારા અર્જિત સંપત્તિને ભોગવવા તથા દાન વગેરે કરવાનો સંપૂર્ણ અધિકાર તેને પોતાને જ છે. આવી સંપત્તિ પર ભવિષ્યમાં જે પણ વારસ બનશે એને કોઈપણ અધિકાર નથી. તેથી તે પોતાના પિતાની એવી સંપત્તિના ઉપયોગ કે દુરુપયોગ પર પ્રતિબંધ લગાવી શકતા નથી.

દિલ્હી હાઈકોર્ટના વરિષ્ઠ અધિવક્તા, વિચારક તથા સામાજિક કાર્યકર્તા જયલાલ લેખી એ પોતાનો એ બનાવ બયાન કર્યો જ્યારે તે પોતે તેમની ચેમ્બરમાં ક્લાયન્ટ સાથે વાત કરતાં કરતાં બહુ જોરથી રડી પડ્યા હતા.

એમને ગત વર્ષની એ ઘટના યાદ આવી રહી હતી જ્યારે તે હાઈકોર્ટની પોતાની ચેમ્બરમાં બેસેલા તેમના ક્લાયંટ વિજયકુમાર તથા એમના પુત્ર અનિલકુમાર સાથે વિચાર-વિમર્શ કરી રહ્યા હતા. વાત હકીકતમાં કાંઈક એવી હતી કે પિતા-પુત્રમાં સામંજસ્ય બગડી ગયું હતું. ભાગલાની તૈયારી ચાલી રહી હતી. તે પૂરી ચેષ્ટા કરી રહ્યા હતા કે કોઈક રીતે મામલો એમની ચેમ્બરમાં જ સમાપ્ત થઈ જાય અને કોઈપણ પક્ષને ન્યાયાલયની મદદ લેવી પડે. તે ક્યારેક પિતાને જે ક્યારેક પુત્રને પ્રેમથી, ક્યારેક ઠપકો આપીને, ક્યારેક અકળાઈને, તો ક્યારેક પીઠ થપથપાવીને સમજાવી રહ્યા હતા જેથી તેમને સફળતા મળે.તે દરમિયાન એક સમય એવો આવ્યો જ્યારે તે વાત કરતાં કરતાં જોરથી રડી પડ્યા.

આટલા મોટા વકીલને પોતાની જ ચેમ્બરમાં ક્લાયન્ટ સામે રડવાની વાત તો હાસ્યાસ્પદ જ લાગે છે,પણ જ્યારે તેમણે એ વાતની ચર્ચા અહીં કરી તો બધા શ્રોતા એકવાર આત્મવિભોર થઈ ઉઠ્યા.

એમણે જણાવ્યું કે પિતા-પુત્રની દલીલ દરમિયાન એકવાર પુત્ર અનિલ કુમારે બહુજ ભારપૂર્વક કહ્યું કે જો ભાગલા જેમ તે ઈચ્છે છે તેમ તમે નહીં કર્યા તો તે પોતાના પિતાના વહી-ખાતામાં હેરાફેરી કરવાના આક્ષેપમાં જેલ મોકલવામાં જરાપણ ખચકાશે નહીં.

જ્યારે જયલાલ લેખીએ આ વાત સાંભળી તો તે પોતાના ક્લાયન્ટ સામે જ રડી પડ્યા. અંતે જયલાલ લેખીએ બહુ જ ભારે મનથી વિજય અને અનિલના જટીલ કૌટુંબિક ઝઘડાની સુલેહ કરાવી ત્યારે વળી વાત ઠંડી પડી.

આવા ગંદા વિચારોથી આપણે શું આશા રાખીએ કે વિજય અને અનિલ એટલે બાપ દિકરા વચ્ચે ભવિષ્યમાં પ્રેમ અને સદ્દ્ભાવના બની રહે. કેવળ થોડા પૈસા માટે દિકરાએ બાપ-દિકરાના સબંધને જેને બનાવવામાં ૨૦-૨૫ વર્ષ લાગ્યા હતા તેને માટીમાં મેળવી દીધા.

હજુ જયલાલ લેખી પોતાની વાત સમાપ્ત પૂરી પણ કરી શક્યા ન હતા કે તેજ સમયે દિલ્હીના પી.એન. ગુપ્તા તરત મંચ પર પોતાની વાત કહેવા પહોંચી ગયા. એમણે જણાવ્યું કે એમની મોટી મિલકત એમની તથા એમના સંયુક્ત કુટુંબના નામે દિલ્હીમાં છે તે બહુ જ ધનવાન અને ખાનદાની કુટુંબમાંથી આવે છે તથા લગભગ ૪૦ વર્ષોથી દિલ્હીમાં પોતાનો કારોબાર કરે છે. એમના દિકરાએ પણ એમની ઉપર એક કાયદાકીય મામલો દિલ્હી હાઈકોર્ટમાં દાખલ કર્યો, જેના લીધે પુત્રએ પોતાના પિતા પાસેથી એમની સંપતિ માંથી ઘણો વધારે ભાગ આપવાની ઈચ્છા વ્યક્ત કરી છે, કેમકે તેમના દિકરાના હિસાબે જે સંપત્તિ તેના પોતાના નામે છે, તે તેના પુત્રના દાવા પ્રમાણે પિતાની સંપત્તિ નહીં કહેવાય બલ્કે પિતા-પુત્રની સરખી ભાગીદારીની સંપત્તિ હોવી જોઈએ.

આ વાત તદ્દન ખોટી હતી પરંતુ એકવાર જ્યારે દિકરાએ કોર્ટમાં કેસ દાખલ કરી જ દીધો તો એમને ૭૫ વર્ષની આ ઉંમરે કાયદાકીય લડાઈ લડવા માટે કોર્ટમાં વારંવાર હાજર થવું પડે છે. એમા તેમની દીકરી અને જમાઈ કોર્ટ મામલામાં તેમની મદદ કરે છે.

પોતાનું દુઃખ તે આસપાસના લોકો, મિત્રો કે કોઈને પણ કહી શકતા નથી. આખરે બીજાઓને શું બતાવે પોતાના ઘરનું દુઃખ? એમની બે દિકરીઓ છે. ઉંમરના આ મુકામ પર એક તરફતો વૃદ્ધાવસ્થા અને બીજી તરફ દિકરા દ્વારા દાખલ કરાયેલ કેસની લડાઈ લડતાં લડતાં તેઓ ઘણા થાકી ગયા છે. આ લડાઈમાં એમની બંને દિકરીઓ મદદ કરી રહી છે. પરંતુ એમના દિકરાને તો તેની બહેનો તથા બનેવી દ્વારા પિતાની કરાતી સેવા પણ ખટકે છે. એમને બહુ ખરાબ લાગે છે પણ તેમાં તેઓ શું કરે ?

પોતાની વાત સમાપ્ત કરીને ભીની આંખે જ્યારે તે મંચ પરથી ઉતર્યા તો આગલા વક્તા જયંતિલાલ કાપડિયાએ પોતાની વાત કહેવી શરૂ કરી. તેઓ હાલમાં જ કૌટુંબિક ક્લેશને કારણે સુખ-શાંતિ માટે પોતાના મુંબઈ સ્થિત નાના ફ્લેટને વેચીને વડોદરામાં એક નાનું મકાન બનાવીને તેના ગૃહપ્રવેશની તૈયારી કરી રહ્યા હતા તે દરમિયાન એમના પુત્રએ ધમકી આપી કે તેઓ તેને તેનો ભાગ આપી દે.

126 *દિલની વાત કોને કહીએ અને કેવી રીતે*

પોતાના નાના દિકરાની આ વાત સાંભળી જયંતિભાઇ ડઘાઇ ગયા, પહેલા તો એમણે ધમકાવીને તેને કાઢી મૂક્યોકે જા તારો કોઇ ભાગ બનતો નથી. પણ વાત કાંઇક એટલી આગળ વધી ગઇ કે એમના દિકરાએ એમને એ ધમકી આપી કે જો તેને તેનો ભાગ નહીં મળ્યો તો એ નવા મકાનની બહાર, જેનો ગૃહપ્રવેશ આવતા મહીનાની ૧૮ તારીખે થવાનો છે, તે દિવસે સડક પર સૂઇને ભૂખ હડતાળ કરશે અને આખી દુનિયાને જણાવશે કે મારા પિતાએ મને કશું નથી આપ્યું.

પોતાના દિકરાના મ્હોંથી આવી વાત સાંભળીને બે મિનિટ તો જયંતિભાઇ ચૂપ રહ્યા, પછી તેમણે કોઇ ચર્ચા આ વિષય પર ન કરી પણ હા, વડોદરા આવીને તેમણે ગૃહપ્રવેશનો કાર્યક્રમ રદ કરી દીધો.

ચર્ચા આગળ ચાલી કે તે દરમિયાન શ્યામસુંદરજી જે સંમેલનમાં ભાગ લેવા આવ્યા હતા, એમનો ડ્રાઇવર દીપકકુમાર જે આટલા સમયથી સંમેલનની કાર્યવાહી બહુ ધ્યાથી એક ખૂણામાં ઊભો રહીને સાંભળી-જોઇ રહ્યો હતો, તેનાથી રહેવાયું નહીં. એમણે કહ્યું કે બાબુજી, હું પણ મારી થોડી વાત તમને જણાવવા ઇચ્છું છું.

આ જોઇ-સાંભળીને શ્યામસુંદરજી સ્તબ્ધ થઇ ગયા કે આ સંમેલનમાં હું ભાગ લઇ રહ્યો છું, મારો ડ્રાઇવર શું બોલશે ? પણ ત્યારે એમણે વિચાર્યું કે ચાલો ડ્રાઇવર પણ ઘણો પ્રૌઢ છે તેની પણ કાંઇ વાત સાંભળી લેવાય.

દીપક કુમાર માટે સ્ટેજ પર આવવું અને માઇક પર કાંઇ બોલવું તેના જીવનની કદાચ પહેલી જ તક હતી. માઇકની સામે ઊભા રહીને તેના પગ કાંપતા હતા બલ્કે તેનું આખું શરીર ધ્રૂજતું હતું, કેમકે જીવનમાં પહેલીવાર તે સભ્ય સભામાં જયાં બધા લોકો બેઠા હતા, તે સ્ટેજ પર ઊભો થઇને પોતાના મનની થોડી વાતો લોકોને કહેવા માંગતો હતો.

તે કહેવા લાગ્યો," તમને બધાને મારા નમસ્કાર અને બાબુજી હું તમને મારા કળયુગના દિકરાની વાત કહેવા માંગુ છું. અને હાં બાબુજી તમને જણાવ્યા પછી તમારામાંથી કોઇપણ મારી મદદ તો નહીં કરો એ વાત હું જાણું છું. આખરે તમે મારી મદદ કેવી રીતે કરી શકો? મારા ઘરની સમસ્યા તો મારા ઘરની છે પણ છતાં હું મારી વાત તમને જણાવું તો કદાચ મારું મન તો હલ્કુ થઇ જ જશે. તે બોલ્યો કે આજ સુધી બાબુજી મારા ઘરની વાત કેવળ ઇજ્જત બચાવવા માટે મેં કોઇને કહી નથી. આજે પહેલી વાર તમે બધા આટલા મોટા બાબુજી આવ્યા તો મેં વિચાર્યું કે હું પણ મારી વાત તમારી આગળ કહું.

તે પછી દીપક કુમારે જે બોલવાનું શરૂ કર્યું તો બોલતો જ રહ્યો. તેણે શરૂઆતથી અત્યાર સુધીનો આખો ઇતિહાસ વર્ણવી દીધો.

ઘણીવાર સુધી તે જ્યારે બોલતો રહ્યો તો સંમેલનના આયોજક બોલ્યા કે ઠીક છે ભાઇ તમે તમારી વાત કહી દીધી હવે તમે બેસી જાવ. ત્યારે દીપક કુમાર બોલ્યો કે બાબુજી મને તમે ૨-૪ મિનિટ વધારે બોલવાની તક આપો, હું મારી થોડીક વાતો કહેવા માંગુ છું જેનાથી મારું મન હલ્કુ થઇ જશે.

હવે દીપક કુમારે આગળ કહેવાનું શરૂ કર્યું. જ્યારે દીપક કુમારે પોતાની વાત હાજર બધા લોકો સામે મૂકી તો અંતે તેનું હૃદય બહુ હલ્કું થઇ ગયું.

તેણે કહ્યું કે બાબુજી, તમે મારી વાત સાંભળી મને આટલીવાર સુધી બોલવાનો સમય આપ્યો તેના માટે ખૂબ ખૂબ આભાર. મારા મનની વાત આજે મેં સેંકડો લોકોની સામે કહી દીધી હવે મારું મન હલ્કુ થઇ ગયું. હવે મારો દિકરો રહે કે ન રહે. આવા કળયુગી દીકરા સાથે શું સબંધ રાખવો.

'કળયુગના દીકરા'ની ચર્ચા લાંબી ચાલી. થોડો સમય બાકી રહ્યો હતો. સંમેલન પૂરું થવાનો સમય નજીક આવતો હતો. બોલનારા ઘણા હતા અને તેમની વાતો પણ અલગ અલગ હતી, પણ બધાની વાતોમાં સમાનતા હતી. બધા ચર્ચા કરતા હતા કળયુગના દિકરાની.

જ્યારે વાત વિભાજનની ચાલી કે સંપત્તિનું વિભાજન થઇ જાય, બાળકોમાં સંપત્તિનું વિભાજન વગેરે કરી દો તો બનારસી લાલ બોલ્યા કે સંપત્તિનું વિભાજન તો હવે જૂની વાત છે. અરે અમારે ત્યાં તો હવે મા-બાપનું વિભાજન થઇ રહ્યું છે. દિકરાઓ એ મા ને રાખી લીધી અને દીકરીઓ એ મા-બાપને. આ વિભાજન થઈ ગયું અમારા કુટુંબનું આખરે દીકરીઓએ માને કેમ રાખી ?કેમકે જે ઘરમાં, જે આલીશાન મહેલ જેવા ઘરમાં બનારસીલાલ રહેતા હતા. તેની કાયદેસરની માલકીન તો આખરે મા જ હતી તો દીકરાઓએ ઘરનું વિભાજન કરી લીધું માને દીકરાઓએ લઈ લીધી અને બાપને આપી દીધા દીકરીઓને.

કાર્યક્રમ પૂરો થવા આવ્યો હતો. સાંજના લગભગ ૫ વાગ્યા હતા, હવે મનીષજીનો નંબર આવ્યો કે તે આભાર વિધી સંપૂર્ણ કરે.

તેના પહેલા નક્કી થઈ ચૂક્યું હતું કે આવી ગોલ્કી ઓછામાં ઓછી ૨- ૩ મહીને યોજવામાં આવે. તેનો કોઈ ફાયદો થાય કે નહીં. ઓછામાં ઓછું પોતાનું દુઃખ તો પરસ્પર વહેંચી લેવાય. પોતાના દુઃખની વાત એક બીજાને તો કરી દઈએ. પોતાનું દુઃખ બીજાને કહેવાથી કોઈ ફાયદો થાય કે ન થાય પણ એ નક્કી છે કે મન હળવું થઈ જાય છે.

હવે બધામાં નવું જોશ આવી ગયું કે કળયુગના દીકરાના આ યુગમાં અમે દુઃખી થઈને નહીં રહીએ બલ્કે અમે નવા ઉત્સાહ અને નવી ચેતના સાથે પોત પોતાની શક્તિનો યોગ્ય ઉપયોગ કરીશું. સમાજને એક નવો રંગ દેખાડવા માટે અને પોતાની જે વિશેષતાઓ છે તેનું પ્રદર્શન કરીશું અને સમાજને લાભ આપીશું.

અંતે રીટાયરમેન્ટ વિલેજ બનાવવાનું બધાએ સંકલ્પ કર્યો અને આશા દર્શાવી કે તેને બનાવવાનું સ્વપ્ન ખરેખર સાકાર થશે.

મનીષનું જ્યારે આભાર માનવા લાગ્યા તો એમણે કહ્યું કે મિત્રો આજે મારા જીવનનો સૌથી મોટી ખુશીનો દિવસ છે. તે સાંભળીને ઉપસ્થિત સમુદાય એકવાર તો ગભરાઈ ગયો કે અહીંયા તો આપણે દુઃખની વાત કરીએ છીએ. બધાનાં દુઃખની વાત અને મનીષજી માટે એવી કઈ વાત છે જેના માટે તેઓ ખુશ થઈ રહ્યાં છે.

પોતાની વાત આગળ વધારતા મનીષજીએ કહ્યું કે મિત્રો, મારા લગ્ન થયે ૪૦ વર્ષ થઈ ચૂક્યા છે. આ વર્ષોમાં હું બહુ દુઃખી રહેતો હતો, ખોવાયેલો રહેતો હતો, સમાજથી ડરતો હતો. પોતાના ઘડપણથી ડરતો હતો અને એ બધાંનુ કારણ હતું કે મારે કોઈ દીકરો ન હતો. હું એકાંતમાં વિચારતો હતો કે મારે દીકરો નથી તો મારું ઘડપણ કેવી રીતે વિતશે?

મારી કેવળ એક છે અને તેના પણ લગ્ન થઈ ગયા છે તો આ બધા વર્ષોથી હું ખોવાયેલો દુઃખી રહેવા લાગ્યો. પરંતુ આજે કળયુગના દીકરા પર આયોજીત આ સંમેલનમાં જે કાંઈ થયું અને જે મેં જોયું – સાંભળ્યું, તેનાથી તો લાગ્યું કે હું બેકાર જ ૪૦ વર્ષોથી દુઃખી થઈ રહ્યો હતો કે મારે કોઈ છોકરો નથી. અરે, જેને કોઈ દીકરો નથી તેઓ આવા કળયુગમાં આવા છોકરાઓ ન હોવા કરતાં વધારે સારું છે, જેની વાત તમે બધાં સવારથી સંભળાવી રહ્યાં છો.

મનીષજીને એક વાત યાદ આવી ગઈ. કોઈએક અમેરિકન લેખકે લખ્યું છે જેનો સારાંશ હતો કે દીકરો ત્યાં સુધી તમારો છે ત્યાં સુધી તે કુંવારો છે. લગ્ન પછી તે તમારો દીકરો નહીં રહે, પરંતુ દીકરી પોતાની દીકરી છે. આખા જીવન દરમિયાન તે તમારી જ છે.

આટલું કહીને અંતે મનીષજીએ 'કળયુગના દીકરા' પર આયોજીત સંમેલનમાં એક વાક્યમાં નિચોડ કાઢી આવ્યો અને કહ્યું કે ભાઈઓ, આ તો નસીબનો ખેલ છે તેને હસીને રમો કે રડીને સહો. સંમેલન ત્યાં જ સમાપ્ત થયું. હવે બધાંને પ્રતિક્ષા છે આવા સંમેલનની, જેમાં બધાં મળીને કળયુગના દીકરાનો વધતો વિસ્તાર જોશે.

હમદર્દ (સમદુઃખીયા) બનો

મારા દિલની એક સારી વાત હું તમને પણ જણાવવા ઇચ્છું છું અને કેવળ એ કારણે જણાવી રહ્યો છું કે તમે પણ આ વાતથી પ્રેરિત થઈને કાંઈને કાંઈ એવું કરો કે જેથી તમને આનંદ આવે. થોડા વર્ષો પહેલાંની વાત છે. મેં વિચાર્યું નવા વર્ષની પૂર્ણ વેળા દિલ્હી શહેરની ભાગ – દોડથી દૂર ક્યાંક બીજે મનાવાય અને અમે એ જગ્યાની શોધમાં લાગી ગયા જ્યાં અમને કોલાહલપૂર્ણ વાતાવરણન મળે અને ન રહે અમારી સાથે શહેરના સ્વાર્થી લોકોની જમાત. રેલ્વેની યાત્રાનું આરક્ષણ કરાવ્યું અને સાથે-સાથે રહેવાના રૂમનું પણ. દિલ્હીથી લખનૌ જવા રવાના થઈ ગયા. અમારે લખનૌ જવાનું ન હતું. કેમ કે ત્યાં પણ મોટા શહેરના જેવું જીવન જોવા મળશે પરંતુ અમારી ઇચ્છા તો હતી એવી જગ્યાએ જવાની જ્યાં વધુ પ્રાકૃતિક હોય. હવે અમે લખનોથી ૩૦ કી.મી. દૂર પહોંચી ગયા શિવગઢ રીસોર્ટમાં સંપૂર્ણ પ્રાકૃતિક વાતાવરણ બીજું કશું નહીં. હા, સડક પર જરૂર કોલાહલ હતો. આખરે એ સડક રાયબરેલી જતી હતી. કેમ કે આરક્ષણ પહેલેથી જ કરાવ્યુ હતું તેથી સુંદર તથા ભવ્ય કોટેજ ૨૦૧ પ્રાપ્ત થઈ ગઈ. બધી પાંચ તારક સુવિધાઓ અમારા કોટેજમાં હાજર હતી સાથે શાંત વાતાવરણ હતું, શહેરની ભાગદોડ ન હતી, ખાવા-પિવાની બધી સગવડતાઓ હતી. અમે શાકાહારી છીએ અને રિસોર્ટ પણ સંપૂર્ણ શાકાહારી અને શરાબનું ચલણ. શરાબ શું ત્યાં સંપૂર્ણ નિષેધ હતો. મને બધું મારી આદત જેવું લાગ્યું. રિસોર્ટમાં. પરંતુ જ્યારે કોટેજમાં હું પહોંચ્યો દિલ ઘુંટવા લાગ્યું. એ જ શહેરનું વાતાવરણ જેવું કોટેજ, પ્રવેશતાજ મોટો ડ્રોઈંગ રૂમ, બે શૌચાલય, એક મોટો ઓરડો, સુવાના પલંગ, નાનકડું રસોડું અને મોટું ઘંટીનું બટણ જેથી જ્યારે જે ઇચ્છો તે મંગાવી લો અને સાથે ટીવી પણ પરંતુ ટીવીમાં કેવળ ચાર જ ચેનલ પર પ્રોગ્રામ આવતા હતા, તે બાબતમાં દિલ્હીથી આ જ ફરક હતો.

ગ્રામીણ જીવનનો આનંદ લેવા હું આગલા દિવસે સવારથી જ ફરતો રહ્યો. ધર્મપત્નીને સારી ઊંઘ આવતી હતી તેથી જગાડી નહીં અને બહારથી ઓરડાને બંધ કરીને પ્રકૃતિના ખોળામાં થોડો વખત રમવા નીકળી પડ્યો. આમ તો રિસોર્ટમાં બધા પ્રકારની સુવિધાઓ હતી. મોટા મોટા અલગ અલગ રંગોના ગુલાબના અસંખ્ય ફૂલ હતા. કેટલાક પાંજરામાં બંધ પક્ષીઓ હતા, તો ઘણા અપ્રાકૃતિક ઝરણાં હતા જેમાં મફત નૌકા વિહારનો આનંદ અમે લઇ શકતા હતા તો ક્યાંક અન્ય રમતોની સગવડતા હતી પરંતુ મને આ બધું પસંદ પડ્યું નહીં. હું નીકળી પડ્યો સડક પર. બંને તરફથી ઝડપથી ટ્રક, બસ અને ગાડીઓ આવી રહી હતી. એક ઘડી તો બીક લાગી કે આવા ઝડપી વાહનવ્યવહારમાં કેવી રીતે ફરવું. અચાનક વિચાર આવ્યો કે જો પ્રકૃતિનો આનંદ લેવો હોય તો કેવળ આ સડક પર ફરીને જ લે. હું મારા રિસોર્ટમાંથી નીકળ્યો તો પહેલા ચોકીદારે ટકોર કરી કે સાહેબ ટેક્સી મંગાવી દઉં. મેં કહ્યું કે ના ભાઇ ના નથી જોઇતી. ચોકીદાર કશું બોલ્યો નહીં પરંતુ મને લાગ્યું કે તે મનોમન વિચારતો રહ્યો હશે કે સાહેબ બહુ કંજુસ છે. મેં પરવા કરી નહીં અને પ્રકૃતિના દશ્યોનો આનંદ લેવા સડક પર નીકળી પડ્યો.

સડક પર બંને તરફથી બહુ ઝડપી હોર્નના નૃત્ય કરતા બધા વાહનો દોડી રહ્યા હતા. મોટાભાગની ગાડીઓમાં લાઇટ ચાલુ હતી રાત ન હતી છતાં લાઇટ ચાલુ હતી. હા, કદાચ ધુમ્મસના પ્રકોપને સહન કરવા લાઇટ ચાલુ હતી. રિસોર્ટમાંથી નિકળ્યો અને ડાબા હાથે ફરવા ચાલી નિકળ્યો, પગે ચાલતો રહ્યો અડધો કલાક, સવારનો સમય હતો, સ્કુલ હજુ ખૂલી ન હતી. બાળકોની અવર-જવર ન હતી. કેવળ ગોવાળ પોતાની ભેંસનું દૂધ દોહી રહ્યો હતો. કેટલાક લોકો ઘરની બહાર ઠંડી થી લડવા માટે તાપણું કરીને બેઠા હતા તો કેટલાક ખાટલા પર બેસીને ગરમ ચાની મજા માણી રહ્યા હતા. બધુ મળીને ચારેતરફ ખુશનુમા વાતાવરણ લાગતું હતું. એક ગામનો ચોરો આવ્યો. હું રોકાઇ ગયો. અચાનક એક વ્યક્તિએ આવીને નમસ્તે કર્યા. હું વિચારવા લાગ્યોકોણ છે આ વ્યક્તિ, કેમ કે આ ગામમાં તો મારુ કોઇ પરિચિત નથી. અચાનક યાદ આવ્યું કે કાલે જ્યારે અમે રિસોર્ટ પહોંચ્યા હતા ત્યારે રિસોર્ટની બહાર કિલોમીટર દૂર ફળ લેવા રિક્ષામાં ગયા હતા તે જ રિક્ષામાં આ વ્યક્તિ કંડક્ટર હતો. એણે કહ્યું કે બાબુજી રિક્ષા તો થોડીવારમાં આવશે. અમે જવાબ આપ્યો કે અમારે રિક્ષામાં નથી જવું. ભાઇ, અમે તો એમ જ ફરી રહ્યા છીએ. તેને આશ્ચર્ય થયું. મેં તેની માનસિક કળી લીધી અને તેને જણાવ્યું કે હું એમજ ફરી રહ્યો છું.મેં પૂછ્યું કે તું કેટલું કમાઇ લે છે, લગ્ન થયા કે

નહીં. જવાબ મળ્યો બાબુજી મને રોજના પચાસ રૂપિયા મળે છે. લગ્નની વાત સાંભળીને તેના ચહેરા પર ફીક્કુ હાસ્ય આવ્યું અને તેણે કહ્યું કે બાબુજી અમે ગરીબ છીએ, ઉંમર ૩૦-૩૫ વર્ષ છે, લગ્ન થતા નથી પૈસા હોય તો લગ્ન થાય ને. મેં તેને પૂછ્યું કે ગામનું નામ શું છે? જવાબ મળ્યો 'ફતહખેરા' અને મેં સાથે-સાથે પૂછી લીધું કે ગામમાં ખુશહાલી છે કે નહીં. તે બોલ્યો ગામમાં ક્યાં રોજગાર છે. મેં તેને બીજો પ્રશ્ન પૂછી નાખ્યો. શું અહીં કોઇ એટલું ગરીબ છે કે આ કડકડતી ઠંડીમાં તેની પાસે કામળો ન હોય. તેણે વિચારીને કહ્યું હા, એક વ્યક્તિ છે. મેં તેને કહ્યું કે તે વ્યક્તિને મેળવી આપ, હું તેને કામળો આપીશ. તે બોલ્યો સારું, પણ અત્યારે તેને ક્યાં શોધું? તમે કાલે સવારે આવજો. હું સમજી ગયો કે મારી વાતમાં તેને રસ પડ્યો નહીં અથવા તો તેને ઉતાવળ છે. ઑટો રિક્ષાના તેની કંડક્ટરીના કામની. અમે ઊભા હતા તો બાજુમાં ઊભેલી વ્યક્તિ અમારી વાતો સાંભળતી હતી, શર્ટ અને પાયજામો તેણે પહેર્યા હતા. તેના ખિસ્સામાં ગુટખાનું મોટું પેકેટ સ્પષ્ટ દેખાતું હતું. મેં તેને પૂછ્યું કે, ભાઇ શું ગુટખા ખાય છે? ઝડપથી તે બોલ્યો ના બાબુજી અમે નથી ખાતા, ગુટખાનું આ ખાલી કવર સામાન મૂકવા માટે છે, પરંતુ તમારે ખાવી હોય હમણાં જ મંગાવી આપીએ. મેં કહ્યું કે ભાઇ હું ગુટખા ખાતો નથી પણ મને વારંવાર વિચાર આવતો રહ્યો કે આમના મતે તો શહેરી વ્યક્તિમાં તો ગુટખા ખાવાની આદત જ તેના શહેરી રૂપ ની સાબિતી હશે. મેં તેનું નામ અને કામ પૂછ્યું. પોતાનું નામ તેણે રામનરેશ બતાવ્યું અને બોલ્યો કે લખનૌમાં રિક્ષા ચલાવું છું.

પહેલી નજરે મને લાગ્યું કે આ રામનરેશ સાચો સીધો માણસ છે. મેં તેને પૂછ્યું કે રામનરેશ તું રોજના કેટલા કમાય છે અને રિક્ષા શું તારી પોતાની છે? તે બોલ્યો કે રોજના ૫૦ થી ૭૦ રૂપિયા સુધી કમાઉં છું. રિક્ષા તેની છે શું? તે વાત સાંભળીને થોડુંક હસ્યો અને બોલ્યો ક બાબુજી રિક્ષાની કિંમત ચાર હજાર રૂપિયા છે અને અમે ગરીબ માણસ ક્યાંથી આટલા પૈસા લાવીએ. રોજ રિક્ષાના માલિકને ૧૫ રૂપિયા ભાડું આપવું પડે છે. મેં તેને સમજાવ્યું કે ભાઇ તુ લોન લઇને રિક્ષા લઇ લે અને વ્યાજ ભરી દે. તને વધારે સસ્તું પડશે. તેણે કહ્યું કે બાબુજી લોન તો મોટા માણસને મળે છે. અમને ગરીબ માણસને કોણ અને કેવી રીતે લોન મળશે? મેં વાત બદલી અને તેને કહ્યું કે રામનરેશ જરા બતાવ તો તારા ગામમાં ક્યાંક કોઇ એવી ગરીબ વ્યક્તિ છે જેની પાસે આ ઠંડીમાં ઓઢવા માટે કામળો પણ નથી. થોડીવાર વિચારીને કહ્યું કે હા બાબુજી છે એક એવી વ્યક્તિ જે બહુ ગરીબ છે.

મેં કહ્યું કે ભાઇ તું મને આવી વ્યક્તિને મેળવી આપીશ ? અમે તેને વર્ષની પૂર્વ ઘડીએ એક કામળો આપવા માંગીએ છીએ.

બાબુજી, મારી પાછળ પાછળ ચાલ્યા આવો રામનરેશે કહ્યું. ગામની અંદર આપણે જવાનું છે. હું તૈયાર થઇ ગયો, વહેતી સડકથી હું રામનરેશ સાથે ગામની અંદર જવા માટે તૈયાર હતો. એકવાર તો મનમાં થોડુંક ખૂચ્યું પણ ખરું કે હું કોઇને ઓળખતો નથી એક અજાણી ગામની વસ્તીમાં જઇ રહ્યો છું. રિસોર્ટમાં હું મારી પત્નીને સૂતેલી મૂકી આવ્યો હતો બીક હતી ક્યાંક અહીં વધારે સમય ન લાગી જાય અને ત્યાં પત્ની ચિંતા કર્યા કરે. ખેર, આ બધી વાતોની ચિંતા કર્યા વગર હું ચાલી નીકળ્યો રામનરેશ સાથે તેના ગામની સૈર કરવા. ગલીમાં ડાબે કે જમણે ખબર નહીં પણ હવે અમે પહોંચી ગયા એક વૃદ્ધ વ્યક્તિ પાસે જે ઝાડી પાસે તેના ઐંઠા વાસણ ધોતો હતો.

બાબા તમારું નામ શું છે ? મેં પૂછ્યું. પહેલા તો તેના ચહેરો ભયભીત માલૂમ ચડ્યો કદાચ કોઇ ઓફિસર, આવ્યા છે અને તેને ઘરથી બેઘર કરી દેશે. અડધી મિનિટ એકીટસે જોયા પછી તેણે પોતાનું નામ જણાવ્યું. બૈજનાથ અને મને લોકો બૈજુ પણ કહે છે. મેં કહ્યું કે બાબા તમારી પાસે કામળો નથી શું ? તે બોલ્યો નથી, દિકરો-વહુ બે સમયનું જમવાનું આપી દે છે. મેં એને ૧૦૦ રૂા. કામળો ખરીદવાના આપ્યા, ૧૦ રૂા. બસ માટે અને જ્યારે મેં તેના તૂટેલા ચંપલ જોયા તો મેં કહ્યું ૨૦ રૂા.ની ચંપલ પણ લઇ આવજો. રૂપિયા આપતા જ બૈજનાથની આંખોમાં અનેરી ચમક અને પગોમાં અજીબ શક્તિ, શહેરમાં જવું હતું ને કામળો અને ચંપલ લેવા.

ગામનો અડધો રસ્તો પાર કરીને અમે પાછા સડક પર આવવાની તૈયારી કરી રહ્યા હતા અને મેં કહ્યું રામનરશને કે બીજું કોઇપણ એટલું ગરીબ છે જેની પાસે કામળો ન હોય. એક મિનિટ સુધી રામનરેશ વિચારતો રહ્યો અને પછી બોલ્યો બાબુજી એક વ્યક્તિ છે, તેનું નામ છે ગુરુ. તે બહુ ગરીબ છે, તેની રોજી-રોટીની પણ કોઇ વ્યવસ્થા નથી. જંગલમાં જઇને તે લાકડી વીણે છે ત્યારે તે લાકડીઓ કોઇકના કોઇકના ઘેર લાકડીઓ મૂકી આપે છે અને બદલામાં મેળવે છે તે દિવસનું ભોજન. અમે ગુરુના ઘેર પહોંચી ગયા. ઘર કેવું, જેમાં ન કોઇ અભરાઇ, ન ટૂંક, ન દરવાજો, અને ન સામાન, જે કંઇ હતું તે કેવળ એક તૂટેલો ખાટલો પર ફાટેલી રજાઇ અને બહાર હતા બે વાસણ. સ્પષ્ટ હતું કે આ બધું જ સંપત્તિના રુપે ગુરુ પાસે હતું. બૂમો પાડી ગુરુ-ગુરુ પરંતુ અમને ત્યાં ગુરુ મળ્યો નહીં. રામનરેશ

બોલ્યો બાબુજી તમે અહીંજ ઊભા રહો હું જંગલમાંથી શોધીને લઈ આવું છું. બેસવા માટે ક્યાં અને કેવી રીતે કહે ? ગુરુના ખાટલાની પાટી પણ તૂટીને ઘસી પડી હતી. મેં કહ્યું તું ચિંતા ન કર, હું પણ સાથે આવું છું. ગુરુને શોધવા માટે હું રામનરેશ સાથે ચાલી નીકળ્યો. રેલ્વે લાઇનના પાટા પાર કર્યા, ગુરુ ન મળ્યો, આજે અમને મળ્યો નહીં, પરંતુ તરત જ તેના ઘરની સ્થિતિ માનસ પર તેની અમિટ છાપ છોડી ચૂકી હતી.

મને લાગ્યું કે ભલે ગુરુ, અમને અત્યારે મળ્યો નહીં પરંતુ તે હકીકતમાં છે ગરીબ અને અસહાય, મેં પાકીટમાંથી ૧૭૦ રૂપિયા કાઢીને રામનરેશને આપ્યા અને કહ્યું તું આજે એક કામળો ગુરુ માટે લાવી આપજે અને તેના ખાટલાની પાટી પણ ઠીક કરાવી લેજે જેથી તે આરામથી સૂઇ શકે. હું પાછો શિવગઢ રિસોર્ટ આવી ગયો. પત્ની હજુ સૂતી હતી. મને હાશ થઇ કે હજુ સૂતી છે નહીંતર મને ચિંતા થતી હતી કે આટલીવાર સુધી મને ન જોઇને ચિંતા ન કરે.

આજે નવા વર્ષની પૂર્વ રાત હતી. જેથી રાતભર રંગારંગ કાર્યક્રમ અને ગીતો ચાલતા રહે અને થનગનતા જોડા મોડી રાત સુધી નાચ-ગાનમાં મસ્ત થઇ નવા વર્ષનું સ્વાગત કરી શકે. મેં પણ વિચાર્યું કે થોડીવાર જઇને બેસીએ છીએ. નાચતા તો અમને આવડતું નથી પરંતુ જોઇએ તો ખરા. અચાનક બહુ ધોધમાર વર્ષાદ આવી ગયો. અમારા કૉટેજની ઠીક સામે નાનકડા ઝરણામાં આકાશમાંથી આવતા વર્ષાદના ટીપા એવા લાગી રહ્યા હતા જાણે મોતીનો જ વર્ષાદ થઇ રહ્યો હોય. હું વિચારી રહ્યો હતો કે કાલ સુધી એ બે અસહાય વ્યક્તિઓને કામળા મળશે તો એમને કેટલી મજા આવશે. રાતના ૧૦ વાગી ચૂક્યા હતા. નવા વર્ષના આગમનમાં હજુ ૨ કલાક બાકી હતા. અમે વિચાર્યું કે થોડીવાર ટીવી પ્રોગ્રામનો જ આનંદ માણવામાં આવે. મને ફરી યાદ આવી રહ્યું હતું કે એ બે વ્યક્તિઓને કામળો ઓઢવામાં કેટલો આનંદ મળશે. થોડીવાર પહેલા વર્ષાદના કારણે અમને ઠંડી વધારે લાગતી હતી પરંતુ જ્યારે અમે એ વિચાર કરી રહ્યા હતા કે જે વ્યક્તિઓને અમે કામળો આપવા માટે પૈસા આપી આવ્યા છીએ એમની ઠંડીની રાતો કાંઇ સારી થશે. લાગે છે આ વિચારોનું જ ફળ હતું કે અમને આજે રાત્રે અમારા ઓરડામાં ઠંડી કાંઇક ઓછી લાગી રહી હતી.

અમે રામનરેશને કહીને આવ્યા હતા કે તું નવા વર્ષના પ્રથમ દિવસે સવારે ૮:૩૦ વાગ્યે રિસોર્ટની બહાર અમને મળજે અને દેખાડજે કામળો અને બીજું જે કાંઇ ખરીદીને લાવ્યો હોય.

સવારે લગભગ ૭ વાગ્યે ઊંઘ ઉડી, હું તૈયાર થઇ ગયો. વિચાર્યું હતું કે ૮:૩૦ વાગ્યે રામનરેશ આવશે. હવે પત્નીને ઉઠાડી અને કહ્યું કે આપણે ૮:૩૦ વાગ્યે રિસોર્ટની બહાર ઉભા રહેવાનું છે. રામનરેશ આવશે. આમ તો મનમાં ડર પણ લાગતો હતો કે જો એ ન આવ્યો તો મારી પત્ની સામે શું ઈજ્જત રહી જશે. આખરે પહેલી જ વાર એક નવી વ્યક્તિને મળ્યા છે, નવું ગામ છે, કોઇ ઓળખાણ પણ નથી. અમે લોકો ૮:૪૦ સુધી રિસોર્ટના દરવાજે ઊભા રહ્યા. મેં વિચાર્યું હતું કે તે કદાચ તે નહીં આવે. પરંતુ તે તો અમારાથી વહેલા આવી ગયો હતો. મેં પૂછ્યું કે રામનરેશ લઇ આવ્યો ભાઇ કામળો, ચંપલ વગેરે. બોલ્યો બાબુજી કાલે આખો દિવસ વર્ષાદ આવતો રહ્યો, તેથી હું જાતે જઇને એમને કામળો અપાવી દઈશ અને સાથે બૈજનાથના ચંપલ અને ગુરુનો ખાટલો પણ આજે કરાવી આપીશ.

હું મનમાં વિચારી રહ્યો કે રામનરેશ જેવી વ્યક્તિ બહુ જ મુશ્કેલીથી મળે છે આજના જમાનામાં જે પોતે ગરીબ હોવા છતાં. બીજી ગરીબ અને અસહાય વ્યક્તિની મદદ કરે છે. મારા મનમાં ઈચ્છા થઇ કે રામનરેશને કાંઇ ઇનામ આપી દઉં. મેં તરત મારો એક હાથ જમણા હાથના પેંટના ખિસ્સામાં પાકીટ પર મૂક્યો અને વિચાર્યું કે શા માટે રામનરેશને તરત ૧૦૦ રૂા. ઇનામ આપી દઉં. અચાનક હાથ અટકી ગયો. અને અંતરાત્માનો અવાજ આવ્યો કે આ રીતે ૧૦૦રૂા.નું ઇનામ આપવું યોગ્ય નથી. મેં પેન્ટના ખિસ્સામાંથી અડધી બહાર નીકળેલ નોટને અંદર ધકેલી દીધી અને રામનરેશને પૂછવા લાગ્યો કે ભાઇ રામનરેશ જો તને કોઇ નવી રિક્ષા ખરીદવા માટે વ્યાજ પર પૈસા આપે તો તેને તું કેટલા રૂપિયા સુધી વ્યાજ આપી શકીશ દર મહીને. વ્યાજનું ગણિત તે કદાચ સમજી શક્યો નહીં અને તે બોલ્યો બાબુજી હું તો ૧૫ રૂા. રોજ ભાડું આપું છુ તેથી એક મહીનાનું ૪૫૦ વ્યાજ તમે લઇ લે જો. મેં કહ્યું કે ભાઇ પૈસા પણ ચૂકવવા પડેને. બોલ્યો હા બાબુજી, એક વર્ષમાં ઋણ ચૂકવી દઈશ. મેં એને કહ્યું કે હું તને રિક્ષા ખરીદવા માટે આજે વ્યાજે પૈસા આપવા માંગીએ છીએ. અને હા એ પૈસાને પાછા આપવાના નથી પરંતુ તારે અમારી તરફથી દર મહીને ગુરુને ૧૦૦ રૂા. આપવાના જ્યાં સુધી તે જીવે ત્યાં સુધી. ૨-૩ મિનિટ તે મારો ચહેરો જોતો રહ્યો. એટલામાં એજ ગામમાંથી બીજી વ્યક્તિ આવી ગઇ અને બોલ્યો કે બાબુજી અમારે ત્યાં બીજી વ્યક્તિ પણ ગરીબ છે. મહેરબાની કરી એનું પણ કાંઇક કરો. સવારના ૮:૪૫ થયા હતા. મારે દિલ્હી માતા-પિતા તથા અન્ય સગાઓને નવા વર્ષની

શુભકામનાઓ આપવી હતી કેમકે ૯ વાગ્યા પછી કોઇ કૉલ રેટ લાગુ પડે છે. મેં રામનરેશને કહ્યું કે થોડીકવાર ૧૦ મિનિટ બેસ હું ઘરવાળાઓને ફોન કરીને હમણાં આવું છું. સડક પર ફોનનું બુથ હતું. મેં ઘેર ફોન કર્યો અને પાછો એ જ સ્થાને આવી ગયો જ્યાં ૧૦ મિનિટ પહેલા રામનરેશને હું મુકીને ગયો હતો. ત્યાં રામનરેશ ન હતો, તે ગામમાં જતો રહ્યો હતો. ગામની બીજી વ્યક્તિ હજુ હાજર હતી. તે તો પોતાના કોઈ સંબંધીને દાન આપવાની ફિરાકમાં હતો. મેં અને મારી પત્નીએ વિચાર્યું કે, વાત શું છે કે રામનરેશ જતો રહ્યો. એમને લાગ્યું કે તેને અમારી વાતો ચહેરાના નેતા જેવી લાગી હશે. કેમ કે નેતા બિચારા ગામના ભોળા લોકોને વચન તો આપે છે અનેક, પણ એકપણ પૂરું કરતા નથી, હા, અમે વિચાર્યું કે રામનરેશને અમે પણ નેતા જ નજરમાં આવ્યા હોઈશું.

હું અને મારી પત્નિ રિસોર્ટની બહારથી ડાબી બાજુ થોડા રસ્તે ગયા અને રામનરેશના ગામમાં આવી ગયા. દૂરથી રામનરેશ આવતો નજરે પડ્યો. તે એવી રીતે જોઈ રહ્યો હતો જાણે અમને ઓળખતો જ નથી. ગામની ભીડ ભાગી ગઈ હતી. બધાં એ જાણવા માગતા હતા કે આખરે શહેરના એક સક્રિય સાહેબ અને મેમ સાહેબ ગામમાં કેમ આવ્યાં છે? મેં કહ્યું કે ભાઈ રામનરેશ તું ક્યાં ચાલ્યો ગયો. મને કાંઈ બોલ્યો તો નહીં પણ તે તેના ઘર તરફથી આવી રહ્યો હતો. કાલે રામનરેશે પોતાનું ઘર દેખાડ્યું હતું. પત્નિ પિયરમાં ગઈ હતી, તેની પરિણિત દીકરી આવી હતી. તેના પોતાના ૩ બાળકો હતા. મને લાગ્યું કે કદાચ રામનરેશ સાઈકલરીક્ષા ખરીદવાની વાત તેની દીકરીને જણાવવા તરત ઘેર ગયો હતો. મેં પૂછ્યું રામનરેશ શું દીકરીને જણાવવા ગયો હતો. તે ગુન્હો કબૂલ કરતી નજરે જણાવી રહ્યો હતો. હા સાહેબ, મેં મારી પત્નિને, બૈજનાથ અને ગુરુનું મકાન દેખાડ્યું. તેમની ગરીબી જોઈને તેને પણ તેમના પ્રત્યે સહાનુભૂતિ થઈ. ગુરુને તો હજુ સુધી અમે મળ્યા પણ ન હતા. હવે ગુરૂ પણ આવી ગયો. તેના ચહેરા પર ગરીબી સ્પષ્ટ દેખાતી હતી પણ ગરીબીનો તણાવ ન હતો. મને તે સમયે એ પૈસાવાળાના ચહેરા નજરે પડતા હતા જે થોડો વેપાર ઠંડો પડી જવાથી પોતાના ચહેરા પર ગરીબી પ્રદર્શિત કરતા હતા. વળી બીજી બાજુ ગુરુ હતો જે સીધો સાદો ૫૦ વર્ષની ઉંમરની વ્યક્તિ જેની આવકનું કોઈ ઠેકાણું નહીં છતાં પણ ગરીબીના બોજથી વિચલિત નહીં અને પ્રભુનો પ્રસાદ માનીને સહન કરી રહ્યો છે. રામનરેશે કહ્યું કે મારું ઘર જોઈ લો બાબુજી. મારી પત્નિ અને મેં ફરીને આખું ઘર જોયું. તેનું મકાન કાચું હતું. ગરીબી તો સ્પષ્ટ છલકાતી હતી પરંતુ તે

સાચો માણસ હતો.મેં તેને પૂછ્યું કે તું શાકાહારી માણસ છે કે માંસાહારી અને દારૂ પીએ છે કે નહીં. બોલ્યો બાબુજી, અમે તો શાકાહારી છીએ, દારૂ પણ પીતો નથી. શાકાહારી બોલતાં થોડું કષ્ટ પડતું હતું. કદાચ વિચારતો હોય કે શહેરી બાબુ તો માંસાહારી હોય અને દારૂ તો એમને રોજ જોઈએ. મેં રામનરેશને જણાવ્યું કે અમે પણ જરાય દારૂ પીતા નથી.

ગામની બહાર નીકળીને અમે પાછા રાયબરેલીવાળી સડક પર આવી ગયાં. ગામની ઘણી વ્યક્તિ પછી તે પ્રૌઢ, જુવાનો, બાળકો અને મહિલાઓ પણ અમારી પાછળ પાછળ સડક પર આની ગયા. સામે પાન, બીડી વેચનારા અને આજુબાજુના લોકો પણ જમા થઈ ગયા. હવે અમે ગામને અલવિદા કહીને રીસોર્ટ જવાના હતા કેમ કે આજે તો અમારે રવાના થવાનું હતું. પાછા દિલ્હી જવા માટે. મારું અચાનક ધ્યાન ગયું કે મારે રામનરેશને કંઈક ઇનામ આપવાની ઇચ્છા છે તેને કઈ રીતે પૂરી કરું.

જ્યારે અમે રવાના થવાના હતા ત્યારે ઉપસ્થિત સમુદાય સામે ૩૫૦૦ રુપિયા રામનરેશના હાથમાં મૂકી દીધાં અને તેને કહ્યું કે રામનરેશ આ પૈસા રાખી લે. એક નવી સાઈકલ રીક્ષા ખરીદી લેજે. અને હા, તારે અમને રૂપિયા કે વ્યાજ આપવાનું નથી. તું કેવળ અમારી તરફથી ૧૦૦ રુપિયા દર મહીને ગુરુને આપતો રહેજે. ગામના લોકો જોઈ રહ્યા હતાં. મને ખુશી છે કે હું રામનરેશને ઈનામ આપવા માગતો હતો અને આ બહુ સારું ઈનામ રહ્યું. જે બીજાઓને પણ પ્રેરણા આપશે. મેં હાજર વ્યક્તિઓને બતાવ્યું કે આ રામનરેશે નિસ્વાર્થ ભાવનાથી મને એવી ગરીબ અસહાય વ્યક્તિઓ સુધી પહોંચાડ્યો જ્યાં હું પહોંચી શકતો ન હતો. અને એટલે આ ઈનામ છે તેનું. વિદાય પહેલાં મેં કહ્યું, રામનરેશ તું રૂપિયા ગણી લે. રામનરેશ બોલ્યો બાબુજી કોઈ જરૂર નથી, તમે ગણી લીધા તો બરાબર જ હશે. મેં તેને સમજાવ્યું કે, પૈસા હંમેશાં ગણીને લેવા અને આપવા જોઈએ. મારી પત્નીએ કહ્યું કે રામ નરેશ આ ૭૦ નોટ છે. ૫૦ – ૫૦ રુપિયાની તેથી કુલ મળીને ૩૫૦૦ રુપિયા થયાં. તેના હાથ કાંપી રહ્યા હતા. બહુ મુશ્કેલીથી નોટ ગણતો હતો, એવું લાગતું હતું કે અમે સિમલામાં છીએ અને પડી જવાને કારણે નોટ ગણી શકાતી નથી. બધાંને નમસ્કાર કરીને અમે પણ રિસોર્ટ માટે રવાના થઈ ગયાં અને માનસપટ પર રહી ગયો રામનરેશનો સીધો સાદો ભોળો ચહેરો.

ઈર્ષ્યાથી સદા દૂર રહો

તમારા મનમાં પણ ઘણીવાર વિચાર આવતો હશે કે આટલા બધાં ઝઘડા, ઈર્ષ્યા આખરે શા માટે? અને આ વાતને તમે કોઈને કહી પણ શકતા નથી. જીવન ક્ષણભંગુર છે છતાં પણ માણસ ઈર્ષ્યા અને ઝઘડા કરવાની પ્રવૃત્તિમાં લાગેલો રહે છે. જીવન અમૂલ્ય છે એ બધાં જાણે છે તો પછી શું કોઈ સમજુ વ્યક્તિ પોતાની અમૂલ્ય વસ્તુને નષ્ટ થવા દેશે? ના, તો પછી કેમ આજનો માણસ પોતાના જ અમૃતમય જીવનમાં ખટાશ પેદા કરી રહ્યો છે.

રોજીંદા જીવનમાં સમયનો અભાવ બધાં પાસે છે. અભાવમય જીવન જીવતા હોવા છતાં આશ્ચર્ય ત્યારે થાય છે જ્યારે આપણે જોઈએ છીએ કે આ આનંદમય જીવનનો ઘણો ભાગ અમે અને તમે બેકારમાં નાની – મોટી વાતો માટે ઝઘડા અને ઈર્ષ્યામાં લગાવી દઈએ છીએ. સમજુ વ્યક્તિના મન માટે પ્રશ્ન એ છે કે આખરે કેમ આજનો માણસ ભારતમાં જ નહીં, પરંતુ વિશ્વના બધાં સભ્રાંત દેશોમાં પોતાનું નિર્મલ અમૂલ્ય જીવન નષ્ટ કરવામાં લાગ્યો છે.

દેશ તથા સમાજની પ્રગતિ માટે ઉત્પાદનને વધારવું જોઈએ. પરંતુ આજે સવાલ એ છે કે આપણે આ નિર્મલ અમૂલ્ય જીવનનો ભાગ આપસી ઝઘડા અને આપસી ઈર્ષ્યાના ઉત્પાદનની વૃદ્ધિમાં કેમ લગાવીએ છીએ. કોઈપણ સમજદાર વ્યક્તિ પોતાના વિવેકની ચાવીને હાથમાં રાખીને જો એવું વિચારે અને આ વિચારનો નિષ્કર્ષ કાઢે તો અતિ અલ્પ માનવ જીવનને સંભાળીને રાખવામાં જ ભલાઈ છે નહીં કે તેને ઝઘડા અને ઈર્ષ્યારુપી ઉત્પાદનમાં.

કુટુંબના કેટલાંક સભ્યોની ઉન્નતિ થાય છે, મળનારાઓની તથા મિત્રોની ધનવૃદ્ધિ થાય છે, સામાજિક જીવનમાં બીજાજૂથની પ્રગતિ થાય છે. અન્ય વ્યક્તિને

138 *દિલની વાત કોને કહીએ અને કેવી રીતે*

પ્રતિષ્ઠા મળે છે. અને તમારા મનમાં લાગેલી ઈર્ષ્યાની કન્ટ્રોલ સ્વીચ ઑન થઈ જાય છે. જરા વિચારો આમ કેમ? એનાથી લાભ શું છે? વાસ્તવિકતા તો એ છે કે ઈર્ષ્યાની વૃદ્ધિ રાખનાર વ્યક્તિને કેવળ નૂકશાન જ થાય છે.પેટમાં અલ્સર પેદા થવું અને લોહીના દબાણની વૃદ્ધિ થાય છે. જેમાં ઈર્ષ્યાની પ્રવૃત્તિ છે.

ઈર્ષ્યાની પ્રવૃત્તિ રાખનાર પ્રત્યેક વ્યક્તિ બળતી રહે છે પોતે જ લગાડેલી આ આગમાં. સૌથી આશ્ચર્યની વાત તો એ છે કે ઈર્ષ્યા કરનાર વ્યક્તિ પોતાની આ વૃત્તિની ચર્ચા કોઈની સાથે કરી શકતો નથી, ઘૂંટાયા કરે છે પોતાના જ એકલાપણામાં. આ અમૂલ્ય માનવ જીવનને રસમય બનાવવા માટે, થોડું સુંદર બનાવવા માટે આપણે ઈર્ષ્યાની વૃત્તિનો ત્યાગ કરીએ તો ચોક્કસ આપણને મળશે મંગલમય આનંદ, સ્વાસ્થ્ય લાભ, ચહેરા પર અનેરી ચમક અને રોનક. દુર્ભાગ્યની વાત એ છે કે જે વ્યક્તિ ઈર્ષ્યાની વૃત્તિ રાખે છે તેની ઈર્ષ્યાની વૃત્તિ વધતી જાય છે.

તેથી સર્વોત્તમ એ છે કે વ્યક્તિ પોતાની પાસે એક ડાયરી રાખે અને જ્યારે જ્યારે ઇર્ષ્યાની વૃત્તિ જાગે તેનું વર્ણન લખે. પોતાના જ મનથી અને આત્મા સાથે વાત કરતા આ વૃત્તિના દમન વિશે વિચારે. આવું કરવાથી ચોક્કક ઈર્ષ્યાની વૃત્તિનું દમન થશે અને જીવન આનંદમય બનતું જશે. જરા વિચારો તો, ક્યાં સુધી આપણે આ અમૂલ્ય માનવ જીવનને ઈર્ષ્યાના કલણમાં ચલાવીને વ્યર્થ જ ગુમાવીશું.

એક અચૂક ઉપાય છે. આજથી જ એક ડાયરી લખવાનું શરૂ કરો. જ્યારે જ્યારે તમારા મનમાં ઈર્ષ્યાની ભાવનાએ પોતાનું ઘર બનાવ્યું. થોડા સમય પછી તમે પોતે જ્યારે આ ડાયરી જોશો તો તમે પોતાની પ્રવૃત્તિ માટે પોતાને જ દોષ આપશો અને તમારી આ ઈર્ષ્યાની પ્રવૃત્તિનું જાતે જ દમન થઈ જશે. સાથે-સાથે આ મંગલમય જીવનમાં ઝઘડા વગેરેમાં વ્યર્થ જ પોતાનો સમય ન બગાડીને આ જીવનનો કેવળ આનંદ જ લેતા જશો.

આત્મચિંતન જરૂરી છે

લગભગ ૩ વર્ષ પહેલાં મેં ઈવેસ્ટર્સ ક્લબ તથા અન્ય ઘણી સંસ્થાઓના સંયુક્ત દેખરેખમાં ૨૪ કલાક મૌનનું આયોજન કર્યું. આ આયોજન બ્રહ્માકુમારીના વિશાળ આશ્રમ જે ગુડગાંવની નજીક છે, ત્યાં કરવામાં આવ્યું. આ કાર્યક્રમમાં ૧૦૦ થી વધારે વ્યક્તિઓએ ભાગ લીધો. મોટાભાગની વ્યક્તિઓ માટે આ પહેલી જ તક હતી કે તેઓ ૨૪ કલાકનું મૌન રાખવાની કલ્પનાને સાકાર કરવા જઈ રહ્યા હતા. મારું પોતાનું તો હંમેશાં માનવું છે કે મૌન આંતરિક શક્તિ આપે છે, મૌન નવા વિચાર આપે છે, તેથી મૌન જરૂર રાખવું જોઈએ. હું તો પાતે તો ગાંધીજી થી પ્રભાવિત છું જેમણે મૌનને અપનાવ્યું અને તેનો પ્રચાર કર્યો. ૨૪ કલાકના મૌન પછી જ્યારે લોકોએ મૌન તોડ્યું, અલગ-અલગ લોકોની પ્રતિક્રિયાઓ અલગ-અલગ હતા. તે એક લબ્ધ પ્રતિષ્ઠિત ખૂબ ધનવાન સજ્જન પણ આ મૌનના કાર્યક્રમમાં સામેલ હતા, એમની આવક વર્ષની ઓછામાં ઓછી ૫-૧૦ કરોડ ચોક્કસ હતી. ઠાઠથી રહેતા હતા. કુટુંબ હતું, સમસ્યા ક્યાંય ન હતી છતાં પણ એમને બી.પી.ની તકલીફ હતી, શુગરની તકલીફ હતી, તણાવની રેખાઓ ચ્હેરા પર સ્પષ્ટ દેખાતી હતી, એમની જેટલી ઉંમર હતી તેના કરતાં કોઈ વિચાર મૌનની અનુભૂતિ વિશે રજૂ કરવા ઇચ્છો છો તો એમણે મારા આગ્રહનો સ્વીકાર કર્યો અને બેધડક અને પોતાના મનની વાત બધાની સામે રજૂ કરી. એમણે કબૂલ્યું કે એમને બહુ જ ગુસ્સો આવે છે. નાની નાની વાત પર પણ તે ગુસ્સો કરે છે. ગુસ્સો એમની ટેવ બની ગઇ હતી. જો કોઇ એમને સમજાવે તો તેઓ કહેતા કે જરા સમજો. મારા કામનું ભારણ એટલું વધારે છે કે કામ જો સમયસર ન થાય તો મને ગુસ્સો તો આવે જ. આ ગુસ્સા સૌથી પહેલા પત્ની પર

140 દિલની વાત કોને કહીએ અને કેવી રીતે

વર્ષતો, પછી બાળકો પર, તે પછી ઘરના નોકર-ચાકર પર અને અંતે જઈને ગુસ્સો વિરામ લેતો ઓફિસના કર્મચારીઓ પર. આજ રીતે દલીલ કરવાની તેમની ટેવ હતી. કોઈ નાની-મોટી વાત પર તેઓ આવેશમાં આવી જતા. આજે જ્યારે એમણે આ ૨૪ કલાકના મૌન દરમિયાન જાણ્યું કે દલીલબાજી કરવી સારી ટેવ નથી. સાથે-સાથે એમણે બધાની સમક્ષ એ વાતની સ્વીકારી કે મનન કરવાથી પોતાના મનની એક બીજી વાત કહેવા માંગે છે અને તે એ છે કે એમને ક્યારેક ક્યારેક અહમ્ પણ આવી જાય છે. હવે તેમણે આગળ જણાવ્યું કે આજે હું મારા હૃદયની બધી વાતો બધાની સમક્ષ મૂકું છું અને તેનાથી મને મારા શરીરની અંદર ઘણો હળવો અનુભવ કરું છું. ભરી સભામાં એમણે કહ્યું કે પ્રત્યેક વ્યક્તિએ સમય સમય પર આત્મચિંતન કરવું જોઈએ.

સામાન્ય રીતે આપણને આપણામાં ક્યારેય કોઈ કમી નજરે પડતી જ નથી. અને જો કમી નજરે પડે છે તો બીજી લોકોની અંદર પણ આવી કમી નજરે પડે છે. પરંતુ સાચા મનથી જો તમે અને અમે આત્મચિંતન કરીશું તો નક્કી માનજો કે આપણા આ આત્મચિંતનના કારણે આપણને ઘણી બધી કમીઓ આપણી અંદર નજરે પડશે. જો કમી છે તો હોવા દો તેની ચિંતા ન કરો. ચિંતાની જગ્યાએ એ વાતનું ચિંતન કરો કે આત્મચિંતનથી મેં જે મેળવ્યું જે કમીઓ મારી અંદર જોઈ તેને કઈ રીતે દૂર કરું? જો તમે પણ આ પ્રક્રિયામાં લાગી જશો અને ઓછામાં ઓછું બે-ત્રણ મહીનામાં એકવાર પોતાનું આત્મચિંતન કરશો તો નક્કી માનજો કે તમે તમારી જ કમીઓ તમે જાતે શોધી શકશો અને જ્યારે આ કમીઓને દૂર કરવા લાગી જશો તો કેવળ આનંદ અને શુદ્ધ આનંદ અનુભવશો હમણાં આપણે ઉપરોક્ત ઉદ્યોગપતિની વાત કરી રહ્યા હતા જેમણે પોતાનો ગુસ્સો, પોતાની દલીલ કરવાની પ્રવૃત્તિ, અને પોતાના અહમ્ વિશે આત્મચિંતનના કારણે જાણ્યું કે આ હતી તેમની ખરાબીઓ, આ હતી એમના જીવનની ખરાબીઓ અને તેનો સ્વીકાર કર્યા પછી તેઓ તેને ઠીક કરવામાં લાગી ગયા. કેટલાક દિવસો પછી તે સજ્જન મને ફરી મળ્યા તો એમણે જણાવ્યું કે ગુસ્સો છોડ્યો, દલીલ છોડી,અભિમાન તજ્યું તો એમણે પોતાને પૂર્ણ રીતે રોગરહિત જાણ્યા. પહેલા એમના પેટમાં ગેસ થતો હતો હવે ગેસ થતો નથી. પહેલા હાઈ બ્લડપ્રેશરની સમસ્યા હતી તે સમસ્યાનું નિદાન જાતે જ થઈ ગયું. પહેલા માઈગ્રેન હતું તે પણ હવે દૂર થઈ ગયું અને આ બધું થયું કેવળ એ કારણે કે તેમણે ગુસ્સો છોડી દીધો,

દલીલ છોડી દીધી, અભિમાન છોડી દીધું અને પોતાના નામની આગળ એક ઉપનામ લગાવી દીધું અને તે ઉપનામ હતું 'રહિત'. જ્યારે મેં તેમને પૂછ્યું કે તમારા આ નવા ઉપનામ 'રહિત' નો શો અર્થ છે તો બહુ સહજતાથી એમણે જણાવ્યું કે હું ગુસ્સા રહિત બનવા ઈચ્છું છું, દલીલ રહિત બનવા ઈચ્છું છું, હું અહમ્ રહિત બનવા ઈચ્છું છું એટલે મેં મારા નામની આગળ ઉપનામ લગાવ્યું છે 'રહિત' અને રહિત ઉપનામને જ્યારે જ્યારે દિવસમાં બે-ત્રણ વાર જોઈ લઉં છું, વાંચી લઉં છું, મનન કરી લઉં છું તો પછી હું હંમેશાં ગુસ્સા રહિત રહું છું, દલીલ કરવાની ટેવ નથી રહેતી અને મારા અભિમાનને મુઠ્ઠીમાં રાખું છું. જો તમે પણ પ્રગતિની ભાષા જાણવા ઈચ્છો છો, શીખવા ઈચ્છો છો અને પોતાનો ચુસ્ત, ફુર્તિલા, આનંદમય જીવન જીવવા ઈચ્છો છો તો તમે પણ રહિત બનો. ઉપનામ રહિત રાખો કે ન રાખો પરંતુ એ ધ્યાન રાખો કે તમે આ ગુસ્સો, દલીલ અને અહમ્ રહિત જીવન જીવવાનું વિચારશો તો ચોક્કસ આનંદમય જીવન તમારું રહેશે.

જ્યારે પણ ડરની વાત આવે છે મનમાં તો એ પણ વિચારો કે મારા વ્યક્તિત્વના કારણે જ્યારે હું આ દુનિયામાંથી ચાલ્યો જઈશ ત્યારે મારા વિશે લોકો શું કહેશે ? આવા વિચાર વિશે અવારનવાર મનન કરવાથી મનમાં શાંતિ થાય છે અને જીવનનો સાચો સારો માર્ગ મળે છે. એજ રીતે જ્યારે મૌનની શિબિર પૂરી થઈ તો એક મહિલાએ બહુ હિંમત કરીને માઈક પર આવીને બે મિનિટ પોતાના મનની વાત કહી જ દીધી. એ મહિલાના પતિનું નામ પણ સુભાષ કુમાર હતું. શિબિરમાં એ મહિલાના પતિ, સાસુ-સસરા પણ આવ્યા હતા આ મહિલાએ પોતાના મનની વાત સાસુ-સસરા સામે માઈક પર મૂકી દીધી અને બોલી કે પૂજ્ય સાસુ-સસરાજી મહેરબાની કરીને એ જણાવો કે તમે તમારા દિકરાનું નામ સુભાષ કુમાર કેમ રાખ્યું છે. સાસુ-સસરા આ વાત સાંભળીને તમતમી ગયા અને મનમાં વિચારવા લાગ્યા કે એવી કઈ વાત બની ગઈ? અમે બાળકના મા-બાપ છીએ. અમે જે યોગ્ય ગણ્યું રાખી દીધું પરંતુ આગળ એ મહિલાએ જણાવ્યું કે તમે તમારા દિકરાનું નામ સુભાષ કુમાર રાખ્યું છે પરંતુ તેમની વાણીમાં કચરો, ગંદકી ભરેલી છે. એ હંમેશાં તણાવગ્રસ્ત વાતાવરણની વાત કરે છે. તે હંમેશાં ખિજાયેલા વાત કરે છે, અને તે હંમેશાં પોતાને દુઃખી અનુભવે છે. કુટુંબના સભ્યોથી નાની અમથી ભૂલ પણ થઈ જાય તો ભૂલ માટે પાર વગરનો ગુસ્સો કરે છે. એમની વાણીમાં મીઠાશ નથી. તે સુભાષ નામને લાયક નથી. એમનું નામ તો દુભાષ હોવું જોઈએ નહીં

કે સુભાષ. સુભાષ કુમાર પણ ખૂણામાં બેઠા બેઠા આ વાત સાંભળતા હતા. આખરે ૨૪ કલાકના મૌન પછી થઇ રહી હતી પરસ્પર દિલની વાત, અને ખબર નહીં તેમ એમને પણ આ વાત એમના દિલમાં ઉતરી ગઇ. એમણે પણ જ્યારે શાંતિથી વિચાર્યું કે જ્યારે પત્ની મારા માતા-પિતાને પૂછી રહી છે કે તમે મારા પતિનું નામ સુભાષ કુમાર કેમ રાખ્યું તો ચોક્કસ તેના મનમાં પીડા છે, દર્દ છે અને મારા સ્વભાવના કારણે દુઃખી છે મારી પત્ની. તેથી એ જ દિવસથી એમણે એક જ પ્રણ લીધું કે તેઓ પોતાના નામ પ્રમાણે જ જીવન જીવશે. એનાથી એમને પોતાને લાભ થશે, પત્નીને ખુશી થશે, પત્નીને ગર્વ થશે કે મારા પતિ સારા માણસ છે. તમે પણ ભલે નોકરી કરતા હો, ભલે વ્યવસાય કરતાં હો, અથવા રીટાયર હો, દરેક અવસ્થામાં મહેરબાની કરીને સમય કાઢીને સમયાંતરે આત્મચિંતન અવશ્ય કરો. આવું કરવાથી તમારા મનનો કચરો સાફ થતો જશે અને તમે મેળવશો તમારી અંદરનું શરીર, આત્માનું શરીર ખૂબ ઉજવળ, સુંદર લાગશે પોતાને. આત્મચિંતનનો વિષય હાલ પૂરતો એક જ રાખો અને તે છે મારે અતિ સુંદર બનવું છે. અંદરથી અને એવા અતિ સુંદર બનવું છે જેને જોઇને હું ગર્વ કરી શકું, અને પ્રભુ પણ જ્યાંથી પણ જોઇ રહ્યા હોય તે આનંદિત બની શકે, આવા વિચારતી તમારું માનવ જીવન સફળ થઇ જશે. મનન કરો એ વાતનું કે હું સારા માણસ તરીકે ઓળખાઉ નહીં કે એક તુમાખી ભરેલા ગુસ્સાવાળા પૈસાદાર વ્યક્તિ.

મૌનના કાર્યક્રમ પછી જ્યારે અમે બેસીને જમતા હતા તો એક સજ્જનને પણ ઇચ્છા થઇ ગઇ કે તે પણ પોતાના મનની વાત લોકો સાથે શૅર કરે તે સજ્જન તેમની પત્ની વિશે વાત કરતાં હતા અને એમણે કહ્યું કે એમની સાસુના મૃત્યુ પછી તેમની પત્ની ઘણી લાપરવા થઇ ગઇ હતી. લાગતું હતું કે કઠોર બંધનમાં રહેવાને કારણે જ તેમની પત્ની હવે પોતાને સ્વછન્દ અને આઝાદ અનુભવતી હતી. સવારે ઉઠીને ઘર ગૃહસ્થી જોવી તો દૂર સૂતી જ રહેતી હતી. એના પતિને કોઇ સમસ્યા ન હતી કે તેની પત્ની આરામ કરે પરંતુ તેઓ ઇચ્છતા હતા કે ઘરગૃહસ્થીના કામને સારી રીતે નીપટાવ્યા પછી જ તેમની પત્ની આરામ કરે. ઘરમાં નોકરોની આદત ન હતી પરંતુ નોકરને કામ તો સોંપવું પડે ને. ઘરમાં નોકર ચાકર સંતાઇને નાની-મોટી ચોરી કરવા લાગ્યા. ભલે ચોરી ચા ની પત્તીની હોય ચાહે ઘીની હોય, ચાહે શાકભાજીની હોય. આવી ચોરીઓ વિશે જ્યારે

એમની પત્નીને જાણ થાય અથવા તેઓ જણાવતાં તો પણ પત્ની તે વિશે જરાપણ ધ્યાન આપતી નહીં. તેનાથી નોકરોની ચોરી કરવાની ટેવ વધતી ગઇ. કચરાની બાલ્ટીમા કચરો નાખવાના બહાને એમના ઘરના નોકર એજ બાલ્ટીમાં ચોરી કરેલો સામાન લઇ જવા લાગ્યા. મોરસ પણ હદ ઉપરાંત ગુમ થવા લાગી. ચોખા ગુમ થવા લાગ્યા, મરચું-મસાલા પણ ગુમ થવા લાગ્યા, ઇલાયચીનો ડબ્બો, લવીંગના ભરેલા પેકેટ ફટાફટ ગાયબ થવા લાગ્યા. પરંતુ તેમની પત્ની તેના નોકરોને કશું પણ કહેતી નહીં. આખરે તે એ વાતથી ગભરાતી હતી કે જો નોકરોને કશું કહીશ અને તેઓ કામ છોડીને જતા રહેશે તો હું કેવી રીતે ચલાવીશ ઘરગૃહસ્થી. આ વાતથી બિચારા પતિદેવ દુઃખી હતા, પણ તેઓ પોતાની પત્નીને આ વિશે શું કહે? કેવી રીતે સમજાવે? જ્યારે લોકોએ એમની વાત સાંભળી તો વડીલોએ એમને એ જ સમજાવ્યું કે તમે શાંતિથી પોતાની પત્નીને આ વાતો જણાવી દો અને એ પણ જણાવી દો કે તમારી પત્નીના આ વ્યવહારને કારણે તમારું મન દુઃખી છે. પરંતુ હકીકતમાં સારું તો એ જ થશે કે તેઓ બધી વાતો એકવાર શાંતિથી બેસીને પત્નીને જણાવો. તે પછી પત્ની માને તો ઠીક ન માને તો પણ ઠીક, પરંતુ તેઓ પત્નીના આચરણને કારણે પોતાને દુઃખી ન કરે.

મુશ્કેલીઓથી મ્હોં ના ફેરવો

સાચું તો છે જ કે જનાર કદી આવતા નથી, કેવળ તેમની યાદ આવે છે. અને યાદ આ દિલરૂપી મંદિરમાં જ આવે છે. પરંતુ મને ઘણી એવી વ્યક્તિઓ મળે છે તેમના પરમ પૂજ્યના મૃત્યુ પછી એમની યાદને ભૂલી શકતા નથી. સામાન્ય રીતે તો એવું જોવા મળે છે કે જ્યારે પોતાના કોઈ નજીકના સગા કે કુટુંબના સભ્યનું મૃત્યુ થાય છે તો મૃત્યુના થોડા મહીના પછી જીવન સામાન્ય બની જાય છે અને પહેલા જેવું જ બધુ કાર્ય થાય છે. પરંતુ ઘણી વ્યક્તિ એટલી સંવેદનશીલ હોય છે કે જેઓમાં કુટુંબના કોઈ સભ્ય ના મૃત્યુથી પડેલી ખોટ સહન કરવાની તાકાત હોતી નથી, હિંમત હોતી નથી. મનોમન ઘૂંટાતા રહે છે. આવી વ્યક્તિ કામને સમયે અથવા સામાજિક કાર્ય વખતે પ્રસન્ન ચિત્ત દેખાશે પરંતુ તેમનું મન મુરઝાયેલું છે, એમનું દિલ દરેક ક્ષણે રડતું રહે છે. અમારા એવા ઘણા વાંચકો હશે જેનું આજે પણ પોતાના સગા કે નજીકની વ્યક્તિના મૃત્યુનું દુઃખ દિલમાં સતાવી રહ્યું છે જેથી એમને એમનું જીવન નીરસ લાગવા લાગે છે. સમસ્યાતો એ છે કે પોતાના મનની વાત કહે તો બીજાને કેવી રીતે કહે. આખરે બીજી કોઈ વ્યક્તિને તમારા મનની આ વાત સાંભળવામાં કોઈ રૂચિ કેમ હોય ?

પાછલા દિવસોમાં એક કાર્યશાળામાં મને એક એવી વ્યક્તિ મળી જેના મનમાં ઉપર લખેલી બધી વાતો ઉભરાતી હતી. એ સજ્જનના માતાજીનું મૃત્યુ લગભગ પાંચ વર્ષ પહેલા થયું હતું. જ્યારે પણ એકલા પડતા માની યાદ તેમને સતાવતી હતી. આ સજ્જનની ઉંમર તો ૫૦ ઉપર હતી. હર્યું ભર્યું કુટુંબ હતું, પૈસાની પણ કોઈ અછત ન હતી, પરંતુ પોતાની પત્ની અને પોતાના ૨૫ વર્ષીય પુત્ર અને પુત્રવધુ કોની કોની પાસે રડે કે મને મારી મા યાદ આવે છે. જ્યારે પણ એકલા

હોય, મનન કરતાં અને આંસુ વહેવડાવતા ત્યારે તેમને ઊંઘ આવતી. ક્યારેક ક્યારેક તો એમની પત્ની એમની પત્ની સૂજેલી આંખો જોઇને સવારે પૂછતી કે શું થયું કે તમારી આંખો આટલી મોટી કેમ દેખાય છે. ફક્ત એટલું કહેતા કે મને રાત્રે ઊંઘ આવી નહીં અને વાત ત્યાં પૂરી થઇ જતી. પણ તે બિચારા પોતાની પત્ની, દીકરા કે કુટુંબના અન્ય સભ્યને કે બીજા કોઇને પણ પોતાના પર જે વીતી રહી હતી તે વાતો જણાવવા સક્ષમ ન હતા. ઘણીવાર સામાજિક કાર્યોમાં સામેલ થતા અથવા કોઇ ખાસ ઓળખીતાના ઘરમાં લગ્નમાં જતા તો પણ તેમને તેમની માની યાદ સતાવતી અને માની સાથે વીતાવેલી ક્ષણો યાદ આવી જતી.

મારા મતે આવું લગભગ બધા લોકોના ઘરમાં થતું હશે. પરંતુ બની શકે કોઇ વ્યક્તિ વધારે ભાવુક હોય, એને વિખૂટા પડેલા સ્વજનોની યાદ વધુ સતાવે જેના કારણે તેઓ પોતાની જાતને સંભાળી ન શકે, ડિપ્રેશનનો શિકાર બની બેસે, ગ્લાની એમના દિલમાં ઘર કરી ગઇ હોય અને ચહેરો મૂરઝાયેલો લાગે, પરંતુ પોતાના મનની વાત કોને કરે? ઘણા સગા-સ્નેહી, મિત્રો છે. જ્યારે પણ જન્મદિનની પાર્ટી થાય છે તો ૨૫-૪૦ માણસો ભેગા થઇ જાય છે. બધાને હસતાં જોઇને સારું લાગે છે, ગોષ્ઠી થાય છે પણ આ સજ્જન બિચારા ચુપચાપ મ્હોં બંધ કરીને બનાવટી હાસ્ય ને જ વિખેરતા નજરે પડે છે. જ્યારથી મને મળ્યા તો કહેવા લાગ્યા ભાઇ સાહેબ મને મારી માની યાદ ખૂબ જ આવે છે, હું શું કરું? જ્યારે વેપારમાં કોઇ સારી-નરસી ઘટના બનતી, કુટુંબમાં પણ નાની મોટી, આનંદ-દુઃખ, અફસોસની વાતો થતી તો જ્યાં સુધી એમની મા જીવીત હતા તેઓ મા સાથે વાત કરી લેતા હતા અને તેમનું મન હળવું થઇ જતું હતું પણ હવે બધું જ છે પણ મા નથી તો હવે કેવી રીતે અને કોની સાથે અને શું વાત કરે? આજ વિચાર તેમના મનમાં વારંવાર હરઘડી આવતો રહે છે. જ્યાં સુધી તેઓ પોતાના કાર્યાલયમાં રહે છે દફતરના કામમાં, ફેક્ટરીના કામમાં લાગેલા રહે છે, ત્યાં સુધી તો ઠીક છે પરંતુ જ્યારે પણ એકલા પડે છે તો તેમને પોતાની માની યાદ આવી જાય છે. ઘણીવાર તો એવી ગાઢ યાદ આવે છે માની કે તડપવા લાગે છે દિલ, બેચેન થઇ જાય છે મન, અને વિચિત્ર કંપન થાય છે એમના શરીરમાં. બહુ હિંમત કરીને એમણે વિચાર્યું કે હું મારા મનની વાત મારી બહેનને કહીશ. મારી વ્હાલી નાની બેન, પરંતુ એક દિવસ થોડી ચર્ચા શરૂ જ કરી હતી તો બહેને એમની વાતોને કોઇ વધારે મહત્ત્વ આપ્યું નહીં અને તે બિચારા એ જ સમજી

ગયા કે બહેનને પણ પોતાની માની જે બંનેની મા છે, તે વિશે વાત કરવાનો કોઇ અર્થ નથી. મારી ચર્ચા દરમિયાન હું તેમના હાવભાવને સમજવાની કોશીષ કરી રહ્યો હતો અને એ જોઇ રહ્યો હતો કે જ્યારે પણ તેઓ વાત કરતા તો કોઇ અલગ દુનિયામાં ચાલ્યા જતા હતા જ્યાં તેમને લાગતું હતું કે તે તેમની મા સાથે જ વાત કરી રહ્યા છે. જ્યારે વ્યક્તિને પોતાના વિખુટા પડેલા સ્વજનના જવાથી દુઃખ થાય છે તેની પૂર્તિ માટે કોઇ બીજી વ્યક્તિ વાત કરવા ન મળે તો આવી ઘૂટન કાયમ રહે છે. મારી સાથે વાત કરીને એમણે કહ્યું કે સુભાષભાઇ આજે હું મને બહુ હળવો અનુભવું છું. કેમકે મેં મારા મનની વાત તમને કહી દીધી અને મને એવું લાગે છે કે હું મારી મા સાથે જ વાત કરી રહ્યો છું. હવે મેં એમને સમજાવવાનું શરૂ કર્યું. મેં તેમને જણાવ્યું કે આજ તો જીવનની વાસ્તવિક્તા છે કે જે આવ્યા છે તેમને જવું પડે છે અને ગયેલા લોકો પાછા આવી શકતા નથી. એમની મધુર સ્મૃતિ જ આપણું વરદાન છે. તેથી તમે તમારી માતાની મધુર સ્મૃતિ સંભારી રાખો અને તેના માટે તમારા ઘરમાં પોતાની મા નું મોટું આલ્બમ બનાવો અને તેમાં તમારી માની અલગ અલગ ફોટા હોવા જોઇએ અને જ્યારે તમે જોશો ત્યારે ચોક્કસ તમારું મન પ્રસન્ન થશે. તમારી જૂની યાદો તાજી થઇ જશે. તમારા માતાની સ્મૃતિ તાજી થઇ જશે અને એવું લાગશે કે તમારી મા તમારી સાથે વાત કરી રહ્યા છે. સાથે-સાથે મેં એમને એ પણ કહ્યું કે સમય સમય પર જૂના વીડીઓ અને સીડી ચલાવો અને જુઓ સાથે. એકલા નહીં. કુટુંબના સભ્યો સાથે જાઓ, ત્યારે તેઓ માની હસતી, બોલતી, ચાલતી ગતિવિધીઓ જોઈ શકશે. જૂની સ્મૃતિઓ તાજી થઈ જશે અને આનંદની ક્ષણ તમને યાદ આવી જશે. ત્યારે તમે વિચારશો કે જે વિત્યો સારો સમય વિત્યો. હવે વિતેલા સમયની જૂની યાદોના સહારે અમે જીવનના આવનારા વળાંક પર સફર કરી શકીશું.

આગલા દીવસે મેં એમને કહ્યું કે તમે મારી સાથે પાર્કમાં ફરવા આવજો. એક કલાક ફરીશું અને આજ વિષય પર ચર્ચા પણ કરીશું. આમ તો એ સજ્જન સવારે ફરવા નથી જતાં. પણ ખબર નહીં મારી વાત કેમ એમને ગમી ગઈ અને તેઓ આવી ગયા નિર્ધારિત સમયે મોર્નિગ વૉક કરવા. અમે લોકો ફરવા ચાલીન નિકળ્યા. એક કલાક સુધી અમે પાર્કમાં ફરતા રહ્યાં. અંતે મેં એમને કહ્યું કે તમને તમારી માની યાદ બહુ આવે છે. બોલ્યાં જી હાં, આગળ મેં વાત વધારતા કહ્યું. પરંતુ શું તમને એનો જવાબ આજે ફરતી વખતે મળ્યો કે નહીં. તેઓ બોલ્યાં કે હું

તો તમારી સાથે ફરી રહ્યો છું. મારું મગજ અહીં તો મારું મન પણ અહીં જ છે. પણ મને તો કોઈ વિશેષ વાત નજરે ન પડી. ત્યારે મેં તેમને ઈશારો કર્યો સામે એક મોટા ઝાડ તરફ જેમાં હજારો પાંદડા હતા અને અમે જોયું તે ઝાડમાંથી એક – બે પાંદડા ખરી પડ્યાં. મેં કહ્યું જુઓ આ ઝાડ તરફ. હવે સમજી ગયા જીવનનો મર્મ. ફરી સહજ રીતે એમણે કહ્યું કે ઝાડ પરથી પાંદડા ખરે છે, બીજી કોઈ વાત તો સમજમાં આવી નહીં. હવે મેં એમને પ્રેમથી બેસાડ્યા અને સમજાવ્યું કે આ ઝાડનું મહત્ત્વ એમને જણાવ્યું કે જે ઝાડ છે અને તેની ઉપર જે પાંદડા લાગેલા છે તે જ તમારી અને અમારી જિંદગી છે. જે રીતે એક ઝાડ પર અનેક ડાળીઓ હોય છે, અનેક પાંદડા હોય છે એ જ રીતે તમારી – અમારી જિંદગીમાં કુટુંબના અનેક સભ્યો હોય છે.

આગળ વાત વધારતા મેં એમને દેખાડ્યું કે જુઓ ત્યાં ઝાડની તરફ એક પાંદડું તૂટીને પડી રહ્યું છે. પડતા પાંદડા પર તમારી નજર રાખો. મારી વાતને કંઈક આધ્યાત્મિક દૃષ્ટિથી સમજવાની કોશીષ કરવા માટે તેઓ ઝાડ પરથી પડતા પાંદડાને શાંતિથી જોવા લાગ્યા. થોડી વારમાં પાંદડું ધીરે ધીરે ઝાડ પરથી જમીન પર પડ્યું. હવાની લહેર એ જ ક્ષણે તેને દૂર લઈ ગયું. હવે અમને પાંદડુ દેખાતું ન હતું. મેં જણાવ્યું કે આજ તો તમારા અને અમારા જીવનનું સત્ય છે. જે રીતે ઝાડ પરથી એક પાંદડું ખરી પડ્યું એ જ રીતે કુટુંબના એક સભ્યો જતો રહ્યો, પણ તેનો શોક ન કરો. હવે જુઓ પેલા ઝાડ તરફ. જ્યાં પાંદડા લાગેલા છે. તેમના કુટુંબમાંથી તેમનો એક સભ્ય એટલે પાંદડારૂપી એક સભ્ય તૂટી ગયો, ખરી પડ્યો, આંધીમાં જમીન પર પડ્યું. ઝાડના બાકીના પાંદડા ત્યાં જ રહ્યાં જ્યાં તેઓ પહેલાં હતા. આ જ સ્થિતિ તમારા અને અમારા જીવનની છે. આપણે આ ઝાડની જેમ અલગ અલગ પાંદડા છીએ. કુટુંબના અને એક પાંદડુ જતું રહ્યું. તો બાકીના પાંદડા રહેશે અને બાકીના કુટુંબના સભ્યો રહેશે કુટુંબમાં. તેથી જ્યારે પણ કુટુંબનો કોઈ સભ્ય આ દુનિયામાંથી આપણને છોડીને ચાલ્યો જાય જો તેની યાદ આવે તો મન ભંગીત ન કરો. મનમાં સુખ શાંતિ કાયમ રાખો, વિચારોને એમની સાથે ગાળેલી ક્ષણે તરફ દોડાવો, એમની સાથએ ગાળેલી ક્ષણો યાદ કરો અને સાથે-સાથે એમણે તમારે માટે શું કર્યુ તે યાદ કરો. એ વાતો યાદ કરશો તો મનમાં, એક અજાણી ખુશી અને સંતુષ્ટિની શાંતિ થશે. તેથી તમારા જીવનમાં પણ કોઈ ખાસ વ્યક્તિના પરલોકગમન થવાને કારણે મન ચિંતિત, દુઃખી કે ક્ષુબ્ધ છે તો

એ વાતાવરણમાંથી પોતાને દૂર કરો અને જીવનને નવી દિશા તરફ વળો અને આનંદ ઉઠાવો, બાકીના જીવનમાં જીવવાનો અને કુટુંબ અને સમાજ માટે કાંઈ વધારે કરવાનું કાયમ વિચારતા રહો. જો તમે દરરોજ સ્વર્ગસ્થ વ્યક્તિ વિશે જ વિચારતા રહેશો તો તમારા બાકીના બચેલા જીવનમાં કેવળ નિરાશા જ તમને દોરી વળશે.

જ્યારે પણ કુટુંબના એક સભ્યની ખોટને લીધએ દુઃખ સતાવે, પીડા સતાવે તો તેવી ક્ષણોમાં કેવળ જૂની વાતોને યાદ કરો. એમની સાથે ગાળેલી સારી ક્ષણો યાદ કરો. એવી ક્ષણો યાદ કરો જે તમે દિવંગત આત્મા માટે સારું કર્યું હોય. આ બધું વિચારીને તમારું જીવન આનંદમય બની જશે. પરેશાનીઓ દૂર જતી નજરે પડશે. જીવન સુંદર લાગશે. સાથે-સાથે મનમાં એક નાનો વિચાર એ પણ રાખો કે જે તમારા નજીકના સભ્ય કે સગા દિવંગત થઇ ગયા છે તેમની યાદમાં તમે કાંઈ કરી શકો છો તો કરો. વિચારો નહીં કરવાનું શરૂ કરી દો. આવું કરવાથી તમારા મનમાં પરમ શાંતિ મળશે.

દિલની વાત હોંઠો સુધી...

નવી દિલ્હીમાં લાયન્સ ક્લબની મીટીંગ પાંચ તારક હોટલમાં હતી. આજે એક મોટા મિનિસ્ટર સાહેબ આવવાના હતા. પરંતુ સેક્રેટરી સાહેબ સૂચના આપી કે મિનિસ્ટર સાહેબનું હવાઈ જહાજ થોડું લેટ થયું છે અને તેઓ લગભગ એક કલાક પછી આવશે. બધાં સભ્યો પોતાની પત્ની અને બાળકો સાથે પહોંચી ચૂક્યા હતા. અને મિનિસ્ટર સાહેબની જ રાહ જોતા હતા. . જ્યારે ઘોષણા શરૂ થઈ કે મિનિસ્ટર સાહેબને આવતાં વિલંબ થશે અને નિશ્ચિતપણે રાત્રી ભોજનનો કાર્યક્રમ તે પછી જ હતો. એવામાં બધાં શું કરે, આ પ્રશ્ન બધાં લોકોના મનમાં હતો. કેટલાંકે તો પહેલાં એવું કહ્યું કે પહેલા આપણે જમી લઈએ છીએ અને પછી મિનિસ્ટર સાહેબ જ્યારે આવશે, એમની થોડી વાત સાંભળી લઈશું અને પછી મિનિસ્ટર સાહેબને ટેબલ પર બેસાડીને એમની ઈચ્છાનુસાર તેમનું ભોજન તેમને પીરસી દઈશું. સાચું તો એ હતું કે આ સૂચન પર સહમતિ તો બધાની હતી પરંતુ સ્પષ્ટ રીતે આ વાત બોલવા માટે કોઈ તૈયાર ન હતું. અંતે ક્લબના અધ્યક્ષે પોતાની સ્થિતિ સ્પષ્ટ કરતાં કહ્યું કે જ્યાં સુધી મિનિસ્ટર સાહેબ આવી જતાં નથી ત્યાં સુધી આપણે રાત્રી ભોજનનો કાર્યક્રમ શરૂ કરી શકતા નથી. તેથી આપણે અંદરો અંદર અંતાક્ષરી રમીએ કે પછી ગપ્પાં મારીએ. સામાન્ય રીતે અંતાક્ષરીના કાર્યક્રમમાં બધાંને મઝા આવે છે પરંતુ આજે ખબર નહીં બધાં સભ્યોને શું સુઝયું કે બધાંએ એક જ સૂરમાં કહી દીધું કે ચાલો આજે આપણે ગપ્પાં જ મારીએ છીએ. અચાનક મને એ સૂઝયું કે શા માટે અમે 'મનની વાત કહીએ તો કોને કહીએ' વિષય પર જ ચર્ચા શરૂ કરીએ. મેં માઈક હાથમાં લેતાં કહ્યું કે આજે આપણે કોઈ ખાસ વિષય પર ગપ્પા મારીશું અને એ છે મનની વાત કહીએ તો

કોને કહીએ, અચાનક બે – ચાર મહિલાઓનો એક સાથે મારા પર વજ્રપાત થયો અને જોરદાર શબ્દોમાં એમણે મારી વાત નકારી કાઢી. એમણે કહ્યું કે ભાઈ સાહેબ તમે જે વિષય પસંદ કર્યો છે તેના પર ગપશપ કરવાની વાત અમે કરીએ તો અમને ડિપ્રેશન થઈ જાય છે. મેં એમને જણાવ્યું કે ડિપ્રેશન તો ત્યારે થાય છે જ્યારે આપણે મનની વાત બીજાને કરતાં નથી. આજે તમને બધાંને તક મળી છે કે પોતાના મનમાં જે પણ વાત હોય તે તમે બોલો. બોલી દેશો તો નક્કી તમારું મન હળવું થઈ જશે. ખબર નહીં કેવી રીતે મારી આ વાત બધાં સભ્યોને સમજાઈ ગઈ અને એક જ સૂરમાં બધાં એ કહ્યું કે ઠીક છે આજે અમે આ જ વિષય પર ચર્ચા કરીએ છીએ અને અમારી ચર્ચા શરૂ થઈ ગઈ.

સૌથી પહેલાં શ્રીમતિ રંજનાએ કહ્યું કે સૌથી પહેલાં હું કાંઈ કહેવા માગું છું. અધ્યક્ષજીએ રંજનાજીને રોકતાં કહ્યું કે ઉચિત એ હશે કે આપણે એક લાઈનથી પોત પોતાની વાતો કરતાં જઈએ. પરંતુ રંજના તો રોકાવાનું નામ જ નહોતી લેતી. લાગે છે કે એમના મનમાં કંઈક વધારે પીડા થતી હતી, મનમાં કાંઈક એવી વાતો વધારે ઘૂમરાતી હતી જે એ કોઈને કહી શકતી ન હતી. બધાંએ રંજનાને કહ્યું કે ચાલો, તમે શરૂ થઈ જાવ, બોલો શું કહેવા માગો છો? રંજના સ્ટેજની પાસે આવી, બેઠી અને બોલી કે સમજાતુ નથી કે શું બોલું? મારા મનમાં, મારા હૃદયમાં ઘણી વાતો જામેલી છે, જે હું ક્યાંય, કોઈપણ સમય, કોઈપણ વ્યક્તિને કહી શકતી નથી. પણ આજે મેં વિચાર્યું કે તમારા બધાંની સામે મારી થોડી વાત કરું. લાગતું હતું કે, તે પોતાની વાત પોતાના જ મનને કરી રહી હતી.

રંજનાએ કહ્યું કે, એક વાત હું પહેલા કહેવા માગું છું કે હું મારી જ વાત કહીશ ને આંખો બંધ કરીને બોલીશ. ઠીક છે આ ધ્વનિ સાથે બધાએ સહમતિ આપી દીધી હવે રંજનાએ બોલવાનું શરૂ કર્યું. રંજના આમ તો ધનવાન ઘરની દીકરી છે અને ધનવાન ઘરની વહુ પણ, આજે લાયન્સ ક્લબની મિટીંગમાં તે એકલી આવી હતી અને સાથે આવ્યો હતો તેનો પાંચ વર્ષનો દીકરો. પતિને લાયન્સ ક્લબની મિટીંગમાં આવવાનો સમય ન હતો. સવારે તો એમણે હા પાડી હતી કે જઈશું મિટીંગમાં પણ રંજના તૈયાર થઈ ગઈ ત્યારે પતિનો ફોન આવ્યો કે આજે તેઓ ક્લબની મિટીંગમાં જઈ શકશે નહીં. કેમ કે દફતરમાં કામનો ઢગલો થઈ ગયો છે. રંજના ઘર પર તૈયાર થઈને બેઠી હતી ત્યારે પોતાના દીકરાને લઈને લાયન્સ ક્લબની મિટીંગમાં આવી ગઈ.

ક્લબના બધાં સભ્યો વર્તુળાકારે બેઠા હતાં. બધાંના બાળકો એક ખૂણામાં બેસીને કોકાકોલા પી રહ્યા હતા અને કેટલાંક કેરમ અને લૂડો, જે અમારા પ્રમુખે પહેલેથી જ વ્યવસ્થા કરી હતી તે રમવામાં મશગૂલ હતાં. કેટલાંક લોકોના બાળકો ઘણા નાના હતા એમને એમની આયા સંભાળતી હતી. બધું મળીને લાયન્સ ક્લબના સભ્યો આરામથી બેધડક થઈને બેઠા હતાં. હવે રંજનાએ આંખઓ બંધ કરીને પોતાની વાત કહેવી શરૂ કરી એણે જણાવ્યું કે પાછલા ત્રણ દિવસથી તેમના પેટમાં ભયંકર દર્દ થાય છે. તે સમજી શકતી નથી કે આખરે દર્દ કેમ થાય છે?

લેડી ડૉક્ટરને દેખાડ્યું.તો લેડી ડોક્ટરે તેને અલ્ટ્રાસાઉન્ડ કરાવવા કહ્યુ. અલ્ટ્રા સાઉન્ડનો રીપોર્ટ આવી ગયો. એ અલ્ટ્રાસાઉન્ડ રિપોર્ટમાં જોવા મળ્યું કે બે પથરી પેટમાં કીડની પાસે છે જે પરેશાન કરે છે. તેનાથી જ પેટમાં દર્દ થાય છે. રંજનાની સમસ્યા એ હતી કે આઠ દિવસ પછી તેને તેના પતિ અને ત્રણ બાળકો સાથે અમેરિકાની યાત્રાએ જવાનું હતું. ત્રણ દિવસથી પેટના દર્દને લીધે પરેશાન હતી રંજના. એ વાતને યાદ કરીને તેને તો બસ રડવું જ આવતું હતું. લેડી ડૉક્ટરને દેખાડવા રંજના એકલી જ ગઈ અને ડૉક્ટરે એ કહ્યું કે તમે વધુ સ્પષ્ટ સ્થિતિ ઈચ્છો છો તો ઉચિત એ થશે તે તમે કૈંટ સ્કેન કરાવો. રંજનાએ કહ્યું કે ઠીક છે હું નીચે જઈને કૈંટ સ્કેન કરાવી આવું છું, પણ તે પહેલાં જ એક સિનિયરે રંજનાને જણાવ્યું કે તમે આ મોટી હોસ્પીટલમાં કૈંટ સ્કેન ન કરાવો. કેમ કે તેનો રીપોર્ટ તો તમને બે દિવસ પછી મળશે તેથી તમે બાજુમાં બીજી એક કંપની છે ત્યાં મારા મિત્રએ કૈંટ સ્કેન મશીન લગાવ્યું છે ત્યાં તમે જાવ અને તમારો કૈંટ સ્કેન કરાવો. તમને તરત રિપોર્ટ મળી જશે અને તમારી સમસ્યાનું સમાધાન તરત થઈ જશે.

રંજનાની પાસે ગાડી અને ડ્રાઈવરની સુવિધા તો હતી પરંતુ એકલી કૈટ સ્કેન કરાવવાના નામથી તે ગભરાતી હતી. પોતાની મમ્મીને તેણે ફોન કર્યો. મમ્મીએ એ સમયે એક દીકરી કીટી પાર્ટીમાં હતી તો મમ્મીએ ફોન લીધો નહીં. કેવળ પાંચ મિનિટમાં એક એસએમએસ આવ્યો કે હું કીટી પાર્ટીમાં છું. બે કલાક પછી હું તને ફોન કરીશ. રંજનાએ તેના પિતાને જે બહુ મોટા કરોડપતિ છે તેમને ફોન કર્યો કે પપ્પા જો તમાપી પાસે સમય હોય તો તમે આવી જાવ, મારે કૈંટ સ્કેન કરાવવાનું છે. પપ્પાએ ફોન પર ઘણો અફસોસ વ્યક્ત કર્યો અને બહુ મુશ્કેલી વર્ણવી, પરંતુ અંતે એ જ કહ્યું કે બેટા, જો હું કેટલો વ્યસ્ત છું. પહેલેથી સમય નહીં આપે તો હું કેવી રીતે આવી શકું, અત્યારે મારી પાસે લોકો બેઠા છે, હું નહીં

આવી શકુ. રંજનાએ પોતાના પતિને ફોન કરવાનું તો વિચાર્યું જ નહીં, કેમ કે પતિનો જવાબ તેને ખબર હતો. પછી કૈંટ સ્કેન કરાવવું જરૂરી હતું. જાતે જ કૈંટ સ્કેન કરાવવા જતીરહી. કૈંટ સ્કેન કરાવીને રિપોર્ટ લઈ આવી. હોસ્પીટલમાં ડોક્ટરની ૪ વાગ્યાની એપોઈન્ટમેન્ટ હતી. રિપોર્ટ લઈને ત્યાં પહોંચી ગઈ. અડધો કલાક રાહ જોયા પછી ડૉક્ટર સાહેબે બોલાવી અને રિપોર્ટ જોયો. રિપોર્ટ જોયા પછી રંજનાને કહ્યું કે રંજના તને કીડની પાસે પથરી છે અને બીજી પથરી બહુ નાની છે. અને પહેલી પથરી બહુ મોટી નથી. આમ તો ૧૦ -૧૫ દિવસમાં આ પથરી નીકળી જવાનો ૮૦- ૦ ટકા ચાન્સ છે. ડૉક્ટર સાહેબના આ વિટાર સાંભળીને રંજનાના મનમાં થોડી શાંતિ થઈ. એણે વિચાર્યું કે ચલો સારું છે વધારે કોઈ ચિંતાની વાત નથી. પંરતુ બીજી ક્ષણે ડૉક્ટર સાહેબે જણાવી દીધું કે રંજના સાંભળ્યું તું અમેરિકા જાય છે આઠ દિવસ પછી, તો વિચારી લે શું કરવું છે. જો તું હવાઈ જહાજમાં બેઠી છો તે સમયે દર્દ વધી ગયું તો મુશ્કેલી વધી જશે. આખરે અમેરિકાની હવાઈ જહાજની યાત્રા, ઘરથી અમેરિકા સુધી ૧૬ – ૧૭ કલાકો લાગી જાય છે. આવામાં જો હવાઈ જહાજની અંદર દર્દ વધી જાય તો તું શું કરીશ એ વિચાર. રંજના શું જવાબ આપે. તરત ડૉક્ટર સાહેબે કહ્યું કે જો હું તારી જગ્યાએ હોત તો ઓપરેશન કરાવીને જ જાત.

ડૉક્ટરની સલાહ સાંભળીને રંજના ઘેર આવી ગઈ. રસ્તામાં એના મનમાં એ જ વિચારો આવતો હતો કે મને ન તો પીયરમાં કે ન તો સાસરીમાં પૈસાની અછત છે. પરંતુ પિયરમાં મારા મા- બાપ, ભાઈ કોઈને ફૂરસદ નથી મારી તકલીફમાં મારી પાસે આવવાની. વળી બીજી તરફ સાસરીમાં એવું જ વાતાવરણ. ન પતિ, ન સાસુ, ન સસરા કોઈને ફૂરસદ નથી કે વહુની મુશ્કેલીને સાંભળે. એમને એક જ શબ્દ કહેવાની ફૂરસદ છે ખજાનચી પાસે જેટલા પૈસા જોઈએ તેટલા મંગાવી લે જે ઈલાજ માટે. આગળ બધાં સભ્યોની સામે પોતાના મનની વાત જણાવી કે ઘણીવાર એનું હૃદય અંદરથી રડતું રહે છે. જ્યારે તે જુએ છે કે માતા- પિતા, પતિ, સાસુ - સસરા કોઈને પણ પૈસા સિવાય એના દુઃખ દર્દમાં દિલચસ્પી નથી, રૂચિ નથી. મદદ કરવાની કોઈ ઇચ્છા નથી. રંજનાને તેની એક નોકરાણીની વાત યાદ આવે છે. એ નોકરાણીને પાંચ છ વર્ષ પહેલાં પેટમાં દર્દ થતું હતું. એક દિવસની રજા તેણે લીધી અને ત્રણ ચાર દિવસ પછી જ્યારે કામ પર આવી તો નોકરાણી એ રંજનાને જણાવ્યું કે તેના પેટના દર્દની વાત

સાભળીને બે કલાકની અંદર દશ વીસ લોકો એકઠાં થઈ ગયા. તેના પિતા ૩ કલાકની મુસાફરી કરી તરત આવી પહોંચ્યા. સાથે તેની મા અને સાસુ - સસરા સતત તેની પડખે રહ્યાં. વળી પતિએ તરત દફતરમાંથી રજા લીધી અને આવી ગયો પત્ની પાસે. રંજના પોતાની અને નોકરાણીની પરિસ્થિતિની સરખામણી કરવા લાગી અને એને મનોમન તેને લાગ્યું કે કેવી ખોખલી જિંદગી આપણે જીવી રહ્યાં છીએ. લોકોની નજરમાં આપણે પૈસાવાળા છીએ પરંતુ કેટલાં ગરીબ આપણે છીએ કે આપણી પાસે આત્મિયતા અને પ્રેમ વહેંચનાર, આપણી તકલીફને સાંભળનાર કુટુંબનો કોઈ સભ્ય નથી.

બીજી બાજુ યાદ આવી રહી હતી તેને પોતાની નોકરાણીની વાત જ્યારે તે બિમાર પડી હતી. પરંતુ પેટનું દર્દ હતું તો ત્રણ કલાકમાં સંબંધીઓ ગેટની પાસે મદદ માટે તૈયાર ઊભા હતા. બધાં સગા લોહી આપવા તૈયાર હતા. પોતાની વાત અહીં જ પૂરી કરતાં મનની સ્થિતિને બધાંની સામે રાખીને રંજનાએ કહ્યું કે ઘણીવાર મને લાગે છે કે આવા અમીર કુટુંબમાં રહેવાનો શો ફાયદો, અહીં તો આપણે કેવળ કઠપૂતળી છે જે કેવળ પૈસાની સાથે સંબંધ બજાવી રાખે છે. બાકી આત્મિયતા અને મનની તકલીફ સાંભળનાર અને સમાધાન કરનાર કુટુંબનાં કોઈપણ સંબંધી સગો નથી. હવે રંજનાએ આંખો ખોલી અને શાંત થઈને બેસી ગઈ. ચહેરા પર થોડી પ્રસન્નતા હતી અને બધાંની સાથે બોલી કે મિત્રો, હું તમને જણાવવા માગું છું કે મેં તમારી સાથે જે વાતો મૂકી તે બધી મારા મનથી મૂકી તેનાથી મને મનમાં શાંતિ થઈ રહી છે. મને લાગે છે કે મારી ઘૂટન તો દૂર થઈ ગઈ. સાચું છે કે વાત નાની છે કે કેવળ પૈસાથી દુનિયાનું બધું કામ થતું નથી, ખાસ કરીને મનની વાત, મનની આત્મિક શાંતિ.

હવે શ્રી ચતુર્વેદીજીએ કહ્યું કે ભાઈઓ, હું પણ કંઈક બોલું, મારી વાત સાંભળો. આમ તો ચતુર્વેદીજી બહુ શરમાળ વ્યક્તિ છે. લાયન્સ કલબની મિટીંગમાં આવે છે. પણ બહુ જ ઓછું બોલે છે. પરંતુ જ્યારે આજે એમણે કહ્યું કે હું પણ કંઈક કહેવા માગું છું તો બધાંન આશ્ચર્ય થયું. ચતુર્વેદીજીએ કહ્યું કે એક સવાલ ઘણા મહીનાથી એમના મનમાં ઘૂમરાઈ રહ્યો છે. જેનો જવાબ તેઓને મળતો નથી. એમણે કહ્યું કે એમને આશા છે કે બધાં પ્રતિષ્ઠિત અને સમજદાર લોકો હાજર છે. એમના જવાબ કે એમના વિચારથી એમના પ્રશ્નનો જવાબ આજે મળી જશે. ચતુર્વેદીજીએ કહ્યું કે પ્રશ્ન નાનો છે અને તે એ છે કે શું આપણે સાત પેઢીનું

વિચારીએ કે આપણે કેવળ બે પેઢીનું જ વિચારીએ? એકાએક ક્લબના સભ્યો આ પ્રશ્નને સમજી શક્યાં નહીં. અને બધાંએ ચતુર્વેદીજીની વાત સાંભળી અને બધાં ચૂપચાપ બેસી ગયા. હવે ચતુર્વેદીજીએ વિચાર્યું કે તેઓ જે વાત કહેવા માંગે છે તે વાત બીજા સભ્યોની સમજમાં આવી નથી. પોતાની વાતને વધારે સ્પષ્ટ કરતાં એમણે કહ્યું કે, મિત્રો, સેંકડો, હજારો વર્ષોથી આપણે એ જ સાંભળતા આવ્યા છીએ કે સમૃદ્ધીની નિશાની તો એ જ છે કે આજે આપણી પાસે ઘણા પૈસા થઈ જાય. આપણને કોઈ અભાવ નજરે ન ચડે, સાથે-સાથે આવનારી સાત પેઢી માટે આપણી પાસે ધન – દોલત હોય, તો આપણું જીવન પૂર્ણ છે. ત્યારે આપણે સફળ વ્યાપારિક, વ્યવસાયિક જીવન જીવીશું. લોકો તરફ હાથથી ઈશારો કરતા ચતુર્વેદીજીએ કહ્યું કે તમે લોકો 'હા' અથવા 'ના'માં જવાબ આપો. શું તમે પણ આ વાત સાથે સહમત છો કે નથી, મોટા ભાગના લોકોનો એક સાથે અવાજ આવ્યો 'હા' 'હા' આ વાતનો સર્વવિદિત જ છે. એમાં તમે નવું શું કહો છો, આ તો સેંકડો વર્ષોથી ચાલતી પ્રથા છે અને અમે લોકો પણ પચાસ વર્ષોની સાંભળીએ છીએ કે સાત પેઢી સુધીની વ્યવસ્થા જો આપણે કરી લઈએ, તો આપણું જીવન સંપૂર્ણ સફળ માનવામાં આવશે. ચતુર્વેદીજીએ પોતાના બધા સાથીઓના વિચાર સાંભળ્યા અને બધાનો એક મતે જવાબ 'હા' હતો. સતત સાત પેઢીનો વિચાર સાચો છે પરંતુ હવે ચતુર્વેદીજીએ પોતાના વિચાર રજુ કર્યા. એમણે કહયું કે એમનો મોટો દીકરો જેની ઉંમર લગભગ ૨૫ વર્ષ છે, તેનાં લગ્ન થઈ ગયાં છે અને ચતુર્વેદીજીનો બે વર્ષનો એક પૌત્ર પણ છે. બધું મળીને આગલી પેઢીને રોશન કરનાર અને તેની આગલી પેઢીને પણ રોશન કરનારનું પદાર્પણ થઈ ગયું છે. આવામાં ચતુર્વેદીજીથી વધારે ખુશી કોને થઈ શકે છે એ જ વિચાર હંમેશાં ચતુર્વેદીજીના હતા.

ચતુર્વેદીજીએ આગળ જણાવ્યું કે એક દિવસ તે પોતાના પુત્ર સાથે ડ્રોઈંગરુમમાં બેસીને ચર્ચા કરી રહ્યા હતા તો દીકરાએ કહ્યું કે પપ્પા જરા આપણા પુરાણા ધર્મગ્રંથોનો અભ્યાસ કરો, જે આપણી પુરાણી વિચારધારા છે, પરંપરાઓ છે, તેની તરફ થોડું ધ્યાન આપો. આ પ્રકારના વિચાર સાંભળીને ચતુર્વેદીજી ચકરાઈ ગયા. સમજી ન શક્યાં કે એમનો દીકરો શું કહેવા માગે છે. હિંમત કરીને એમણે દીકરાને કહ્યું કે બેટા, તું ૨૫ વર્ષનો છે અને હું બરાબર તારાથી ડબલ એટલે ૫૬ વર્ષનો, તો સંભવતઃ તારાથી વધારે આધ્યાત્મિક જ્ઞાન મેળવ્યું છે અને તું ઇચ્છે છે

કે હું અધ્યયન કરું, સમજું, મનન કરું અને વાત ન કરું. આમ તો ચતુર્વેદીજી બહું ધાર્મિક પ્રકૃતિના છે. રોજ મંદિરે જાય છે અને ઓછામાં ઓછું વર્ષમાં એક મહીનો હરિદ્વારમાં જઇને પોતાનો સમય વિતાવે છે. મંદિરમાં દાન વગેરેની જરૂર હોય કે અન્ય કોઈ પણ ધાર્મિક અનુષ્ઠાનમાં પૈસા એકઠા કરવાના હોય તો ચતુર્વેદીજી સૌથી આગળ હોય છે. પરંતુ દીકરાના મ્હોંએ આ વાત સાંભળીને ચતુર્વેદીજી કાંઈ સમજી ન શક્યાં. દીકરાનું પોતાના પિતા પર આ દબાણ કરવું કે તેઓ શું અધ્યયન કરે. તેઓ શું મનન કરે અને પુરાણી પરંપરાઓ વિશે વિચારે. એમને બહુ ઘાયલ કરી ગયું, દીકરાએ કહ્યું કે પિતાજી તમે તો સાંભળ્યું જ હશે કે આપણે આજનું નહીં બલ્કે સાત પેઢી વિશે વિચારે છે. તે જ સફળ વ્યક્તિ કહેવાય. છે. તેથી પિતાજી આ પુરાણી પરંપરાનું પાલન કરવા માટે તમે જરા પણ મહેનત કરતા નથી. તમે વેપાર વ્યવસાય કરો છો પરંતુ તમે ક્યારેય લાંબી ઊંચી દોડ વિશે વિચાર્યું જ નહીં. કેવી રીતે તમારી સાત પેઢી આનંદ પૂર્વક રહે. એટલું ધન ભેગું કરી લો કે સાત પેઢી સુધી કોઈ મુશ્કેલી ન થાય અને પિતાજી આ સાત પેઢીની વાત તો આટલા વર્ષોથી ચાલી આવી છે. પરંતુ તેમ છતાં પણ તેનું અનુસરણ કરતા નથી તો શું તે ખોટુ નથી?

પોતાના જ દીકરા પાસે આ પ્રકારનો પ્રશ્ન સાંભળ્યા પછી તમે અને અમે પણ હોત તો કદાચ ઉપરથી કાંઈ બોલત નહીં પણ મનમાં કાળઝાળ થયાં વગર રહેત નહીં. ચતુર્વેદીજી આગળ જણાવવા લાગ્યા કે પોતાના દીકરાના વિચાર સાંભળીને એમણે વિચાર્યું છે આજે હું પણ આખરે મારા દીકરા આગળ મ્હોં ખાલી નાખુ. ચતુર્વેદીજીએ કહ્યું કે એમણે પોતાના દીકરાને બહું જ સ્પષ્ટ રીતે જણાવી દીધું. પરંતુ ખુબ જ પ્રેમથી કે બેટા સાંભળ, હું કદી સાત પેઢી વિશે વિચારવાનો નથી. હું પાખંડી નથી કે ઢોંગી નથી, હું બિલકુલ સાચા માર્ગે ચાલું છું. મારા મતે વ્યક્તિએ કેવળ બે પેઢી વિશે વિચારવું જોઈએ, મનન કરવું જોઈએ, વ્યવસ્થા કરવી જોઈએ, નહીં કે સાત પેઢી વિશે વિચારવું જોઈએ. પોતાની વાતને આગળ વધારતાં ચતુર્વેદીજીએ દીકરાને કહ્યું કે બહુ જ સ્પષ્ટ સ્થિતિ આ વિશે તેમના મનમાં છે અને તેઓ ક્યારેય સાત પેઢી માટે પૈસા એકઠા કરવાના વિચાર સાથે સહમત નથી. તેથી તેઓ તેમના વિચાર એટલે આગલી બે પેઢી માટે વ્યવસ્થા કરવા પર જ અમલ કરવા ઇચ્છે છે અને તેના માટે તેમણે અમલ કરી દીધો છે. આજે જેટલાં પૈસા, ધન દોલત તેમની પાસે છે તેને બહુ આસાનીથી, કોઈ મુશ્કેલી

વગર આગલી બે પેઢી દાળ - રોટી ખાઈ શકે છે. કોઈને બિમારી હોય, મુશ્કેલી હોય, અપંગ થઈ જાય, કુટુંબનો કોઈ સભ્ય તો પણ કોઈ જાતની મુશ્કેલી નથી. પોતાની વાત પૂરી કરતાં પહેલાં ચતુર્વેદીજીએ પોતાના દીકરાને કહ્યું કે તેઓ તો પરમપિતા પરમેશ્વરનો પુષ્કળ આભાર માને છે કે એમણે એમની સંપત્તિ આપી જેનાથી તેઓ નિશ્ચિત રીતે પોતાના દીકરા અને પૌત્ર સુધીની પૂર્ણ વ્યવસ્થા કરી શક્યાં છે. આગળ પોતાના દીકરાને એમણે જણાવતાં કહ્યું કે દીકરા આવનારા સમયમાં ભલે તું કે તારો દીકરો કોઈપણ કામ ન કરો, કોઈ પૈસા ન કમાવ, કોઈ શારીરિક સમસ્યા આવી જાય અથવા અન્ય કોઈ વિપત્તિ આવી જાય કે કારોબાર બંધ થઈ જાય તો પણ તારે કે તારા દીકરાએ કોઈ ચિંતા કરવાની નથી. દીકરાએ જ્યારે પિતાના વિચાર સાંભળ્યા તો તે ગુસ્સે ભરાયો અને ગમે તેમ બોલવા લાગ્યો. ચતુર્વેદીજીએ કહ્યું કે પોતાના વિચાર સ્પષ્ટ પણ પ્રેમથી જો આપણે કુટુંબના સભ્યો સામે રાખીએ તો આપણને દુઃખ થવું ન જોઇએ. આજે કોઇ વિચાર પર કુટુંબના સભ્યોની સહમતી ન હોય તો કાંઈ નહીં પરંતુ મનમાં વાત સ્પષ્ટ રહેવી જોઈએ. આપણે સ્પષ્ટ બોલવું જોઇએ પણ મનમાં કડવાશ હોવી ન જોઇએ. આજ સૌથી મોટી વાત છે. એમના દિકરાએ તીવ્ર પ્રતિક્રિયા કરતા કહ્યું કે પિતાજી તમે સાત પેઢીના વિચાર એટલે માનતા નથી કે તમે આજે મહેનત કરવા માંગતા નથી અને પૈસા જોડવા માંગતા નથી અથવા જોડવા સક્ષમ જ નથી. એટલે તો આજે આટલા વર્ષોની પરંપરાને અપનાવવા ઇચ્છતા નથી અને માનતા નથી.

મેં આ વાત પર પોતાના વિચારને બહુ સ્પષ્ટ અને સરળ રીતે બતાવવા બધાને કહ્યું કે મારું એ માનવું છે કે આજે આપણે આગલી બે પેઢી માટે જ વિચારવું જોઇએ એની આગળ વિચારવાની જરૂર નથી. જો આવા વિચારે ધરાવશો કે આપણે આપણી સાત પેઢી સુધીની વ્યવસ્થા કરવાની છે તો તમારું આ માનવ જીવન સફળ નહીં કહેવાય અને તમે કેવળ ૨૪ના આંકડા પર અટકીને રહી જશો. આપણે બધાએ એટલે આખી દુનિયાના માણસ જાતે કેવળ આગલી પેઢી માટે સંચય કરવો જોઇએ ? વિચારવું જોઇએ અને તેની આગળ બિલકુલ વિચારવું ન જોઇએ. જો તમારી પાસે ઘણા પૈસા છે તો તેને ખર્ચ કરો પોતાના ઉપર, સમાજ માટે, ગરીબ, દુઃખી, દર્દવાળી વ્યક્તિના હિત માટે. મેં મારા વિચાર સાથે સભ્યોને એ પણ કહ્યું કે પુરાણી વાત તો બધાને ખબર છે પુત્ર જો સુપુત્ર છે તો આપણે શા માટે સંચય કરીએ અને પુત્ર જો કુપુત્ર છે તો શા માટે કરીએ

આપણે સંચય ? સરવાળે બંને સ્થિતિમાં આપણે સંચય કરવાની જરૂર નથી. પરંતુ આપણી ફરજ તો એ છે કે ઓછામાં ઓછું આપણે આગલી પેઢી અને તેની આગલી પેઢીની વ્યવસ્થા કરીને રાખીએ, જેથી આપણા દિકરા કે પૌત્રને કોઇ શારીરિક નબળાઇ કે કોઇ બિમારીના કારણે કામ કરવામાં મુશ્કેલી થાય કમાણી ન હોય તો પણ જીવન સારી રીતે વિતી શકે. મેં લાયન્સ ક્લબના બધા સભ્યોને કહ્યું કે તમે પણ તમારા સ્પષ્ટ વિચાર આ વિશે રજુ કરો. જયારે આ વિશે ચર્ચા સમાપ્ત થઇ તો એમણે જોયું કે બધા લોકો એકમત હતા કે આપણે કેવળ આગલી બે પેઢી વિશે વિચારવાનું છે, બે પેઢી માટે સંચય કરવાનું છે. અંતે ચર્તુવેદીજી એ પોતાના દિકરાને કહ્યું કે બેટા તારા અને મારા વિચારમાં કોઇ મતભેદ હોય તો કોઇ વાત નહીં મનભેદ ન હોવો જોઇએ. આજે ચર્તુવેદીજીએ એમના મનમાં જે વિચાર હતા તે ૩૦-૪૦ લોકો સામે સ્પષ્ટ કરી દીધા તો એમનું મન હળવું થઇ ગયું.

હવે બોલવાનો વારો કશ્યપ સાહેબનો આવ્યો. તેઓએ કહ્યું કે ઘરમાં નાની મોટી વાતો બને છે આપણા ઉછરતા બાળકો સાથે અને એ વિશે આપણે કોઇની સાથે ચર્ચા કરી શકતા નથી. કોઇ વડીલ ન હોય ત્યારે મનમાં ખાલીપો લાગે છે. એક નાનું ઉદાહરણ આપતા એમણે કહ્યું કે ગુડગાંવ માં મોટા મૉલમાં એમણે એક દુકાન બુક કરાવી હતી. એમનો હેતુ હતો કે દુકાન ભાડે આપીને સારું ભાડુ મેળવવા રહેશે. દિકરો નાનો હતો. જયારે મૉલ બનીને તૈયાર થઇ ગયો ત્યારે દિકરા પણ મોટા થઇ ગયા, દુકાનની કિંમત પણ મોટી થઇ ગઇ. હવે સમય આવી ગયો કે તેને વેચી દેવાય કે ભાડે આપી દેવાય. કશ્યપજીનો વિચાર હતો કે સારું ભાડુ મળી જાય. જે આજના પ્રમાણમાં ૮-૯ ટકા વાર્ષિક મળતું હતું. તેઓ તેનાથી ખુશ હતા. તેઓ તેનાથી ખુશ હતા. એમને આશા હતી કે આનાથી દર મહીને ભાડાની આવક થતી રહેશે વળી બીજીબાજુ દુકાનની કિંમત પણ સમય સાથે વધતી જશે. એક દિવસ દિકરો જયારે કૉલેજથી આવ્યો અને તેણે પિતાની વાત સાંભળી તો પિતા પર બરાડ્યો અને બોલ્યો કે પિતાજી તમને અક્કલ નથી કે દુકાનને ક્યારે ભાડે આપવી જોઇએ, ક્યારે ન આપવી જોઇએ? કશ્યપે પોતાના દિકરાને કહ્યું કે બેટા મેં એક મોટી કંપની સાથે વાત કરી લીધી છે. તેનું એગ્રીમેન્ટ પણ સાઇન થઇ ગયું છે. એક મહીનાનું ભાડું ઍડવાન્સ પણ આવી ગયું છે. અને બહુ સારી કંપની છે, સારું ભાડુ મળી રહ્યું છે. દર મહીને લાખ રૂપિયા કરતા વધારે કમાણી થશે. ભવાં ચઢાવીને દિકરાએ કહ્યું કે પિતાજી જરા અક્કલ વાપરીને

તમે કામ કરત તો આજે આપણા ઘરમાં આટલા ઓછા પૈસા ન હોત. તમે જો એગ્રીમેન્ટ કરી દીધું અને એક મહીનાનું ઍડવાન્સ પણ લઇ લીધું તો શું ફેર પડે છે. મારી પાસે એક બીજી કંપની છે જે વધારે ભાડું આપી રહી છે, એને ભાડું આપી દોને. પિતાજીએ કહ્યું કે ના એવું ન કરી શકીએ. મેં વાયદો કરી દીધો છે અને ઍડવાન્સ પણ આવી ગયું છે. આ વાત પર કશ્યપજી આગળ જણાવવા લાગ્યા કે એમના દિકરાએ દલીલ, ઝઘડો અને લડાઇ કરી અને કહ્યું કે પિતાજી તમે તો અમસ્થી પ્રોપર્ટીને બરબાદ કરવામાં લાગ્યા છો. કશ્યપજી પોતાના મનની પીડા આગળ બતાવવા લાગ્યા બોલ્યા કે મેં મોટી કંપનીને ભાડુ આપી દીધુ અને ઍડવાન્સ લઇ લીધું જો દિકરાને બીજા ભાડુઆતને આપવી હતી તો પહેલેથી કહી દેત કે પિતાજી તમે ભાડુઆત શોધશો નહીં હું શોધી લાવીશ. આજના બાળકોને જરાપણ સમજાતું નથી કે જો આપણે કોઇને વાયદો કરીએ છીએ, કોઇ એગ્રીમેન્ટ કરીએ છીએ તો તેને તોડવું સારી વાત નથી. નવી પેઢીને કો કેવળ પૈસાથી મતલબ છે, કેવળ પૈસાથી. અને આખરે એમના દિકરાએ પિતા દ્વારા લાવેલા ભાડુઆતને ટેકનીકલ કારણો દેખાડીને ભગાડી દીધો અને ઉલ્ટાનું કોર્ટમાં દાવો કરી દીધો અને દુકાન નવા ભાડુઆતને આપી દીધી. છ મહીના પછી જોયું કે જે ભાડુઆત દિકરો લઇ આવ્યો હતો તે ત્રણ મહીનાથી ભાડુ આપતો ન હતો અને વાત પણ કરતો ન હતો. આવામાં શું કરે ? આમાં પણ એમના દિકરાએ પોતાના પિતા પર જ આરોપ મૂક્યો અને કહ્યું કે તમે પહેલાવાળા ભાડુઆતને સસ્તામાં જગ્યા આપી દીધી હતી આ વાત બધાને ખબર પડી ગઇ હતી. એટલે જે ભાડુઆત હું લાવ્યો તેને તમે જ બગાડી મૂક્યો. કશ્યપજીને આવી નાની-મોટી વાતો ઘરમાં દિકરા સાથે થવાથી અકળામણ થતી હતી. એમણે બધાની સામે નાની-નાની વાત બીજાઓને કહી શકીએ તો પણ આપણી અડધી સમસ્યા સમાપ્ત થઇ જશે.

સુપ્રસિદ્ધ ઉદ્યોગપતિ શ્રી પાલ સાહેબનો નંબર આવી ગયો કે તેઓ પણ કાંઇ બોલે. પાલ સાહેબે તો એજ કહ્યું કે એમણે એક મોટી બિલ્ડિંગ ખરીદવાનો સોદો એક બિલ્ડર સાથે ભાગીદારીમાં કર્યો. પૈસા માટે એમના દિકરાને પણ આ વિશે સંપૂર્ણ સૂચના આપી. દિકરો પણ ખુશી-ખુશી આ ગતિવિધિ ઝીણવટથી જોતો હતો. આખરે આશા એ હતી કે જ્યારે આ મોટી બિલ્ડીંગને પાલ સાહેબ અને એક મોટા બિલ્ડર ખરીદી લેશે તો કદાચ મહીનામાં જ મારા નામથી વેચીને પૈસા ઘેર લઇ જઇશું. પ્રોપર્ટીની રકમ ચૂકવાઇ ગઇ. હવે પાલ સાહેબ અને એમના

બિલ્ડર મિત્ર બંને માલિક બની ગયા આ પ્રોપર્ટી ના પાલ સાહેબના દિકરા અને બિલ્ડર બંને રોજ સાંજે કોઇ પાંચ સિતારા હોટેલમાં અડ્ડો જમાવતા, દારૂથી શરૂ થતી ચર્ચા ભોજન પર પૂરી થતી. રાતના ૧૨ થી ૨ વાગ્યા સુધી રોજ સાથે રહેતા. એક દિવસ એક પ્રપોઝલ આવ્યું કે પ્રોપર્ટી ચઢતા ભાવમાં વેચાઇ રહી છે તો પાલ સાહેબ તરત દિકરાને કહ્યું કે ઠીક છે સારા પૈસા આવે છે વેચી દે ફટાફટ. પરંતુ દિકરાના મનમાં લોભ હતો. એણે કહ્યું કે ના હજુ થોડા દિવસ રોકાઇ જાય પપ્પા. વધારે પૈસા આવશે. અચાનક ૨૦૦૮નું વર્ષ આવી ગયું.

૨૦૦૮નું વર્ષ એવું વર્ષ જે સમયે આખી દુનિયામાં પ્રોપર્ટીની કિંમત ઘટી ગઇ. ભારતમાં પણ કિંમત ઘટી ગઇ. પૉલ સાહેબે જે મિલકત પોતાના બિલ્ડર મિત્ર સાથે ખરીદી હતી તેની કિંમત પણ ઘણી ઘટી ગઇ. હવે પિતા-પુત્ર વચ્ચે ચર્ચા થતાં તો પુત્ર કોઇ કારણ વગર પિતાને જ દોષી ઠરાવતો, જ્યારે પિતાજી એ કહ્યું કે મેં તને કહ્યું હતું દોઢ ગણી કિંમત થઇ ગઇ છે તો વેચી દેવી જોઇએ આપણી પ્રોપર્ટીને, ત્યારે તેં જ ના પાડી. હવે આ કામને તું સંભાળ. પૉલ સાહેબની વાત સાંભળીને દિકરાને જોશ આવી ગયું અને તેણે કહ્યું કે પિતાજી બિલ્ડર ભલે તમારો મિત્ર હોય પણ તમે વચમાં બિલ્કુલ બોલશો નહીં. હવે જુઓ હું કઇ રીતે મારી નવી ટેકનીકથી કમાણી કરું છું. આખરે મેં અમેરિકામાં એમ.બી.એ. કર્યું છે તે પૉલ સાહેબે આગળ જણાવ્યું કે એમના દિકરાએ બીજે દિવસે એમના દિકરાએ બીજે દિવસે એમના બિલ્ડર મિત્રને ફોન કર્યો કે મળવું છે. જ્યારે બધા મળ્યા તો પૉલ સાહેબના દિકરાએ એ બિલ્ડરને કહ્યું કે અમે તો પ્રોપર્ટી ખરીદી નથી અમે તો કેવળ તમને પૈસા આપ્યા છે અને તે પૈસા અમને વ્યાજ સાથે પણ આપી દો. આ વાત સાંભળી બિલ્ડરનો ચહેરો ફિક્કો પડી ગયો. આખરે બંને એ મળીને એક પ્રોપર્ટી ખરીદી હતી અને બંનેનો હેતુ હતો કે મળીને પ્રોપર્ટી ખરીદીશું અને સારા પૈસા આવશે ત્યારે તેને વેચી દઇશું. આજે અચાનક પૉલ સાહેબના દિકરાની વાત સાંભળીને તે આભો બની ગયો. બિલ્ડરે પૉલ સાહેબને સ્પષ્ટ પૂછ્યું કે બતાવો ભાઇ આખરે તમારી સાથે તો સ્પષ્ટ વાત થઇ હતી. પૉલ સાહેબે કહ્યું કે વાત તો થઇ હતી પણ આ કામ દિકરો સંભાળે છે અને દિકરાએ સ્પષ્ટ રીતે પોતાના પિતા અને બિલ્ડરને સ્પષ્ટ કહી દીધું કે પિતા વચમાં ન બોલે. આખરે આ કૌટુંબિક બાબત નથી. આ વ્યવસાયનો વિષય છે અને વ્યવસાય આજે એમબીએ પાસ વ્યક્તિ વધારે સારી રીતે સમજી શકે છે. આ વાત સાંભળીને

જ્યારે પણ પૉલ સાહેબ વિચાર કરે છે તો તેમના મનમાં દુઃખ થાય છે. કેમકે તેઓ હંમેશાં સાચા માર્ગે ચાલતા રહ્યા છે પરંતુ આજની યુવાન પેઢીના બાળકો ખોટા માર્ગે એમને સલાહ આપે છે.

આ મીટિંગમાં અલીગઢના એક ડૉક્ટર સાહેબ પણ આપ્યા હતા. જ્યારે ડૉક્ટર સાહેબનો વારો આવ્યો તો એમણે જણાવ્યું કે હકીકતમાં બેટીઓ તો બેટીઓ જ છે. એમની કમી કોઈપણ પૂરી કરી શકતું નથી. પ્રતિવર્ષ એમના ક્લીનીકમાં સેંકડો મહિલાઓ આવે છે, સેંકડો મહિલાઓ આવે છે, સેંકડો છોકરીઓ આવે છે પોત પોતાના માતા-પિતાને લઈને એમના ઈલાજ માટે, ઘણી છોકરીઓ જેમના લગ્ન પણ થઈ ગયા છે ખાસ કરીને મુસ્લિમ કુટુંબ સાથે સબંધ ધરાવે છે, તેઓ દુબઈથી આવે છે, બાળકોની સ્કૂલના રજાના સમયે પોતાના માતા-પિતાને દેખાડવા મારી પાસે લાવે છે. ડૉક્ટર સાહેબ આગળ જણાવ્યું કે આવી દિકરીઓ ડૉક્ટર સાહેબ પાસે વર્ષના પૈસા જમા કરાવી જાય છે અને કહે છે કે તેઓ તેના માતા-પિતાની તબિયતનું પૂરતું ધ્યાન રાખે. ડૉક્ટર સાહેબની આ વાતથી બધા લોકોના મનમાં એક વિચાર તો વારંવાર આવી રહ્યો હતો કે હકીકતમાં આજે બધા લોકો એ અનુભવે છે કે દિકરી આખરે દિકરી છે. ખાસ કરીને લગ્ન પછી પણ. દિકરી બીજી કુટુંબમાં ચાલી જાય છે પરંતુ મા-બાપ પ્રત્યેની ફરજને ભૂલતી નથી. આજે પણ નિભાવે છે. સાસરીમાં પોતાના કામને સારી રીતે સંભાળ્યા પછી પણ તમારી પોતાની દિકરી તમારા માટે ઘણું કરે છે અને સૌથી વધારે જે વાત દિકરીઓ કરે છે તે છે આત્માની મલમ-પટ્ટી. તમારી પાસે તમારા મનની વાત સાંભળવા માટે દિકરી પાસે દરેક સમયે સમય હોય છે. કદાચ તમારા દિકરા અને વહુ પાસે સમય ઓછો છે પરંતુ દિકરીઓ જ્યારે પણ માતા-પિતા પાસે આવે છે તે પોતાના પ્રેમથી એમના દિલમાં ખુશીની લહેર ફેલાવી દે છે.

શ્રી મોહન્તાજી એ કહ્યું કે એમના દિકરી-વહુ સાથે તેઓ ગરમીની રજાઓમાં ફરવા જવાનો પ્રોગ્રામ બનાવવા ઈચ્છતા હતા. નક્કી થયું કે ચાલો કાશ્મીર જઈ આવીએ. જે પણ ખર્ચ થશે ચિંતા ન કરો. મોહન્તાજીના કુટુંબમાં મોહન્તાજી પોતે, તેમની ધર્મપત્ની, તેમનો દિકરો, એમની પુત્રવધુ અને એક પાંચ વર્ષનો પૌત્ર છે. લગભગ પ્રોગ્રામ નક્કી થઈ ગયો અચાનક પોતાની પત્નીની વાતોમાં આવીને એમના દિકરાએ કહ્યું કે પપ્પા અમારો દિકરો પાંચ વર્ષનો છે. બધા લોકો સાથે જઈશું તો મુશ્કેલી થશે અને ત્યાં જો એક કાર ફરવા માટે ભાડે લઈશું

તો આટલા બધા લોકો બેસી શકશે નહીં. તેથી કાશ્મીર સાથે જવાનો પ્રોગ્રામ રદ કરી દો તો ઉચિત થશે. મોહન્તાજી બહુ ખુશ હતા કે તેઓ તેમના દિકરા-વહુ સાથે અને ખાસ તો પૌત્ર સાથે કાશ્મીર યાત્રા પર જશે, પણ જે વિચાર તેમના દિકરાએ રજૂ કર્યો તેની સાથે તેઓ જરાપણ સહમત ન હતા. એમણે શાંત ભાવથી દિકરાને કહ્યું કે બેટા તું તારી પત્ની અને બાળકને લઈને ફરી આવો, અમે બધા ફરી જઈ આવીશું. આગળ તેમણે પોતાના દિકરાને સ્પષ્ટ સૂચના આપતા કહ્યું કે જ્યારે સાથે જવાનો પ્રોગ્રામ બનાવવો હોય તો પહેલા પોતાની પત્ની પાસે આખો પ્રોગ્રામ સમજીને પછી ઘરમાં ચર્ચા કરો. અમસ્થા પ્રોગ્રામ બનાવવાનું વિચારે છે અને જ્યારે સાથે જવાનો સમય આવે છે તો કોઈને કોઈ બહાનું બતાવીને પ્રોગ્રામ સમાપ્ત કરી દે છે.

શ્રી જગમોહનજીએ કહ્યું કે હું એક વાત જણાવવા માગું છું. જે વાત મને ખુશી આપે છે અને કદાચ તમને પણ ખુશી પૂરી કરશે, જો તમે પણ આવું જ વિચારશો તો જ્યાં તણાવની વાતો ચાલતી હતી ત્યાં કોઈ ખુશીની વાત કરે તો સમજમાં નહીં આવે અને ખબર જ નહીં પડે કે હકીકતમાં ખુશીની કોઈ વાત છે કે નહીં. જગમોહનજી એ પોતાની વાતને આગળ વધારતા જણાવ્યું કે તેના કુટુંબમાં પત્ની સિવાય એક દિકરો અને એક દિકરી છે. બંનેના લગ્ન થઈ ગયા છે. દિકરાને એક દિકરો છે અને દિકરીને એક દિકરો અને એક દીકરી છે. દિકરા અને દિકરીની ગૃહસ્થી સારી ચાલે છે પરંતુ એમની દિકરીની આવક એટલી નથી કે તે વિદેશયાત્રા પર જઈ શકે. એ જ પ્રમાણે એમની દોહિત્રીના ઘરમાં સમૃદ્ધિ તો છે પણ એટલી બધી પણ નહીં કે તે પોતાના કુટુંબના સભ્યો સાથે વિદેશ જવાનો પ્રોગ્રામ બનાવવાનું વિચારી શકે. એક દિવસ એમની દિકરી અને દોહિત્રી રાત્રી ભોજનના સમયે આવ્યા હતા તો એમણે કહ્યું આવ બેટા તને એક કામ બતાવું છું. સામાન્ય રીતે દોહિત્રીને કોઈ કામ બતાવતું ન હતું પણ પહેલીવાર જ્યારે કામ બતાવવાની વાત સાંભળી તો દોહિત્રી નાનાજી પાસે દોડતી આવી અને બોલી કે બોલો નાનાજી મને શું કામ બતાવવાનું છે, હું ફટાફટ કરી આપીશ. નાના જગમોહનજીએ દોહિત્રીને એક જ કામ બતાવ્યું અને તે હતું બેટા તું મારી પાસે છ પાસપોર્ટ જમા કરી દે. એમની દોહિત્રી આ વાતને સમજી શકી નહીં કેમકે એમના ઘેર પાસપોર્ટ બનાવ્યો ન હતો. કયા છ પાસપોર્ટ, કયું કામ, કશું પણ દોહિત્રિને સમજાયું નહીં. હસતાં જગમોહનજીએ ફરી દોહિત્રિને કહ્યું કે બેટા, તું, તારા મમ્મી અને

પપ્પા સાથે તારા પતિ અને તારા બંને બાળકો મળીને છ વ્યક્તિ થઈ ગયાં. આ બધાંનો પાસપોર્ટ બનાવીને મારી પાસે જમા કરાવી દે. હજુ પણ દોહિત્રીને સમજાયું નહીં કે આખરે નાના જગમોહનજી કહેવા શું માગે છે. દોહિત્રિએ કહ્યું કે અમારી કોઈની પાસે પાસપોર્ટ નથી અમે લોકો પાસપોર્ટનું ફોર્મ ભરીને ૧૦ - ૧૫ દિવસમાં તમારી પાસે જમા કરાવી દઈશું. પણ પાસપોર્ટનું શું કામ છે. જગમોહનજીએ હસતાં હસતાં કહ્યું કે મેં એ વિચાર્યું છે કે જ્યારે છ પાસપોર્ટ મારી પાસે જમા થઈ જશે તો હું આ છ લોકોને સિંગાપુરની વિદેશ યાત્રા પર લઈ જઈશ અને તમારે લોકોએ આ યાત્રા દરમિયાન ક્યાંય પણ ખીસામાં હાથ નાખવાની જરૂર નથી. આ વાત સાંભળી દોહિત્રિ ખુશીથી કુદી પડી. દોડીને એણે પોતાના મા - બાપ અને પતિને આ વાત જણાવી. સાથે બાળકોને પણ જણાવ્યું કે જુઓ તમારા મોટા નાનાજી તમને લોકોને વિદેશ યાત્રા પર લઈ જવાનો પ્રોગ્રામ બનાવે છે. પોતાની વાતને સમાપ્ત કરતાં પહેલાં જગમોહનજીએ એ પણ કહી દીધું કે એમની ઈચ્છા છે કે તેઓ સ્ટાર ક્રૂજની યાત્રા કરાવવા ઈચ્છે છે. જેથી ભવ્ય જહાજમાં બધાં આનંદથી વિદેશયાત્રાની મઝા લઈ શકે. સાથે એ પણ જણાવી દીધું કે જહાજમાં એવા પણ રૂમ છે જેમાં બારી હોતી નથી, તેવા ઓરડા સસ્તા મળે છે પરંતુ એમનો પ્રોગ્રામ એવો છે કે તેઓ બધાં માટે એવા બધાં ઓરડામાં લઈ જઈને યાત્રા કરાવવા ઈચ્છે છે જેનાથી સમુદ્ર દર્શન લગાતાર થઈ શકે.

આ વાત સાંભળી જગમોહનજીની દીકરી, દોહિત્રી અને બાકીના બધાં ખુશીથી નાચી ઉઠ્યાં. સૌથી વધારે ખુશી તો જગમોહનજીને થઈ રહી હતી. એમણે એક એવો વિચાર મૂક્યો કુટુંબ માટે જ્યાં પૈસા ખર્ચ થતા હતા. પરંતુ જબરદસ્ત આનંદ, મોજ મસ્તી એમને મળનારી હતી. જગમોહનજીની વાતથી લાયન્સ ક્લબના બધાં સભ્યોને લાગ્યું કે જીવનમાં આપણે બધાંએ કુટુંબ માટે એવું કંઈક વિચારવું જોઈએ. ખાસ કરીને કુટુંબના વડીલોએ. હવે શ્રી શર્માજીએ કહ્યું કે તેઓ પણ કાંઈ વાત કહેવા માગે છે. શર્માજીએ આમ તો પ્રોપર્ટી ડીલર છે. એક પ્રોપર્ટીના સોદાને યાદ કરતાં એમણે કહ્યું કે તે પ્રોપર્ટી બે ભાઈઓની હતી. બંને ભાઈઓનો સરખો અધિકાર હતો અને એ પ્રોપર્ટીને ખરીદનારા હતા શ્રી લલિતકુમાર. સોદો નક્કી થઈ ગયો. અચાનક એવું લાગ્યું કે ક્યાંક વાત બગડશે અને એક ભાઈ જેમણે પ્રોપર્ટીના બધાં કામ નિપટાવવાના હતા. એમણે કહ્યું કે શર્માજી તમે એક મિનિટ આવો. થોડી વાત કરવી છે કે સમયસર પેમેન્ટ થશે કે નહીં, વગેરે વગેરે.

પ્રોપર્ટી ડીલર શર્માજી એક ખૂણામાં ગયા મોટા ભાઈ સાથે વાત કરવા. તે પહેલાં શર્માજીએ કહ્યું કે અહીં જ કરી લો, શું તકલીફ છે. સામ સામે વાત કરીએ છીએ. ખરીદનાર પણ સાથે બેઠાં છે તો શા માટે અહીં જ ચોખ્ખી વાત કરી ન લઈએ. પરંતુ મોટા ભાઈએ કહ્યું કે નહીં. સામ સામે વાત કરવાથી કોઈ વાત પર જીદ થાય તો ખરાબ લાગે, પણ મનમાં રહે તો સારું છે. શર્માજી તૈયાર થઈ ગયા અને બંને ભાઈઓમાં જે મોટો હતો તેની સાથે ખૂણામાં બેસીને પાંચ મિનિટની ચર્ચામાં બેસી ગયા. ચર્ચા એક જ મિનિટની હતી અને શું ચર્ચા હતી તે તમે સાંભળશો તો કદાચ તમને પણ વાત વિચિત્ર લાગશે. શર્માજીને મળતાં જ એ ભાઈએ કહ્યું કે મને દશ લાખ રૂપિયા અલગથી મળવા જોઈએ નહીંતર હું આ સોદો થવા નહીં દઉં. ન છૂટકે શર્માજીએ પોતાના ખરીદનાર એટલે લલિતકુમારને વાત કહી અને અંતે એ સોદો થયો કે સારું આપી દઈશું. શર્માજી જ્યારે પણ આ વાત યાદ કરે છે તો એમના મનમાં અજાણી પીડા થાય છે કે જુઓ કેવો કળિયુગ છે. પોતાના જ લોહી સાથે જૂઠું બોલે છે સગો ભાઈ, છેતરપીંડી કરે છે. એવા જીવનમાં આપણે જીવી રહ્યાં છીએ. જ્યાં જૂઠું બોલવાનું સામાન્ય થઈ ગયું છે.

મિનિસ્ટર સાહેબ હજુ સુધી મિટીંગમાં આવ્યા ન હતા. તેથી ચર્ચા ચાલતી હતી. એક શ્રીમાન શ્રી મુરારીલાલે કહ્યું કે તેમની પત્નિનો સમૃદ્ધિ વધારવાનો કાર્યક્રમ તો ધીમી ગતિએ ચાલી રહ્યો હતો. બધાં લોકે સમજી શક્યાં નહીં કે એમની પત્નિ કોઈ વેપાર કે વ્યવસાય તો કરતી ન હતી, પછી સમૃદ્ધિ વધારવાની વાત તેમને સમજાતી ન હતી. હવે પોતાની વાતનો ખુલાસો કરતાં મુરારીલાલજીએ કહ્યું કે મારી પત્ની છે, બે બાળકોના લગ્ન પણ થઈ ગયાં છે. પરંતુ મારી પત્ની આજ સુધી પોતાની સમૃદ્ધિ વાધારવામાં લાગી છે. ત્રણ થી છ મહીનાની અંદર તે એક સારી એવી ગેલેરી ખરીદી લે છે. આ રીતે તે પોતાની સમૃદ્ધિને વધારવાની યોજના વધારતી જાય છે. પોતાની પત્નીની પ્રશંસા કરતાં તેમણે કહ્યું કે, ચતુર્મુખી પ્રતિભા અને પ્રગતિની વાત જ મારી પત્નિ વિચારે છે. મુરારીલાલજીની આ વાત ઘણા લોકો સમજી શક્યાં નહીં પણ જ્યારે એમણે સ્પષ્ટ કર્યું ત્યારે લોકોને વાત સમજાઈ ગઈ. મુરારીલાલજીએ કહ્યું કે હું મારી પત્નિને ખુબ પ્રેમ કરું છું. એમને સમજાવતો રહું છું કે તંદુરસ્તી સૌથી જરૂરી વાત છે, પરંતુ તે સમજતી જ નથી. તે કેવળ ખાવા અને ઉંઘવામાં જ વિશ્વાસ રાખે છે. સારું ખાવું, ઠાંસી ઠાંસીને ખાવું, અલગ અલગ પકવાન નોકરો પાસે બનાવડાવવાના અને તે પછી

ઘોડા વેચીને સૂવું. તેઓ પત્નિને સમજાવે છે કે તારી ઈચ્છા જે ખાવું હોય તે, બનાવડાવો, કોઈ તકલીફ નહીં પરંતુ એની સાથેનું ઓછામાં ઓછું સવારે ત્રણ કલાક કસરત કર, ભલે ચાલવાનું કે યોગા, કંઈક કર તો તારી તંદુરસ્તી સારી રહેશે. પતિની આ વાતોની મુરારીલાલજીની પત્નિ પર કોઈ અસર થતી નથી, તેથી મુરારીલાલજી દુઃખી રહે છે. ઘણીવાર સમજાવે છે પણ માનતી નથી. એક દિવસ મુરારીલાલજીએ વિચાર્યું કે, જોહું ગુસ્સો કરીશ તો મારું બ્લડ પ્રેશર પણ વધશે અને મુશ્કેલી થશે, ફાયદો થશે નહીં. તેથી હવે મુરારીલાલજીએ વિચાર્યું કે એક નવી તરકીબ અજમાવશે. પોતાની વાતને ચાલુ રાખતાં બધાં સભ્યોને મુરારીલાલજીએ જણાવ્યું કે એમણે હવે વિચાર્યું છે કે જે દિવસે પત્નિ ચાલવા નહીં જાય તેઓ સવારનો નાસ્તો નહીં કરે, પત્નિને પણ આ વાત જાણ કરી દેવાઈ. પત્નિએ કહ્યું કે ચલો ચાલવા જઈશ. પરંતુ ચાલવાનું ક્યાં મુહર્ત નીકળે. તે ચાલવા ન ગઈ તો મુરારીલાલજીએ નાસ્તો ન કર્યો. એક દિવસ, બે દિવસ, દશ દિવસ આ પ્રમાણે ચાલતું રહ્યું. મુરારીલાલજીએ જોયું કે એમનું તો એક કીલો વજન ઓછું થઈ ગયું. એમની પત્નિનું વજન બે કિલો વધી ગયું. કરે તો શું કરે? મુરારીલાલજી આગળ જણાવે છે કે આ વાત હું કોને કરું? આગળ એમણે જણાવ્યું કે આ વાત એમની પત્નિના ભાઈને અને માતા – પિતાને જણાવું કે પોતાની દીકરીને તમે સમજાવો કે તે પોતાની તંદુરસ્તીનું ધ્યાન રાખે. પરંતુ જ્યારે પણ હિંમત કરીને સાસરીમાં જાય છે ત્યારે આ વાત કરી શકતા નથી. કેમ કે એમની સાસુ પાસેથી સાંભળવું પડશે કે જમાઈ બાબુ તમને તો કચકચ કરવાની જૂની ટેવ છે. એવામાં મુરારીલાલજીને ઘણીવાર લાગે છે કે મારા મનની વાત કોને કહું, પરંતુ આજે એમણે પોતાની વાત સભ્યોની સામે મૂકીને મન હળવું કરી લીધું.

હવે વારો આવ્યો શ્રી વ્રજ ગોપાલજીનો. આજે લાયન્સ ક્લબની મિટીંગમાં શ્રી વજ ગોપાલજી ઑટોરીક્ષામાં જ આવ્યા હતા. કોઈએ એમને પૂછ્યું નહીં. પરંતુ મનોમન પરસ્પર બધાં વાત કરતા હતા કે આખરે વ્રજગોપાલજી આજે રીક્ષામાં કેમ આવ્યા, શું આ દિવસોમાં એમની હાલત કંઈક નાજુક થઈ ગઈ છે શું. વળી બીજી બાજુ કેટલાંક સભ્યો પરસ્પર વિચારી રહ્યા હતાં કે લાગે છે ઘણા દિવસો પછી આપણે મળ્યાં છીએ. અને આ દિવસો દરમિયાન વ્રજ ગોપાલજીની વ્યાપારિક હાલ બગડી ગઈ હશે. તો જ બિચારાને ઑટોમાં આવવું પડ્યું. આમ તો ગોપાલજીના ઘરમાં ચાર – પાંચ ગાડીઓ છે. મર્સીડીસ ગાડી પણ છે,

બીએમડબ્લ્યુ પણ છે. પરંતુ એમને ઑટો રિક્ષામાં જોઈને લોકોના મનમાં અનેક વિચાર આવતા હતાં. હિંમત કરીને કોઈ એમને પૂછી શકતું ન હતું. જે સમયે વ્રજ ગોપાલજી રીક્ષામાંથી ઉતર્યા. ચારેય ખૂણામાં થોડી થોડી કાન ભંભેરણી શરૂ થઈ ગઈ. કેટલાંક સભ્યોના પૂછવાથી એમણે જણાવ્યું કે એમને લાગે છે કે ક્યાંક ને ક્યાંક વેપારમાં કોઈ મોટું નુકશાન વ્રજ ગોપાલજીને થયું છે. તો જ તેઓ ઑટોમાં આવ્યા છે. એક વ્યક્તિ જે વ્રજ ગોપાલજીની કંપનીમાં સપ્લાય કરતો હતો તેણે તો ત્યાં સુધી કહી દીધું કે હું કાલથી કોઈપણ માલ ઉધાર આપવાનો નથી. પંદર વર્ષથી તેમની સાથે વ્યવહાર ચાલે છે પણ હવે તો નહીં આપું. જ્યારે પૂછ્યું કે આવું કેમ વિચારે છે તો એણે કહ્યું કે વિચારવાની શું વાત છે?આ પીડા છે, જે વ્યક્તિ મર્સીડીસ ગાડી મૂકીને ઑટોમાં આવ્યો હોય તો તેના વિશે શું કહેશો અને આપણે શું વિચારીશું ? વ્રજ ગોપાલજી વાતો સાંભળતા હતા અને મંદ મંદ હસતા હતા. એમણે ક્યારેય સ્વપ્નમાં પણ વિચાર્યું ન હતું કે આજે તેઓ ઑટોમાં આવતા નજરે પડ્યાં તો લોકોની આટલી બધી શંકાઓ, સમસ્યાઓ અને ચિંતન શરૂ થઈ જશે.

પોતાની વાત સ્પષ્ટ કરતાં વ્રજ ગોપાલજીએ કહ્યું કે મારે એક મિટીંગમાં જવાનુ હતું અને ત્યાં એક કલાકનું કામ હતું તો મેં ગાડી ઘેર મોકલી દીધી જેથી ઘરનું થોડું કામ પતાવીને ડ્રાઈવર કલાકમાં પાછો આવી જાય. પરંતુ કેટલાંક સંજોગ એવા રહ્યાં કે મિટીંગ ૫ મિનિટમાં સમાપ્ત થઈ ગઈ અને સમય બગડે નહીં એટલે મેં વિચાર્યું કે ઑટો લઈને હું લાયન્સ ક્લબની મિટીંગમાં આવી જાઉં. આ વાત જ્યારે સભ્યોએ સાંભળી તો બધાં એક બીજાની સામે જોવા લાગ્યા. એમને વિશ્વાસ થતો ન હતોકે વ્રજ ગોપાલજી જેવી વ્યક્તિ આટલા સહજ હૃદયના હોઈ શકે. પોતાની વાતને આગળ વધારતા વ્રજ ગોપાલજીએ કહ્યું કે લગભગ પંદર દિવસ પહેલાં તેઓ એક દિવસ અચાનક તેમની કંપનીની બહાર ઑટોમાંથી ઉતર્યા તો બહાર એમના પાંચ ડ્રાઈવર ઊભા હતા તેઓ ચકિત થઈ ગયા. એક ડ્રાઈવરે તો એ જ દિવસે તેનું ત્યાગપત્ર પણ આપી દીધું. ડ્રાઈવર લોકોએ વિચાર્યું કે આપણા માલિકની હાલત ઘણી ખરાબ થઈ ગઈ છે એટલે તેઓ ઑટોમાં આવે છે. પરંતુ સાચું એ હતું કે મારે નજીકમાં ક્યાંક જવું હતું. અચાનક મારું કામ જલ્દી થઈ ગયું. હું ડ્રાઈવર તથા ગાડીને બોલાવી શક્યો હોત પરંતુ મેં વિચાર્યું કે જેટલીવારમાં ડ્રાઈવર આવશે તેના કરતાં ઑટો લઈને બે મિનિટમાં

કાર્યાલયમાં પહોંચી જઈશ. એમણે સ્વપ્નમાં પણ વિચાર્યું ન હતું કે ઑટો લઈને કાર્યાલય જવાથી એમના કાર્યાલયના કર્મચારીઓમાં શંકા વધી જશે. ડર પેસી જશે કે કંપની સારી ચાલતી નથી પરંતુ પોતાની વાતને સમાપ્ત કરતાં વ્રજ ગોપાલજીએ કહ્યું કે તેઓ હંમેશાં સાદુ જીવન જીવવામાં માને છે. જો સાદગીમાં કોઈ વ્યક્તિ અમને અમીર નથી ગણતો તો ના ગણો. જ્યારે લોકોએ વ્રજ ગોપાલજીની આ વાત સાંભળી કે તેઓ જરૂર પડતાં ગાડી ન હોય તો ઑટોમાં, રીક્ષામાં અથવા મેટ્રો રેલ્વેમાં મુસાફરી કરતાં ખચકાતા નથી, તો બધાં સભ્યોએ દૃઢ સંકલ્પ કર્યો કે અમે પણ આજથી જુઠ્ઠા દેખાડાના વાતાવરણમાં નહીં રહીએ. લોકો શું કહેશે તે નહીં વિચારીએ અને જેવી જરૂરિયાત હોય તેમ કરીશું.

મને પણ આ વિશે એક વાત યાદ આવી ગઈ. એક દિવસ અમારી ગાડી ક્યાંક ખરાબ થઈ ગઈ. હું રસ્તામાં ઉતરીને ટેક્સી શોધવા લાગ્યો. ઘણા સમય સુધી ટેક્સી મળી નહીં તો મેં વિચાર્યું કે ચાલો ઑટોમાં જ જઈએ. એટલામાં એક સજ્જન આવ્યા, ગાડીમાંથી ઉતર્યા, ઓટો પાસે ઊભા રહ્યા અને કહ્યું લખોટિયાજી ક્યાં જવું છે તમારે, હું મૂકી જાઉં છું, તમે ઑટોમાં શા માટે જાવ. મેં કહ્યું મારે ઘેર જવું છે તમારે, હું મૂકી જાઉં છું. તમે ઑટોમાં શા માટે જાવ. મેં કહ્યું મારે ઘેર જવું છે, મારી ગાડી બગડી ગઈ છે. એમણે ઘણો આગ્રહ કર્યો ત્યારે હું ઑટો છોડીને એમની ગાડીમાં બેસી ગયો અને તેમને મારા ઘર તરફ જ જવાનું હતું. રસ્તામાં એમનાથી રહેવાયું નહીં અને આખરે એમણે પૂછી જ લીધું કે, લખોટિયા સાહેબ અમે તમારો ટીવી શૉ જોઈએ છીએ, અમે તમારા મોટા ફેન છીએ. પણ એક વાત સમાજાઈ નહીં કે તમારી આટલી ખ્યાતિ છે પણ એટલી અછત છે કે તમે ટેક્સી કરી શકતાં નથી. મેં શાંતિથી એમને જણાવ્યું કે જ્યાં અમારી ગાડી ખરાબ થઈ હતી ત્યાં દશ મિનિટ રાહ જોયાં છતાં કોઈ ટેક્સી મળી નહીં. ન મીટરવાળી ટેક્સી, ન એરકન્ડીશન ટેક્સી. એવામાં જુઠ્ઠા દેખાડા માટે વધારાનો અડધો કલાક શું હું રાહ જોઉં, ઑટો મળી તો તેમાં આવી જાત. ત્યારે તેમને લાગ્યું કે ખરેખર હું સાદગી પસંદ કરું છું. મિત્રો તમે પણ તમારા જીવનમાં સાદગીના પાઠને વાસ્તવિક રીતે અપનાવશો તો જાતે જ જોશો, લોકો શું કહેશે, એ શબ્દોની ક્યારેય પરવાહ ન કરો.

હવે મહિલાઓનો વારો આવ્યો તો મહિલાઓ તો એક સ્વરમાં એક જ ગીત ગાતી રહી અને એ ગીત હતું અમને પોકેટ-મની ઓછા મળે છે, અમારો ખર્ચો

થતો નથી. આ વિશે બધી મહિલાઓ વષી. પરંતુ અંતે જ્યારે ચર્ચા તેના પર થવા લાગી તો બધાંને એ જ લાગ્યું કે તેઓ પોતાના મનની વાત પોતાના પતિને નથી કહી શકતી અને પતિદેવે પણ એ માની લીધું કે પોતાના મનની વાત પોતાની જ પત્નિને કહી શકતા નથી. મેં મારા વિચાર રજૂ કરતાં કહ્યું કે ઉચિત એ જ હોત કે પતિ અને પત્નિ, તમે બંને આ વિચારી લો કે અમે બંને અમારા મનની વાત એકબીજાને કહીશું જેથી જીવન અમને સુંદર લાગે અને અમારું મન દુ:ખી ન રહે. દાંપત્ય જીવનમાં ઘણી એવી ક્ષણ આવે છે, જ્યારે નિરાશા નજરે પડે છે, ગુસ્સો નજરે પડે છે, નારાજગી છલકાય છે. પરંતુ જો પતિ પત્નિ એક બીજાને સ્પષ્ટ રીતે પોતાના મનની વાત કહેશે તો બંનેનું મન હળવું થઈ જશે.

હવે લાયન્સ ક્લબના અધ્યક્ષે વચમાં જ વાત અટકાવતા કહ્યું કે આજે મિનિસ્ટર સાહેબ આવી નથી રહ્યાં. એમનુ હવાઈ જહાજ વધુ બે કલાક મોડું થઈ ગયું છે. બધા સભ્યોએ આ ઘોષણાની ભરપૂર પ્રશંસા કરી તથા સ્વાગત કર્યું. કેમ કે આખરે આજે મિનિસ્ટર સાહેબ ન આવવાને કારણે જ તો બધાં લોકો પોતાના મનની વાત કહી શક્યા હતાં. હવે સમય હતો રાત્રી ભોજનનો. બધાં એ રાત્રી ભોજન બહુ આનંદ સાથે કર્યું અને પોત પોતાના ઘેર પ્રસ્થાન કરવા લાગ્યા અને બધાંના મનમાં એક જ વાત હતી કે આજે સારું લાગ્યું. આપણે એક બીજાના મનની વાત સાંભળી અને પોતના મનની વાત કહી. શા માટે આપણે મહીનામાં એકવાર આ પ્રકારનું આયોજન રાખીએ જેનાથી બધાના મનમાં પરમ શાંતિ થશે અને જીવન થોડુ સુંદર લાગશે. પ્રિય વાચકો, જો તમને પણ ઉપરોક્ત લાયન્સ ક્લબની ગપ-શપથી કંઈક પ્રેરણા મળી હોય તો તમે પણ તમારી મિત્ર મંડળીને કહો કે આપણે ઓછામાં ઓછું મહીનામાં એકવાર આવો કાર્યક્રમ બનાવીએ. જ્યારે આપણે કોઈ બીજાની નિંદા ન કરીએ અને કેવળ પોતાના મનની વાત જણાવીએ. એકબીજાને ચોક્કસ તમે અને અમે એકબીજાને વાત જણાવીશું તો મનમાં શાંતિ થશે, ગ્લાનિ સમાપ્ત થશે.

પરિવારનો પ્રત્યેક સદસ્ય સન્માનનીય છે

કલકત્તાના બાલીગંજ વિસ્તારમાં એક સમૃદ્ધ કુટુંબમાં એક દિવસ એક વિચિત્ર ઘટના બની. કુટુંબના વડાની બડા બાઝારમાં પોતાની દુકાન હતી. એમને બે દીકરા હતા. બંને દુકાન સંભાળતા હતા. બંનેના લગ્ન થઈ ગયા હતા. બંનેને બાળકો હતા. એકંદરે બહુ ખુશ કુટુંબ હતું. અચાનક એક દિવસ ખબર આવ્યાં કે નાના દીકરાએ ફિનાઈલની આખી બોટલ પી લીધી અને તેને બહુ જ ગંભીર પરિસ્થિતિમાં હોસ્પીટલમાં દાખલ કરવામાં આવ્યો છે. પિતાના મનમાં એક તરફ પોતાના દીકરાની આ ઘટનાની ચિંતા હતી તો બીજી તરફ એ મૂંઝવણ હતી કે સમાજ શું કહેશે? લોકો શું કહેશે? જ્યારે લોકોને આ બનાવની ખબર પડી તો ઘર પર તથા હોસ્પીટલ પર મળનારાઓની લાઈન લાગી ગઈ. લોકો આવતા હતા ખબર પૂછવા, પરંતુ બહાર જતાં જતાં દબાયેલા સૂરમાં નોકરને, ડ્રાઈવરને, અન્ય કર્મચારીઓને એ જ પૂછી રહ્યા હતાં કે આખરે શું થયું? કે એ દીકરાને ફિનાઈલની બોટલ પીવી પડી. તે છોકરો તો ખરેખર બહુ સમજુ હતો, કુટુંબમાં દરેક કામમાં મદદ કરતો હતો, સગાઓ સાથે સારી રીતે સંબંધ રાખતો હતો, પતિ પત્નિમાં બહુ પ્રેમ હતો, માતા - પિતા સાથે પણ કોઈ ઝઘડો ન હતો, મોટા ભાઈ સાથે પણ પ્રેમ હતો, તો શા માટે આવું બન્યું ? એ તો સાચું છે કે એની પત્નિને બધી ખબર હતી, પણ મનની વાત કહે તો કોને કહે? ન પિતા પડોશીને જણાવી શકે છે કે આખરે શું બન્યું કે જેના કારણે એમના દીકરાને ફિનાઈલની આખી બોટલ પીવી પડી? અંતે તેમના દીકરાનું મૃત્યુ થઈ ગયું, અગ્નિદાહ દેવાઈ ગયો. લોકો આવ્યાં, ચાલ્યા ગયા. પણ બધાંના મનમાં એજ સવાલ હતો કે આવું શા માટે બન્યું ? જવાબ જે વ્યક્તિને ખબર છે તે વ્યક્તિ પોતાના મ્હોંની વાત

કોઈની સાથે કહી શકતો નથી. ઘરની સાચી વાત પડોશીઓને, સગાઓને અને મિત્રોને જણાવી શકતો નથી. જાતે જ ભીંસાવું પડે છે. આખરે શું કહેશે જમાનો અને શું કહેશે લોકો આ વિચાર આવતાં જ મનની વાત કોઈને કહી શકતા નથી.

એ જ રીતે એક સંયુક્ત કુટુંબમાં સંયુક્ત કારોબાર ચાલતો હતો. બહુ પ્રેમ હતો. પાંચ ભાઈઓનું કુટુંબ. એક જ કામ, કુટુંબમાં આનંદ હતો. એક દિવસ જ્યારે ત્રીજા નંબરના ભાઈનું મૃત્યુ થયું તો બે - ચાર મહીના પછી તેની પત્નીને તેનો ભાગ અપાયો નહીં અને કહી દેવામાં આવ્યું કે તમારા પતિનો જે ભાગ થતો હતો તે તેમણે પહેલાથી જ લઈ લીધો હતો. હવે તેનો કોઈ હિસાબ બાકી નથી, એના કોઈ પૈસા અમારે ચૂકવવાના નથી. આવી સ્થિતિમાં બિચારી પત્નિ કરે તો શું કરે? કોને કહે પોતાના મનની વાત. કોને કહે પોતાની મુશ્કેલી? વળી બીજી બાજુ પતિને જે લોકો સાથે વ્યાપારિક સંબંધો હતા તેઓ હવે આ વિધવા પત્નિને જ પૈસા આપવા માટે હેરાન કરતા હતા. આવામાં આ વિધવા પત્નિને શહેર છોડવું પડ્યું અને જવું પડ્યું એક અજાણ્યા શહેરમાં જ્યાં એને કોઈ ઓળખતું ન હોય. ઘરમાં પૈસા નહીં.નાનું બાળક પાસે, પોતાના દુઃખની પીડા કોને કહે, આ વિધવા પત્નિને ક્યારેય વેપાર વગેરેનું જ્ઞાન ન હતું. આવામાં વ્યાપારિક વાતોથી અજાણ અને જ્યારે સંજોગોએ એને સડક પર લાવી દીધી તો આજે એવી સ્થિતિ છે કે તે ઘરમાં પાપડ, વડી, અથાણા વગેરે બનાવીને તેનું અને પોતાના એક બાળકનું જીવનોપાર્જન કરી રહી છે. બીજી વાત તો એ છે કે તેની સાથે જે બન્યું તે કોને જણાવે? કોણ સાંભળશે? કયો સમાજ તેની સાથે ન્યાય કરશે?

આ જ પ્રકારની ઘટના લગભગ ૧૦ વર્ષ પહેલાં મુંબઈના એક બહુ પ્રતિષ્ઠિત અગ્રવાલ કુટુંબમાં બની. કુટુંબમાં પુરુષનું મૃત્યુ થયું. અંતે નામાના ખાતાને એ રીતે બનાવી દેવાયું કે નુકશાન અને કેવળ નુકશાન. અને એ વ્યક્તિની વિધવા પત્નિને જણાવી દેવાયું કે તમારા ભાગે કશું જ નથી. બલ્કે તમારે તો દેવું નીકળે છે. વાત ત્યાં સુધી પહોંચી ગઈ કે દેવું ભરતાં ભરતાં બિચારી વિધવા પત્નિને કોર્ટે દેવાળિયા ઘોષિત કરી દીધી. આજે તે દેવાળીયા છે અને જે કોઈ મળે છે તે સમજે છે કે તે ખોટી છે. એણે જે ઘાલમેલ કરી છે, પરંતુ એ તો એનું દિલ જ જાણે છે કે જેઠ અને દીયરે શું ઘાલમેલ કરી હતી, શું કર્યા હતા કાંડ, જેના કારણે વેપાર ચોપટ થઈ ગયો અને તે બની ગઈ દેવાળીયા. આજે આ વિધવા તેના પિતા સાથે રહે છે. એક દિવસ પિતા પુત્રી મારી સલાહ લેવા આવ્યા અને વિધવા દીકરીના

મનમાં વારંવાર એ જ આવતું હતું કે જ્યારે મારા પિતા નહીં રહે ત્યારે મારી સંભાળ કોણ રાખશે? કેવી રીતે હું જીવીશ? મારી તો કેવળ દીકરી છે. એ દીકરીના લગ્ન થઈ ગયા પછી હું ક્યાં રહીશ? શું કરીશ? એ જ ચિંતા એને સતાવતી હતી. આ ચિંતાને સ્પષ્ટ રીતે આ વિધવા પોતાના પિતાને કહી શકતી ન હતી પોતાના મનની વાત. એક ભાઈ હતો, મારો સગો ભાઈ. વેપારમાં કુશળ પણ મુશ્કેલી એ હતી કે પોતાના મનની વાત વિધવા બહેન પોતાના ભાઈને કેવી રીતે જણાવે? મનમાં જે વિતી રહી છે તે બનશે એ તો સમય જ જણાવશે. પરંતુ પોતાના મનની વાત કેવી રીતે કહે કોને કહે એ જ સમસ્યા એને સતાવે છે. દીકરી જુવાન થતી હતી અને તે પુનામાં ડૉક્ટરીનું ભણતી હતી. હવે માને એ પ્રશ્ન સતાવતો હતો કે દીકરીના લગ્ન કેવી રીતે કરી શકીશ? અને જો કોઈ કારણસર દીકરીના લગ્ન પૂર્વે પિતાજીને કશું થઈ જાય તો તેનો ભાઈ તેની દીકરી માટે લગ્નમાં ખર્ચ કરશે કે નહીં કરે? સાથે-સાથે જમાનાને જોઈને એ વિચાર પણ વારંવાર તેના મનમાં આવતો હતો કે ક્યાંક દીકરીએ આંતરજ્ઞાતિય લગ્ન કરી લીધા તો સમાજમાં નામ ખરાબ થશે. આવા અનેક વિચારો તેના મનમાં આવ્યા. મારી સામે જ્યારે તેણે પોતાના મનની વાત કરી તો મેં તેના પિતાને પણ તેની વિધવા દીકરીના મનની વાત જણાવી. મેં પિતા – પુત્રી બંનેને કહ્યું કે તમે સ્પષ્ટ શબ્દોમાં એક બીજાને મનની વાત કરી લો. પિતાને પણ ડર હતો કે ક્યાંક તેની દીકરીના સંબંધ વિશે મુશ્કેલી થશે, પણ આ વાત દીકરીને કરે તો કેવી રીતે કરે ? આવી સમસ્યાઓ જ્યારે કુટુંબમાં આવે છે તો ઉપરથી તો કુટુંબના સભ્યો ઉપરથી ખુશહાલ નજરે પડે છે. પરંતુ આંતરિક મન કેટલું રડે છે? તે દેખાડવું બહુ મુશ્કેલ છે.

દરેક વ્યક્તિને જીવનમાં કોઈને કોઈ એવી વાત આવી જાય છે જેના માટે તેણે એક એવી વ્યક્તિને શોધવી પડે છે જેને તે પોતાના મનની બધી વાત જણાવી શકે. તમારી સૂઝ બુઝના આધાર પર જ તમને મળશે આવો હમસફર. પાછલા દિવસોમાં આજ સંદર્ભમાં કેટલાંક યુવાન વ્યક્તિઓની ચર્ચા થઈ રહી હતી. તો મેં જોયું છે તેઓ પોતાના મનની વાત પોતાના સગાઓને, ઓળખીતાઓને સ્પષ્ટ રીતે જણાવી શકતા નથી. પરંતુ ફેસબુકના માધ્યમથી આવા મિત્રો બનાવે છે, જે મિત્રોને તેઓ જીવનમાં મળ્યા નથી તેમને પોતાના મનની વાત કરે છે. અને તેમનું મન હળવું થઈ જાય છે. આવનારા સમયમાં આપણે જીવનની ચડતી – પડતીને સારી રીત પરસ્પર ચર્ચા કરવા માટે ફેસબુક જેવા વિકલ્પનો સહારો

લઈને આપણા જીવનને થોડું સુંદર બનાવી શકીશું.

એ જ રીતે એક દિવસ એક સજ્જન મળ્યા અને તેઓ કહેતા હતા કે એમના સમાજમાં એક એવી છોકરી પેદા થઈ ગઈ છે જેનાથી કુટુંબના બધાં સભ્યો દુ:ખી છે. તે છોકરીની ઉંમર લગભગ ૨૨ વર્ષની છે. તે ખૂબ જ ફેશનેબલ છે. ફેશનેબલ હોવું કોઈ ખોટી વાત નથી. પરંતુ વધારે પડતી ફેશનેબલ બનવા માટે ખિસ્સામાં બિલકુલ પૈસા નથી. પરિસ્થિતિમાં મુશ્કેલી વધી જાય છે અને મુશ્કેલી એ હદે પહોંચી ગઈ કે આ છોકરીએ પોતાના જ સગાઓમાં ચોરી કરવાનું શરૂ કરી દીધું. આ વાત તેના માતા – પિતાને કહે તો કેવી રીતે કહે? જ્યારે પણ આ છોકરીને લગ્નમાં અથવા અન્ય સામાજિક કાર્યક્રમમાં, સગાઓ, મિત્રોના ઘેરથી આમંત્રણ મોકલે છે તો ક્યાંક એ ડર રહ્યા કરે છે કે તે કોઈ ઘરેણા ચોરી ન લે, અથવા ક્યાંક પૈસા રાખ્યા હોય તો પૈસાને સફાચટ ન કરી દે. આ છોકરીની હરકતો માતા – પિતા જાણે છે, સમજાવે છે પોતાની દીકરીને, તે સમજતી નથી. ન તો સમજવાનો પ્રયત્ન કરે છે. માતા – પિતા તો દુ:ખી, ઘણીવાર તો એટલા દુ:ખી થઈ જાય છે કે તેઓ વિચારે છે કે બધા સગાઓને સાચુ જણાવી દે કે અમારી છોકરીમાં આ અવગુણ છે.

આ જ પ્રકારના એક સજ્જન લગભગ ૪૦ વર્ષ પહેલાં કલકત્તાના વિક્ટોરિયા મેદાનમાં સવારે ફરતાં મને અને મારા પિતાજીને મળ્યા. તેઓ મોટા કરોડપતિ ખાનદાનના હતા. પરંતુ સવારે સવારે એમણે ફરતી વખતે મારા પિતાજીને કહ્યું કે એમને ૧૦૦ રૂપિયાની જરૂર છે અને કાલે તેઓ પાછા આપી દેશે. પિતાજીએ કહ્યું સારું લઈ લો. બે - ચાર દિવસ પછી ફરી તેઓ ફરતાં ફરતા મળ્યા અને એમણે એ ૧૦૦ રૂપિયાની વાત ન કરી તો અમારે સામેથી એમની પાસેથી ૧૦૦ રૂપિયા માંગવા પડ્યા. એમણે આજ, કાલ, પરમ દિવસવાળુ નાટક શરૂ કરી દીધું. આ નાટક લગભગ બે મહીના સુધી ચાલતું રહ્યું. પાછળથી ખબર પડી કે તેમને દારૂની લત લાગી ગઈ હતી. તેથી જે પણ મિત્ર, સગા વગેરે એમને મળતા તેમની પાસેથી ૧૦૦રૂા. ૫૦૦રૂા. લઈ જતા અને ચૂકવવવાનું નામ નહીં. અમે અંતે એમના કુટુંબના એક સભ્યને એમની આ હકીકત જણાવી. તેઓ બિચારા બહુ શરમાઈ ગયા અને કહ્યું કે હું તમારા રૂપિયા આપી દઉં છું. પિતાજીએ કહ્યું કે ના, તમારી પાસે અમારે લેવા નથી, એમની પાસેથી જ લેવા છે અને અમે વારંવાર માગણી કરતા રહીશું, યાદ કરાવતા રહીશું. જેથી તેઓ

172 *દિલની વાત કોને કહીએ અને કેવી રીતે*

રૂપિયા આપી દે. મને આજે પણ યાદ આવે છે લગભગ છ – આઠ મહીના સુધી અમારે નિરંતર જ્યારે પણ મળતા એમને પૈસા માટે યાદ કરાવવું પડતું ત્યારે ૧૦૦ રુપિયા પાછા આપ્યા.જરા વિચારો, આટલા મોટા કુટુંબમાં એમણે જન્મ લીધો, બહુ ભવ્ય ખાનદાન હતું, કલકત્તામાં તેમનું નામ હતું, અબજોપતિઓના ઘરમાં એમને સબંધ હતો, પણ કુટુંબના અન્ય સભ્યો બિચારા કરે તો શું કરે ? કોને કહે પોતનું દુઃખ કે એમના કુટુંબના એક સભ્ય લોકો પાસે ૧૦૦,૨૦૦,૫૦૦ રૂા. લે છે તો મહેરબાની કરી તમે આપશો નહીં.

બે અઠવાડિયા પહેલાંની વાત છે. રવિવારનો દિવસ હતો. મારા મિત્ર કુમાર સાહેબ તેમના ફાર્મ હાઉસ પર ગયા હતા, આમ તેઓ દક્ષિણ દિલ્હીમાં રહે છે. પણ તેમનું મોટું ફાર્મ હાઉસ છે છતરપુર મંદિર પાસે. બહુધા રવિવારે કુમાર સાહેબ, એમનો દિકરો અને એમની વહુ ત્રણે જણાં ફાર્મ હાઉસ જતા રહે છે. બે-ચાર-છ કલાક રહે છે, ત્યાં નોકર-ચાકરની પૂર્ણ વ્યવસ્થા છે. જમવાનું ત્યાં જ બને છે. જમીને બગીચાનું નિરીક્ષણ કરીને તેઓ પાછા ઘેર આવી જાય છે. બે અઠવાડિયા પહેલાની વાત છે કુમાર સાહેબે સાંજે મને જણાવ્યું કે રવિવારે તેઓ ફાર્મ હાઉસ ગયા અને બપોરે જલ્દી આવી ગયા કેમ કે એક સામાજિક સંસ્થામાં તેઓ મુખ્ય અતિથિ હતા તેથી તેમને ત્યાં જવાનું હતું. એમને દિકરો અને વહુ પણ સાથે આવી ગયા. ઘેર આવીને જ્યારે મેઇન ગેટ ખોલવાનો થયો તો એમની પુત્રવધુ એ જોયું કે એમના ઘરની ચાવી એમની પાસે નથી. શોધી, પર્સમાં શોધી, ગાડીમાં શોધી પણ ચાવી ન મળી. ત્યારે એમને યાદ આવ્યું કે કદાચ ફાર્મ હાઉસ પર જ ઘરની ચાવી ભૂલી ગઇ છે. ફટાફટ ચોકીદારને ફોન કર્યો અને ચોકીદારે શોધીને જણાવ્યું કે હા ઘરની ચાવી ફાર્મ હાઉસ પર જ રહી ગઇ છે. હવે પુત્રવધુએ વિચાર કર્યો કે શું કરે? રવિવારનો દિવસ હતો પણ ડ્રાઇવરે સસરાજીને લઇને તરત જવાનું હતું. એક મોટી સભાના પ્રવચન માટે. હવે થોડીવાર પછી કુમાર સાહેબનો પૌત્ર ઘેર આવ્યો, એની પાસે પણ ઘરની ચાવી હતી, ઘર તો ખૂલી ગયું પણ ચાવી લાવવી જરૂરી હતી કેમ કે કુમાર સાહેબની પુત્રવધુનો રૂમ પણ બંધ હોય છે જ્યારે તેઓ બહાર જતા હતા. તેથી ઓરડો ખોલવો જરૂરી હતો. આવામાં શું કરે એ એમની પુત્રવધુ વિચારવા લાગી. એટલામાં કુમાર સાહેબનો પૌત્ર આવ્યો. પૌત્ર પણ બેઠો હતો, પોતાની મમ્મીની વાતો સાંભળતો હતો. એટલામાં કુમાર સાહેબના દિકરાએ કહ્યું કે ચાલો હું ગાડીમાં જઇને ફાર્મ હાઉસથી ચાવી

લઇ આવું છું. કુમાર સાહેબની વહુએ પોતાના દિકરાને કહ્યું કે બેટા પિતાને ન જવા દઇશ. તું મારી સાથે ચાલ અને ફાર્મ હાઉસથી ચાવી લઇ આવીએ. દિકરાએ જવાબ આપ્યો મમ્મી હું બહુ થાકી ગયો છું. હું અત્યારે મારા મિત્ર સાથે બસો કિ.મી. કોઇ કામે ગયો હતો. ત્યાંથી હમણાં જ આવ્યો છું અત્યારે હું નથી જઇ શકતો. આ વાત સાંભળી કુમાર સાહેબની પુત્રવધુના હૃદયને ઠેસ પહોંચી. એમણે વિચાર્યું તો એ હતું કે જ્યારે આવી મુશ્કેલી આવશે મારો દિકરો ચોક્કસ પિતાને જતા રોકશે અને પોતે જઇને ચાવી લઇ આવશે. કુમાર સાહેબના પૌત્રએ તો સીધી સલાહ આપી દીધી અને પોતાની મમ્મીને કહ્યું કે તમે ટેક્ષી સ્ટેન્ડ ફોન કરો અને ટેક્ષીમાં જઇને આપણા ઘરની ચાવી લઇ આવો. 'હા બેટા !' કહીને કુમાર સાહેબની પુત્રવધુ પોતાના પતિની સાથે ગાડીમાં ચાલી નીકળી ચાવી લાવવા માટે. કલાક પછી ચાવી લઇને આવી ગયા પણ કુમાર સાહેબની પુત્રવધુના મનમાં એ જ વિચાર આવતો હતો કે શું આ વાત કોને કહું ?

જે લોકો દાદા-દાદી બને છે તેઓ સમજે છે દાદા-દાદી બનવાનો આનંદ યાદ આવે છે અને શ્રીમતિ પૂનમની વાત. જે દિવસે એમના ઘરમાં એક નાની પરીએ જન્મ લીધો તો બહુ ધામધૂમથી પૂનમે ખુશી મનાવી. ખાસ પ્રકારના રસગુલ્લા એમણે બનાવડાવ્યા અને પોતાના સગા અને મિત્રોમાં વહેંચ્યા. આજે એમની પૌત્રી ૪ વર્ષની થઇ ગઇ છે પરંતુ જ્યારે પણ પૂનમ પોતાની પૌત્રીને જુએ છે તો એના ચહેરા પર હાસ્યને બદલે નિરાશા છલકાય છે. એ પૌત્રી જેના જન્મ સમયે પૂનમે ખુશીઓ વ્હેંચી હતી આજે એ પૌત્રી જ્યોતિને ચાર વર્ષ થયા પછી પૌત્રીને જોઇને પૂનમ દુઃખી દેખાય છે. એક દિવસ જ્યારે પૂનમ અને તેના પતિ સાંજના સમયે એક સમારોહમાં મળી ગયા તો મેં એમને રોકીને પૂછી લીધું અને કહ્યું કે ભાભીજી શું વાત છે આજતાલ તમે નિરાશ કેમ દેખાવ છો. શું કોઇ વાત છે જે કોઇને કહી શકતા નથી ? ના ભાઇ, કાંઇ નથી, એમ કહીને પૂનમ અને તેના પતિ પોતાની ગાડી તરફ ચાલવા લાગી. પછીના અઠવાડિયે ફરી પૂનમ અને તેના પતિ એક સાંસ્કૃતિક સમારોહમાં મળી ગયા. વાતચીત કરતાં કરતાં મેં એમને કહી દીધું કે પૂનમજી જો તમારા મનમાં કોઇ એવી વાત છે જે તમે કોઇને કહી શકતા નથી તો કૃપા કરીને કહો. ભલે પતિને કહો, મિત્રને કહો, મા-બાપને કહો, સગાને કહો, પણ કહો. આગલા દિવસે પૂનમ તેના પતિ સાથે અમારા ઘેર આવી ગઇ અને કહેવા લાગી કે જુઓ ભાઇ સાહેબ મેં મારી પૌત્રી જ્યોતિના

જન્મ સમયે કેટલા આનંદથી કાર્યક્રમ કર્યા. ઘણી મિઠાઇ વ્હેંચી,મેં વાત આગળ વધારતાં કહ્યું કે તમારા ઘરમાં નાની પરી આવી હતી જેનો તમે આનાંદ મનાવ્યો અને આજે તમારા ઘરની પરી લગભગ ચાર વર્ષની થઇ ગઇ છે, પછી શું છે એવી મુશ્કેલી જે તમારા મનને મૂરઝાવી દે છે. રડતા ચહેરે અને આંખોમાં આવેલા આંસુ સાથે પૂનમે જણાવ્યું કે ભાઇ સાહેબ શું કહું, મારી વહુ રાધીકા મારી પૌત્રી જ્યોતિને મારી સાથે હરવા ફરવા જવા દેતી નથી. ક્યારેક રજા હોય છે હું મારી પૌત્રીને કહું છું ચાલો મોલમાં જઇએ, ચાલો ફરવા જઇએ તો મારી પૌત્રી જ્યોતિ ફટાક દઇને જવાબ આપે છે ના દાદી ના, તમે ના જશો, દાદા તમે પણ ના જશો. હું અને મારી મમ્મી મોલમાં જઇ આવીશું. બાળકના મ્હોંમાંથી જ્યારે આ શબ્દ નીકળે છે તો પૂનમના દિલમાં તીરની જેમ ભોંકાય છે. મારું માનવું છે કે જે પૂનમની સાથે બની રહ્યું છે તે આજે ભારતમાં હજારો, લાખો વ્યક્તિઓના ઘરમાં પણ આ બધું બની રહ્યું છે. નવી પેઢીના બાળકો પોતાના બાળકને દાદી સાથે રમવાનું પસંદ કરતા નથી. દાદા-દાદી સાથે તમારા પૌત્ર-પૌત્રી ફરવા જાય તો શું મુશ્કેલી છે ? આ વાતને નથી સમજતા નવા યુવક-યુવતીઓ અને તેના કારણે પૂનમ જેવી મહિલા જેણે પોતાની પૌત્રીના જન્મ સમયે ઘણી ખુશીઓ વ્હેંચી હતી. આજે દુઃખી છે સાથે ડાઇનિંગ ટેબલ પર પણ દાદા-દાદીની સાથે બેસીને જમવાની જ્યોતિની જરાપણ ઇચ્છા નથી. તે તેની મા અથવા પિતા સાથે પોતાના ઓરડામાં જમશે.

આ તો સંસ્કારની ઉણપ છે કે આજે નાના બાળકને દાદા-દાદીનો છલકાતો પ્રેમ મળતો નથી. કેમ કે મા-બાપ પોતાના નાના બાળકોને આ પ્રકારનું શિક્ષણ આપે છે ખાસ કરીને આજની મૉર્ડન વહુઓ પોતાના બાળકોને દાદા-દાદી સાથે રમવામાં નિયંત્રણ મૂકે છે. અમની સાથે ફરવા વગેરેમાં પણ સખ્તાઇથી નિયંત્રણ મૂકે છે. બાળકોને શિખવે છે કે બાળકો તમે દાદા-દાદી સાથે જશો નહીં. મારી સાથે જ ફરવા આવજો. જે કુટુંબમાં પૂનમ જેવું વાતાવરણ છે ત્યાં ચોક્કસ મન તો દુઃખી થશે જ. પરંતુ સાચું તો એ છે કે પોતાના સારા સ્વાસ્થ્ય માટે તમે અને અમે આ પ્રકારનું વાતાવરણ કુટુંબમાં હોય તો હૃદયને ઉદાસ થવા ન દઇએ. પૂનમે આગળ જણાવ્યું કે જ્યારે બાળકોની ઉનાળાની રજાઓ હોય છે તો તે ફટાફટ પ્લાન બનાવે છે પૌત્ર-પૌત્રીને લઇને કુટુંબના અન્ય સભ્યોને લઇને આપણે નૈનીતાલ જઇશું, ક્યાં જવું તે વિશે ચર્ચા થાય છે અને વહુ કેવળ એજ બોલે છે કે

જોઈશું હજુ સુધી વિચાર્યું નથી, થોડા દિવસોમાં વિચારી લઈશું. પરંતુ એક દિવસ અચાનક પૂનમ જુએ છે કે સવાર એક ટેક્ષીમાં તેના દિકરા, વહુ અને લાડલી પૌત્રી નૈનીતાલ કે મસૂરી ફરવા રવાના થઇ ગયા છે. દાદા-દાદીને પૂછ્યું સુદ્ધાં નહીં આ વાતથી જ દાદા-દાદીના હૃદયમાં એક પીડા ઊઠે છે. આમ કહેવું તો સહેલું છે કે શું કરે બિચારા દાદા-દાદી ? એમને પૌત્ર-પૌત્રીઓનો લોભ હોય છે. આપણી જૂની કહેવત છે 'મૂડી કરતાં વ્યાજ વ્હાલું'. કૌટુંબિક પરિસ્થિતિમાં પણ આ કહેવત સાચી પૂરવાર થાય છે. તેથી દાદા-દાદીએ પ્રેમથી પોતાના દિકરાને હૃદયની લાગણી જણાવી દે. ખાસ કરીને પિતાએ પુત્રને બેસાડીને આ વાત સમજાવે કે તારી મમ્મીના હૃદયમાં પીડા થાય છે બેટા, જ્યારે તારો દિકરો કે દિકરી દાદા-દાદી સાથે ઓછું રમે છે, રમવા મોકલતાં નથી, એને ફરવા મોકલતા નથી, અને દાદા-દાદીને લાડ પ્યાર કરવાનો બહુ ઓછો સમય આપો છો. આગળ મેં પૂનમને સમજાવ્યું કે ભાભીજી તમે તો તમારા મનની વાત તમારા પતિ સાથે તો કરી લો. તેથી તમારા મનને થોડી શાંતિ મળશે. તમારું રડતું હૃદય વધારે હેરાન નહીં થાય. કેમ કે જે પીડા તમને થઇ રહી છે તે જ પીડા તમારા પતિને થઇ રહી છે. ફરક તો માત્ર એટલો છે કે તમારા પતિ દફતરના કામમાં વ્યસ્ત હોવાથી ફૂરસદના સમયમાં વારંવાર આ વાતો જ સતાવ્યા કરે છે. તેથી તમે તમારા પતિને મનની આ વાતો બે ઘડી બેસીને કરી લો તો તમારી પીડા ઓછી થઇ જશે.

ઘણીવાર પોતાના દિકરા અને વહુ પાસેથી એ સાંભળવા મળે છે કે પિતાજી તમે તમારા પૌત્ર કે પૌત્રી સાથે અંગ્રેજીમાં જ વાતો કરશો તો યોગ્ય રહેશે. તમે હિન્દીમાં વાત કરો છો અને બાળકો હિન્દીના શબ્દો વધારે શીખે જાય છે અને વર્ગમાં પાછળ રહી જાય છે. આવી વાતો સાંભળીને દાદા-દાદી હા,હા તો કહે છે પરંતુ આંખો નહીં અંદર તરફ આંસુ નીકળતા અનુભવે છે. તમારા ઘરમાં પણ પૌત્ર-પૌત્રી પર પ્રેમ કરવા પર, તમારી સાથે સમય ગાળવા પર અંકુશ અનુભવો છો કરો છો તો પ્રભુની સામે તમે તમારી ફરીયાદ મૂકી દો અથવા બેસીને તમારી ફરિયાદની અરજી લખી નાખો. બે દિવસ પછી ફરિયાદના કાગળને ફાડીને ફેંકી દો. આ જ તો સાચો અચૂક મંત્ર છે જે તમને શાંતિ આપશે. પતિ હોય કે પત્ની પોતાને વ્યસ્ત રાખો અને આ કૌટુંબિક વાતોને વધારે મહત્ત્વ ન આપો. દરેક સમયે રામાયણની એક વાત યાદ રાખો તો તમને શાંતિ મળશે અને એ વાત છે ઈશ્વર જેમ રાખે તેમ રહો. આ પ્રકારની ભાવના જો દિલમાં રાખશો તો ચોક્કસ તમને શાંતિ પ્રાપ્ત થશે.

મન પર ના લો

હું સંતકુમાર સાથે કેટલાક કામ માટે દિવસભર સાથે હતો. અમારી સાથે બિલ્ડર પવનકુમાર હતા. પવનકુમારના કાર્યાલયના ૧૦-૧૨ લોકો એક સાથે કામ કરી રહ્યા હતા. આખરે આજની તારીખે બધાએ સાથે મળીને કંપનીના એક ટ્રાન્સફરને પાર લગાવવાનું હતું. કામ સિવાય કોઇ વાત નહીં. ન કોઇને જમવાની ફુરસદ ન ચ્હા પીવાની. હા પવનકુમારે ઔપચારિકતા માટે બધાને પૂછી લીધું કે તમે ચ્હા પીશો કે કાંઇક ઠંડુ ? પણ જ્યારે મેં કહ્યું કે હમણાં કામ ચાલે છે અહીં ચ્હા, કોફી કે ઠંડુ ન મંગાવો. જો ચ્હા આવી ગઇ તો સમય બગડશે. પવનકુમાર અમારી વાત સાથે સહમત થઇ ગયા. મનોમન ખુશ પણ થતા હતા કારણ કે એમને પણ ડર હતો કે કોઇ કારણસર ચ્હાનો પ્યાલો કાગળ પર પડે તો નુકશાન થશે અને સમય પણ બગડશે. બપોર થઇ ગઇ. જમવાના સમયે પણ કોઇને ફૂરસદ ન મળી કેમકે કામ ઘણું બાકી હતું. સાંજના ચાર વાગી ગયા. થોડીવાર પછી જ્યારે કામનું પ્રેશર ઓછું થયું તો પડોશમાંથી બે-ત્રણ પિત્ઝા મંગાવી લીધા. બધાની ભૂખી નજર પીત્ઝાના ડબ્બા પર હતી આખરે બધાને ભૂખ પણ લાગી હતી અને સવારથી કામ કરી રહ્યા હતા. તો પીઝ્ઝા મ્હોંમાં જતા જ પરમ આનંદની લાગણી થઇ રહી હતી. કોઇને ખબર ન હતી કે આ કામ સાંજના કેટલા વાગ્યા સુધી ચાલશે પરંતુ બધાએ દઢ નિર્ણય કરી લીધો હતો કે ગમે તેટલા વાગે આજે તો કામ પુરુ કરીને જ ઘેર જઇશું. પીત્ઝા ખાધા પછી બધા ફરી કામે વળગી પડ્યા પણ એક કલાક સુધી બધા પાસે કોઇ કામ ન હતું. કારણ કે ચાર્ટડ એકાઉટન્ટ અને કોમ્પ્યુટર ટાઇપિસ્ટ પાસે કામ હતું. એમની પાસે કામ પુરું થતું ત્યારે કામ માલિક લોકો પાસે આવત તેથી અમે ઓરડામાં ચૂપચાપ બેસી રહ્યા.

બોરિંગ વાતાવરણને હળવું બનાવવા માટે મેં વાત શરૂ કરી અને એ જ વાત મનની વાત કહે તો કોને કહે? એકવાર તો મેં બધાને પૂછ્યું ખાસ કરીને પવનકુમારને અને સંતકુમારને કે શું તમે તમારા મનની વાત કોઇને કહી શકો છો કે બતાવો છો ખરા ! ફટાફટ બંનેનો જવાબ મળ્યો કે 'હા' કહીએ છીએ, હંમેશાં કહીએ છીએ, બધી વાત કહીએ છીએ. બંને સફળ ઉદ્યોગપતિઓના મ્હોંથી આ વાત સાંભળીને મને આશ્ચર્ય તો થયું પણ વિશ્વાસ આવ્યો નહીં કે તેઓ સાચું બોલે છે. મેં વિચાર્યું કે વાત આગળ વધારાય પરંતુ તેમના ત્વરિત 'હા' કહ્યા પછી ૧૦ મિનિટ સુધી વાતાવરણ સંપૂર્ણ શાંત રહ્યું: કોઈપણ એક શબ્દ પણ બોલતું ન હતું.

મેં મૌન તોડવા કહ્યું કે ભાઇ, મને તો લાગે છે કે તમે બંને સાચું નથી બોલતા. મહેરબાની કરીને સાચું બોલો કે શું ખરેખર તમે તમારા મનની વાત બીજાને કહી શકો છો કે નથી કહી શકતા? મારી વાતની અસર પવનકુમાર ઉપર થઇ. હવે તો એમણે આંખો નીચી કરીને સ્પષ્ટ માની લીધું કે હા ભાઇ, અમે મનની વાત કહી શકતા નથી. આગળ એમણે કહ્યું કે સાચું તો એ છે કે પત્નીને પણ અમે બધી વાત કહી શકતા નથી. આ વાત પર બહુ આશ્ચર્ય પ્રગટ કરતાં સંતકુમારે કહ્યું કે એવી શું વાત છે કે તમે પત્નીને પણ બધી વાત કહી શકતા નથી. સંતકુમારનો આ પ્રશ્ન વ્યાજબી પણ હતો કારણ કે એમની સાથે એમની ધર્મપત્ની પણ હાજર હતી. આખરે એમની ધર્મપત્ની પોતાના પતિનું ફાઇનાન્સનું કામ સંભાળતી હતી. પવનકુમારે આગળ સ્પષ્ટ કહ્યું કે તેઓ પોતાના વ્યાપાર તથા વ્યવસાયમાં વર્તમાન સમયમાં ઘણી મુશ્કેલીઓથી ઘેરાયેલા છે. એમના રિયલ એસ્ટેટના ઘણા પ્રોજેક્ટ અટકેલા છે. કરોડો રૂપિયા ફસાયેલા છે વેપાર અને વ્યવસાયમાં અને ઘણી જગ્યાએ કરોડોનું નુકશાન થયું છે. હવે આ બધી વાતો તેઓ પોતાની પત્નીને નથી કહેતા, જો કહે તો પત્ની પણ ચિંતિત થાય, પરેશાન થાય. લગભગ ૧૦ દિવસ પહેલાની એક ઘટના યાદ કરતા પવનકુમારે આગળ જણાવ્યું કે એક દિવસ સવારે તેઓ ડાઇનિંગ ટેબલ પર બેઠા હતા ત્યારે અચાનક બેલ રણકી, ત્રણ-ચાર વ્યક્તિ તેમના ઘેર આવી પહોંચ્યા. પવનકુમારે તેમને સમય આપ્યો ન હતો, પરંતુ તે એવા લોકો હતા જેમને પવનકુમારે પૈસા ચૂકવવાના હતા. કેટલાક કોન્ટ્રાક્ટર હતા અને કેટલાક એવા લોકો હતા જેમણે પોતાનો ફ્લેટ પવનકુમારના પ્રોજેક્ટમાં બુક કરાવ્યો હતો, પરંતુ બે વર્ષથી પ્રોજેક્ટમાં કોઇપણ જાતની પ્રગતિ નહીં થતા એ લોકો પવનકુમારના ઘેર આવી ગયા. પવનકુમારે

બધા લોકો સાથે આત્મિયતાથી વાત કરી. પોતાની સાચી સ્થિતિ જણાવી અને કહ્યું કે આગલા ૧૨-૧૪ મહીનામાં બધું ટેન્શન દૂર થઇ જશે અને આવતા વર્ષે ૧૩ સપ્ટેમ્બરે પોતાના જન્મ દિવસ પહેલા તેઓ બધી મુશ્કેલીઓમાંથી મુક્ત થઇ જશે. લોકોના પૈસા ચૂકવી દેશે અને સમસ્યા બિલકુલ નહીં રહે. સમય જ એવો હતો કે આખા ભારતમાં જ નહીં બલ્કે આખી દુનિયામાં જમીન-જાયદાદ સાથે સબંધિત કારોબારમાં અશાંતિ છવાયેલી હતી. બધાને નુકશાન થતું હતું. મુશ્કેલીઓમાંથી નીકળવા માટે બધા ચિંતિત હતા. વિચારતા હતા પણ ઉપાય નજરે પડતો ન હતો અને આજ કારણ હતું પવનકુમારનું. હું કોઇનાય પૈસા લઇને ભાગી રહ્યો નથી અને ભાગીશ પણ નહીં, ન તો મારી નિયત પૈસા દબાવી દેવાની છે છતાં પણ ચાર કડવી વાતો બધા લોકોની સાંભળવી પડે છે.

આવું એક દિવસ નહીં પણ ઘણા દિવસ ચાલતું રહ્યું પવનકુમારના ઘેર. ક્યારેક આવા લોકો ફોન કર્યા વગર જ દફતરમાં આવી જતા તો ક્યારેક ઘર પર આવી જતા અને ક્યારેક એમની નવી મર્સિડીઝ ગાડીની સામે ઊભા રહી જતા. એકવાર તો એક સજ્જને પવનકુમારને પૂછી લીધું કે તમારી પાસે અમને આપવા પૈસા નથી તો આટલી મોટી ગાડી શા માટે રાખો છો દેખાડવા માટે, પવનકુમારે સાચી વાત જણાવી દીધી એ સજ્જનને કે જુઓ અમારા વ્યવસાયમાં બહારનો દેખાડો કરવો જરૂરી છે. જો અમે બાહ્ય દેખાડો નહીં કરીએ તો અમારી શાખ પર ખરાબ પ્રભાવ પડશે, અને આજે મારી પાસે મર્સિડીઝ ગાડી ખરીદવાના બિલ્કુલ પૈસા નથી. આ મેં લોન પર લીધી છે અને એ વાત રજૂ કરી કે જુઓ આ બધું વિતી રહ્યું છે મારા જીવનમાં, આ વાતો હું કોને કહું ? પત્નીને કહી શકતો નથી, હિંમત થતી નથી તેને કહેવાની. તેઓ આંખોમાંથી આંસુ ટપકાવતા બોલ્યા કે એક દિવસ એક વ્યક્તિએ પવનકુમારને ત્યાં સુધી કહી દીધું કે તમે તમારી મર્સિડીઝ ગાડી હમણાં જ અમારે હવાલે કરી દો. જ્યારે પૈસા ચૂકવી દો ત્યારે લઇ જજો. પવનકુમારે આવી સ્થિતિનો પણ સામનો કર્યો અને કહ્યું કે લઇ જવી હોય તો લઇ જાવ, આખરે હપ્તા પર છે આ ગાડી તમારે કોઇ કામ આવશે નહીં. પવનકુમાર જેવા એક નહીં સેંકડો વ્યક્તિ હશે આજે ભારતમાં જે અલગ અલગ વ્યાપાર તથા વ્યવસાયમાં સંકળાયેલા છે. ક્યારેક વેપારનું કામ સારું ચાલે છે ક્યારેક મંદ ચાલે છે. આ તો પ્રકૃતિનો નિયમ છે પરંતુ આજે જે સમસ્યાથી પવનકુમાર પસાર થઇ રહ્યા છે તે પોતાની વાત, મનની વાત પત્નીને જણાવવામાં સક્ષમ નથી. સંતકુમારે કહ્યું કે આવામાં પત્નીને બધી વાત કેમ કહેતા નથી,

મુશ્કેલી શું છે, ભાભી બધી વાતો સાંભળશે તો એમને પણ વિશ્વાસ થશે કે મારા પતિ પર કેટલી મુશ્કેલીઓ વિતે છે. પવનકુમારે આગળ જણાવ્યું કે બે અઠવાડિયા પહેલા એક દિવસ એમના દિકરાએ એમને ખરી-ખોટી સુણાવી દીધી. દિકરાએ પવનકુમારને કહ્યું કે પપ્પા તમને જો સંપતિ-જાયદાદનો ધંધો આવડતો નથી તો શા માટે તેમાં લાગ્યા છો. તમે આ ધંધો છોડી દો અને કોઇ બીજો ધંધો કરી લો કે પછી કોઇ નોકરી કરો તો રોજ સવારે ઘરમાં આપણને આવી મુશ્કેલીઓનો સામનો તો કરવો નહીં પડે. દિકરાના પ્રશ્નનો જવાબ આપે તે પહેલા પવનકુમારની પત્ની ફટાફટ બોલવા આવી ગઇ કે જુઓ આપણા ઘરમાં હું જ્યારે પણ ફોન ઉઠાવું છું તો તમારા લેણદારોના જ ફોન આવે છે અને મારે જવાબ આપવા પડે છે. આવામાં તમે ઘરની ફોન લાઇન કપાવી નંખાવો અથવા તમારો મોબાઇલ નંબર જ લોકોને આપો જેથી અમને ઘરમાં મુશ્કેલી તો ન થાય. આવી જ કડવી વાતો પોતાના જ ઘરમાં સાંભળ્યા પછી પવનકુમારના મન પર શું વિત્યું તેનું જ બયાન તો તે તે કરી રહ્યા હતા.

તેઓ આગળ બોલ્યા મને ઘણીવાર લાગે છે કે હું કુટુંબ માટે મહેનત કરું છું પણ કુટુંબીજનો મારી સમસ્યા અને મુશ્કેલીઓ સમજી શકતા નથી. આ વાતથી હૃદયના એક ખૂણામાં બહુ પીડા ઉત્પન્ન થાય છે. પવનકુમારે સંતકુમારને જમાવ્યું કે જુઓ મેં મારું જીવન નાના કાર્યથી શરૂ કર્યું. હું મુંબઇની એક સ્કૂલની બહાર ફૂગ્ગા વેચતો હતો. ફૂગ્ગાની સાથે બીજી રેડી પણ રાખતો હતો. જે થોડા પૈસા કમાતો તે ઘેર લઇ આવતો, ભાઇઓમાં આપી દેતો અને મોટા ભાઇઓ પાસે રાખી દેતો અને અમે હસી-ખુશીથી ગૃહસ્થી ચલાવતા. પવનકુમારે આગળ જણાવ્યું કે મુંબઇની શાક માર્કેટમાં રોજ સાંજે ત્રણ કલાક તે અને તેના ભાઇ શાક વેચતા. ત્યાં લોકો પાસે ૫ રૂા. ૧૦ રૂા. એકઠા કરતા અને આગલે દિવસે તેમના નામે બેંકમાં જમા કરાવી દેતા અને રાત્રે અડધા- એક કલાક ઘરમાં એકઠા કરેલા પૈસા ગણતા. રોજના લગભગ ચાર-પાંચ હજાર રૂપિયા રોજ લાવતા અને બીજા દિવસે સવારે બેંકમાં જમા કરાવી દેતા હતા. એમને આ કામ માટે થોડું કમીશન મળતું હતું બેંક પાસેથી. આજે પોતાની મહેનત અને આગળ પવનકુમારે જણાવ્યું કે મુંબઈના શાકભાજીના બજારમાં રોજેય સાંજના ત્રણ કલાક તેઓ અને તેમના ભાઈ શાકભાજી વેચતા, ત્યાંથી લોકો પાસેથી ૫ રૂપિયા, ૧૦ રૂપિયા ભેગા કરતા અને આગલા દિવસે તેમના નામે બેંકમાં જમા કરાવતા અને રાત્રે અર્ધો અર્ધો કલાક ઘરમાં ભેગા કરેલા પૈસાને ગણતા. આશરે લગભગ ચાર હજાર,

પાંચ હજાર રૂપિયા રોજના કરીને લાવતા અને આગલા દિવસે બેંકમાં જમા કરાવી આવતા હતા. તેઓને આ કાર્ય માટે થોડું કમીશન મળતું હતુ બેંક તરફથી. આજે પોતાની મહેનત અને ખંત વડે પવન કુમાર એક સારા બિલ્ડર બની ગયા છે. એકાદ વર્ષ અગાઉ તેઓએ શાકભાજીના માર્કેટની સામે કરોડો રૂપિયામાં એક પ્લૉટ ખરીદ કર્યો. ખરીદતી વેળાએ તેઓને એટલો બધો આનંદ થયા,મનમાં વિચારવા લાગ્યા કે જુઓ એજ શાકભાજીનું બજાર છે જ્યાં હું ૧૦૦- ૫૦૦ રૂપિયા કમાવા માટે કલાકો મહેનત કરતો હતો, એની જ સામે હું કરોડો રૂપિયાના પ્લૉટનો માલિક બની ગયો છું. આ ખુશી તેઓ પોતાના પરિવારના સભ્યોને જણાવી શકતા નહોતા. એક દિવસે એમજ કોઈ ખુશીની વાત પોતાના ડાઈનિંગ ટેબલ પર જણાવી ત્યારે તેમના પત્ની અને દીકરો એકી સાથે ચીસ પાડી ઊઠ્યા કે આપ એકલા જ દુનિયામાં કામ કરો છો અને બીજા નથી કરતા, જે પોતાની મેળે પોતાના કરેલા કામોના જાતે જ વખાણ કરી રહ્યા છે. ઘરની ગૃહસ્થીની વાતો કરો અથવા પોતાની વાત કરશો પોતાના જ ગુણગાનની જ વાતો. એ સમયે પવનકુમાર રસગુલ્લા ખાઈ રહ્યા હતા પરંતુ તેઓને એ રસગુલ્લાનો સ્વાદ કારેલા કરતાં પણ કડવો લાગી રહ્યો હતો. એજ વાતને યાદ કરતા પવનકુમારે જણાવ્યું કે પોતાના જ ઘરમાં પોતાના મનની થોડી વાતો કરી લઈએ તો થોડું સારું લાગે છે પરંતુ શું કરે, શું પરિવારના સદસ્યો તેમની વાતો, તેમની ભાવનાઓ સમજી શકશે ખરાં.

પવનકુમારે એ પણ જણાવ્યું કે નિશ્ચિતરૂપે તેઓ આગલા વર્ષે પોતાના જન્મ દિવસ પહેલાં બધી જ સમસ્યાથી મુક્ત બની જશે અને પછી લગભગ ચારેક મહીનાની લાંબી રજાઓ લઈ લેશે વિદેશ યાત્રા પર જવા માટે. સંતકુમાર જે અત્યંત સફળ ઉદ્યોગપતિ છે, તેઓએ જણાવ્યું કે પવનકુમારને કે ભાઈસાહેબ આપ એટલું જ કામ કરો જેટલા તમારી પાસે નાણાં હોય. આવશ્યકતા કરતાં વધારે પગ લંબાવાથી ઉત્પન્ન થાય છે મુશ્કેલીઓ, તેનો સામનો સ્વયંએ જ કરવો પડે છે. ન તો કુટુંબ, ન તો મિત્ર, ન તો પત્ની, ન તો પુત્ર, કોઈ જ કામમાં આવતું નથી, આવી વિકટ ક્ષણોમાં. મંદ મંદ હાસ્ય સહિત પવનકુમારે જણાવ્યું કે વાત તો તદ્દન સાચી છે ભાઈ સાહેબ, પરંતુ હવે તો મેં મારા જીવનનું લક્ષ્ય બનાવી લીધું કે એક સમયે, એકજ કામ કરીશ. પવનકુમારે આગળ જણાવ્યું કે અનેક વખત એકાંતમાં વિતાવેલી ક્ષણોમાં તો તેઓને લાગતું હતું કે હું આત્મહત્યા શા માટે ના કરી લઉં. અનેકવાર તો એમ લાગતું કે હું શા માટે કરી રહ્યો છું

આટલી બધી મહેનત. અનેક વાર તો એમ લાગતું કે કેવા છે આપણાં મિત્રો, ખાવાપીવા અને મોજમજા માટેતો બહુ બધા અને હવે જ્યારે તેમની પાસે પુરતો સમય છે પરંતુ આપણને ક્યારેક સમસ્યા આવી જાય વેપારમાં કે ઘરમાં ત્યારે એ સમસ્યાને સાંભળવા માટે કોઈની પાસે સમય નથી. એટલે સુધી કે પોતાના જ પરિવારના બાળકો પણ માત્ર એકજ બાબત નિહાળે છે આવી પરેશાનીઓની ક્ષણોમાં કે આપણે રજાઓ ગાળવા ક્યાં જઈશું આપણે? પવનકુમારજીની વાતો સાંભળીને સંતકુમારજીને લાગી રહ્યું હતું કે હકીકતમાં જીવનની વાસ્તવિકતા તો આજ છે કે આપણે પોતાના મનની વાતો મોટાભાગના સમયે કરી શકતા નથી. સંતકુમાર આ જ વાત પોતાની પત્નીની આગળ જણાવી રહ્યા હતા. પત્નીએ કશું પણ કહ્યું તો નહીં પરંતુ ક્રોધમાં તો પુષ્કળ હતી.તેને એવું લાગી રહ્યું હતું કે તેમના પતિ બધાની આગળ પોતાના પત્નીની આબરૂ ઓછી કરવા આવી વાતો જણાવી રહ્યા છે કે શું? જ્યારે બધાં લોકો આ વાતથી સહમત હતા કે મનની વાત કહે તો કોને કહે, ત્યારે મેં શ્રીમતી સંતકુમારજીને કહ્યું કે બહેનજી આ બાબતમાં આપનું શું મંતવ્ય છે?

પાંચ મિનિટ સુધી તો શ્રીમતી સંતકુમાર વિચારતી રહી. પછી તેમને એવું લાગ્યું કે શા માટે તેઓ પણ આજે પોતાના મનની થોડી વાતો જણાવે. યાદ કરી રહી હતી કે શ્રીમતી સંતકુમારજી પોતાના જમાનામાં પાંચ રૂપિયા મળતાં હતા પૉકેટમની. એમાંથી તેઓ થોડા પૈસા બચાવતી હતાં. ગલ્લામાં વધેલાં પૈસા નાંખતી અને થોડા મહીનાઓ પછી એ ગલ્લો તોડી નાંખીને પૈસા કાઢવામાં જે આનંદ આવતો હતો તેની કલ્પના કરીને પણ તેઓને અત્યંત આનંદ આવી રહ્યો હતો અને લાગી રહ્યું હતું કે તેઓ એજ યુવા વર્તમાન સમયમાંથી આવી રહી છે. આગળ પોતાના મનની વાત જણાવતા તેઓએ કહ્યું કે આજના સમયમાં તો આપણાં પૌત્રો- પૌત્રીઓને શાળાએ જતી વખતે ૧૦૦ - ૫૦૦ રોજેય આપવામાં આવે છે તે પણ તેઓ સંતુષ્ટ નથી. એ સાથે તેઓએ જણાવ્યું કે જ્યારે પણ તેઓ મુંબઈની બહાર ફરવા માટે જાય છે ત્યારે પોતાના પૌત્રો- પૌત્રીઓ માટે એ સ્થળેથી કોઈ ને કોઈ વસ્ત્રો, રમકડાં વગેરે લાવે છે. પરંતુ તેઓના મનને ત્યારે વધારે આઘાત લાગે છે, જ્યારે તેમના પૌત્રો- પૌત્રીઓ તથા વહુઓ સાથે મળીને તેમના લાવેલા વસ્ત્રો અને રમકડાંના વખાણ કરીને ધન્યવાદ આપવાના બદલે એવું બોલે છે કે મમ્મીજી આપની પસંદગી થોડી જુદી થઈ ગઈ છે. જરા જુઓ આ પ્રકારના કપડાં કેવી રીતે પહેરશે આજના બાળકો, અને તમે જે રમકડાં

લાવ્યા છો એ તો ખરાબ ધાતુના બનેલા છે જેનાથી બાળકો માંદા થઈ જશે. ભલે લાવ્યા છો તો રાખી લઈશું, કદાચ નોકરોને વગરેને આપવાના કામ ક્યારેક આવી જશે. આવી કડવી વાતો સાંભળીને મનમાં તો એવું થાય છે કે તરત જ જવાબ વાળી દઈએ પરંતુ અટકી જઈએ છીએ આપણે અને એવામાં આવા કડવા ઘુંટડા તો માત્ર પોતાના ગળામાં રહેવા દઈએ છીએ. શ્રીમતી સંતકુમારે આગળ જણાવ્યું કે તેમના પતિ પણ તેમને ઠપકો આપે છે અને કહે છે કે જ્યારે તારા પૌત્રો- પૌત્રીઓ તથા વહુઓને તારા લાવેલા રમકડાં અને તારાં લાવેલા કપડાં અને તારા ખરીદેલ મિઠાઈઓ વગેરે પસંદ આવતી નથી તો તું શા માટે લાવે છે આ બધો સામાન? બિચારી શ્રીમતી સંતકુમાર કેવી રીતે જણાવે પોતાના પતિને કે જ્યારે તેઓ બહાર જઈ રહ્યા હોય છે ત્યારે તેમના મનમાં હોંશ હોય છે કે પોતાના પરિવાર સદસ્યો માટે કંઈ ને કંઈ ભેટના સ્વરૂપમાં લઈ આવે. સંતકુમારે પુનઃ પોતાની વાતને આરંભતા જણાવ્યું કે પાછલા દિવસોમાં તેઓ વેપારના કામે જર્મની ગયા હતા. અચાનક એક મોટા ઔદ્યોગિક સંસ્થાનના માલિકે વાતો વાતોમાં જ સંતકુમારને વચમાં પૂછી લીધું કે સંતકુમારજી આવનારા સમયમાં પોતાના પરિવારનું સૂકાન કોના હાથમાં આપવાનું આપનું પ્રયોજન છે. જરા વિસ્તાર પૂર્વક વિચાર કરીને જણાવો અમને. આ બાબત વર્ષો જુની છે. એ સમયે સંતકુમારજીના બન્ને દીકરાઓ અભ્યાસ કરી રહ્યા હતા. એકાએક આવી વાત સાંભળીને તેમના મનમાં તો અત્યંત ક્રોધ ઉત્પન્ન થયો, પરંતુ કરે શું, વેપારનું કામ હતું. સંતકુમારે જણાવ્યું કે તેઓએ તો સ્વપ્નમાં પણ આવું નહોતું વિચાર્યું, તેઓની ઉંમર તો હજી છે માત્ર ૫૦ વર્ષની, પરંતુ જર્મનીમાં તેઓની સાથે કોઈ એ રીતે વાત કરી રહ્યું હતું, કે તેઓના મૃત્યુ પશ્ચાત કારોબાર કોણ સંભળાશે, કેવી રીતે ચલાવશે વગેરે વગેરે. પોતાના આવેશને નિયંત્રિત કરતા સંતકુમારે જણાવ્યું કે આપ ચિંતા ના કરો, મારો કારોબાર મારી પત્ની સંભાળે છે. એ સાથે બે દીકરાઓ છે જેઓ આગલા વર્ષે કૉલેજમાંથી ભણીને બહાર આવી જશે અને તેઓ પણ અમારા જ કારોબારને સંભાળી લેશે. પરંતુ આ બાબત સંતકુમાર પોતાની પત્ની સમક્ષ જણાવતા ખચકાતા હતા. તેઓને લાગી રહ્યું હતું કે જો પત્નીને જણાવીશ આ બધી બાબતો તો ક્યાંક એ અવળું વિચારવા ના લાગે. ક્યાકં એવું ના વિચારે કે મને કારોબાર કરતાં આવતો નથી અથવા તો બીજી કોઈ બાબત વિચારવા ન લાગે. પરંતુ આજે પોતાના મનની થોડી બાબતો નિકળતાં તેઓના મનમાં હળવી - શાંતિ અનુભવાઈ રહી હતી.

પવનકુમારની વાતોની શ્રૃંખલા તો સમાપ્ત થઈ ગઈ હતી પરંતુ પુનઃ ચર્ચા કરતાં તેઓએ જણાવ્યું કે સૌથી અધિક દુઃખ તો એ દિવસે થયું તેઓને, જ્યારે તેઓના પોતાના જ શ્વસુર એક પાર્ટીમાં કોઈને જણાવી રહ્યા હતા કે જુઓ મારો જમાઈ દેવાળીયો બની ગયો છે. એને વેપાર કરતાં તો આવડતો નથી. લોન લે છે વધારે વ્યાજની. પૈસા ચૂકવી શકતો નથી. અરે ભાઈ ! ધંધાની અંદર એક-એક કરીને પ્રોપર્ટી વેચતો જાય છે, નુકશાન કરતો જાય છે. ધંધો નથી આવડતો તો શા માટે કરે છે એ કારોબાર? આવા વિચાર જ્યારે પવનકુમારજીએ પોતાના જ સસરાના મોઢે સાંભળ્યા ત્યારે તેમના હૃદયને એકદમ ઝટકો લાગ્યો. પરંતુ પોતાના શ્વસુર અને પોતાની પત્નીને આ બાબતમાં એક પણ શબ્દની વાત કરી શકતા નથી. તેઓને લાગી રહ્યું છે કે જુઓ કેવો છે જમાનો અને વાત તો ખરી છે કે આપણે આપણાં મનની વાત નથી જણાવી શકતાં કોઈને.

કામની શ્રૃંખલા ચાલી રહી હતી. પવનકુમાર, સંતકુમાર અને હું બસમાં બેઠા હતા કારણ કે કર્મચારીઓ દ્વારા જે કાગળો તૈયાર કરવાના હતા એ તૈયાર થઈને હજુ આવ્યા નહોતા. અચાનક સંતકુમારે કહ્યું કે પાછલાં દિવસોમાં તેઓ હાપુડમાં કેરી ખરીદવા ગયા અને સાતસો રૂપિયા ડઝનના હિસાબથી મોંઘી કેરી ગોદરેજની દુકાનમાંથી ખરીદી લાવ્યા. બહુ રાજી થઈ રહ્યા હતા કે ચાલો આજે તો બહુ જ સરસ કેરીઓ ખરીદીને લાવ્યો છું. ઘરના સદસ્યોએ કેરી ખાધી એક કે બે કેરી થોડી ખરાબ નીકળી આવી. એમાંતો તેઓની પત્ની અને તેમના દીકરાએ કેટલી ખરી ખોટી સંભળાવી દીધી. પુત્રએ કહ્યું કે પિતાજી આપને કેરી લેવાની રીત નથી આવડતી, સારી કેરીની પારખ કરવાની શક્તિ આપનામાં નથી, તો આવી કેરી લાવીને શું કર્યું આપે. આનાથી તો સારો આપણો નોકર રામૂ છે જે કાયમ સારી કેરીઓ લાવે છે. ઉત્સાહથી ખરીદેલી કેરીના સંદર્ભમાં આવી વાતો સાંભળીને સંતકુમારજી ના મનમાં એક હળવો ધક્કો લાગ્યા. પરંતુ શું કહે, સાંભળી લીધી વાત અને ચાલી ગઈ વાત? કારણ કે વ્યસ્ત વ્યક્તિઓ જો પોતાના મનની નહીં જણાવે તો તો આગળ પ્રગતિ તો તેની થશે નહીં. આવી વિચારધારા રાખનારા સંતકુમાર નાની- મોટી વાતોને ધ્યાન પર જ નથી લેતા.

સંતકુમારે એ પણ જણાવ્યું કે ક્યારેક ક્યારેક તો તેઓ ફળોના બજારમાંથી કેરી લઈ આવે છે સારામાંની, અને સારું લાગે છે તેઓને જ્યારે પરિવારના સભ્યો બહુ મજાથી કેરી ખાય છે. ફટાફટ સંતકુમારની પત્નીએ કહ્યું કે કઈ કેરી લાવો છો તમે. વર્ષમાં એકાદ વાર બજાર ચાલ્યા ગયા અને કેરી લઈ આવ્યા, તો

એમાં તમે એવા તો કયા વખાણના કામો કરી નાંખ્યા, જેથી તમારા ગુણગાન ગાવામાં આવે! સંતકુમારના મનમાં તો થોડો ગુસ્સો આવી રહ્યો હતો, પરંતુ તેઓ હતા શાંત પ્રકૃતિના. હિંમત કરીને બોલ્યા કે જુઓ હું આખાય વર્ષ દરમિયાન ઓછામાં ઓછું ત્રીસ-ચાળીસ વાર ફળોના બજારમાંથી ફળો વગેરે લાવું છું, ડાઈનિંગ ટેબલની પાસે રાખી દઉં છું, ગુણગાન નથી ગાતો તેના, એટલે પરિવારના સભ્યોને ખબર પડતી નથી કે હું જ પરિવાર માટે શ્રેષ્ઠ ફળ કે શાકભાજી લાવતો હોઉં છું. વાત તો છે તો નાનકડી પરંતુ આવી નાની-મોટી વાતોને કોઈ સાંભળવા વાળું, સમજવાવાળું ન હોય, તો મન દુઃખી થઈ જાય છે. સંતકુમારે એક બીજી વાત જણાવી બધાની સામે અને કહ્યું કે આપને એક બીજી પણ વાત કહેવા માંગુ છું, જે મારા મન પર વીતી રહી છે, ઘટી રહી છે પરંતુ હું કોઈને પણ જણાવી શકતો નથી, ન તો મારી પત્નીને પણ. પોતાની વાતને આગળ વધારતાં તેઓએ આગળ જણાવ્યું કે પાછલા બે વર્ષ અગાઉ તેમના માતા-પિતાનું દેહાવસાન થઈ ગયું હતું. તેઓ એકમાત્ર પુત્ર હતા એટલે માતાજીના સંપૂર્ણ ઝવેરાત તેઓને મળ્યા હતા, બેંકનું લૉકર પણ તેઓના જ નામ પર હતું. પરંતુ સંતકુમારના મનમાં પોતાની માતાના ઘરેણાંના વિષયમાં જે વિચાર ઉત્પન્ન થઈ રહ્યા હતા એ ન તો તેઓની પત્ની સમજી રહી હતી, ન તો પરિવારના અન્ય સદસ્યો. સંતકુમારે એકદમ સ્પષ્ટ શબ્દોમાં જણાવ્યું કે તેઓને એ ઘરેણાં જોતાં એક અજબ પ્રકારનો ધક્કો લાગે છે અને એવું લાગે છે કે તેઓ ચોરી કરી રહ્યા છે. જ્યારે પણ લૉકર ખોલવા ગયા સંતકુમાર ત્યારે વારંવાર જે પણ ઘરેણાંને તેઓએ હાથ અડકાડ્યો ત્યારે તેઓને લાગ્યું કે કે તેઓના માતાના હાથને તેમના હાથમાં આવી રહ્યા છે. તેથી, તેઓ તો એવું ઇચ્છતા હતા કે એ ઝવેરાતને એમને એમજ રાખવામાં આવે. ન તો કોઈ તેને પહેરે, ન તો કોઈ કામમાં લાવે, ન તો પત્ની પહેરે, કોઈ બીજું પણ ના પહેરે એને. જુદા જુદા પ્રકારની વ્યક્તિઓની ભાવનાઓ જુદા જુદા પ્રકારની હોઈ શકે છે. પરંતુ એ ભાવનાને સમજનાર, સાંભળનાર સાથીદાર મળી જાય પરિવારમાં તો મનમાં અત્યંત શાંતિ આવી જાય છે. અંતમાં શ્રીમતી સંતકુમારે એજ કહ્યું કે ભાઈ સાહેબ આજે તો બહુ સારી ચર્ચા થઈ અને અમે બધાં લોકો પોત-પોતાના મનની વાત એકબીજાની સમક્ષ રાખીને પોતાના મનને હળવું અનુભવી શકીએ છીએ.

સ્વાર્થથી દૂર રહો

આશરે ૫ -૧૦ વર્ષ પહેલાંની વાત છે. ગુડગાંવમાં એક બહુ મોટી કંપનીના સેવા નિવૃત્ત થનારા કર્મચારીઓ માટે એક સેમિનાર કરવા હું ગયો હતો. એ કંપનીએ પોતાના લબ્ધ પ્રતિષ્ઠિત કર્મચારીઓને આમંત્રિત કર્યા હતા. સાથે-સાથે પોતાના દરેક કર્મચારીઓની પત્નીઓને પણ સેમિનારમાં આવવાનું આમંત્રણ આપેલું હતું. આ સેમિનાર કોઈ ત્રણ-ચાર દિવસ માટેનો હતો અને દરેક લોકોના રહેવા, ખાવા- પીવાની વ્યવસ્થા કંપની દ્વારા કરવામાં અવોલી હતી. એ આ સેમિનારમાં મને વિશિષ્ટ અતિથિના રૂપમાં આમંત્રિત કરવામાં આવેલ હતો અને મારે બોલવાનું હતું, ઈન્કમ ટેક્સ અને રોકાણ અંગેના વિભિન્ન વિષયોના સંબંધમાં. મારું વક્તવ્ય મોટા ભાગના ભાગ લેનારા કર્મચારીઓને મોહિત કરી ગયું. આ સેમિનારમાં ઈન્કમ ટેક્ષ અને રોકાણ સિવાય પણ મેં આધ્યાત્મિક મુદ્દાઓ પણ ચર્ચા કરી. રિટાયરમેન્ટ અર્થાત્ સેવાનિવૃત્તિ પશ્ચાત કેવી રીતે જીવનનો આનંદ લઈ શકાય અને માણી શકાય, એ અંગેના પણ વિચારો મેં પ્રસ્તુત કર્યા હતા. જે કંપનીમાં હું સેમિનાર કરવા ગયો હતો એ કંપનીના મેનેજીંગ ડાયરેક્ટર સાહેબ પણ પોતાની પત્ની શોભા સાથે આ સેમિનારમાં ભાગ લઈ રહ્યા હતા. આશરે એક સપ્તાહ પશ્ચાત મેનેજીંગ ડાયરેક્ટર સાહેબનો ફોન આવ્યો કે સુભાષજી અમે પતિ-પત્ની આપને આજે મળવા માંગીએ છીએ. મેં જણાવ્યું કે આજે મારે ક્યાંક બીજે જવાનું છે પછી કોઈ દિવસે મળી લઈશું. સહસા એક દિવસે પુનઃ એજ મેનેજીંગ ડાયરેક્ટરનો ફોન આવ્યો અને બોલ્યા કે આગલા રવિવારના દિવસે સવારે ૧૨ વાગ્યે આપણે લોકો તાજ માનસિંહ હોટલ, નવી દિલ્લીમાં લંચ માટે મળીશું અને આપે અવશ્ય આવવાનું છે. મનાઈ

તો સ્હજ પણ કરતા નહીં. એ સાથે-સાથે તેઓએ એમ પણ જણાવ્યું કે શ્રીમતી લાખોટિયાને પણ સાથે ચોક્કસ લેતા આવશો મેં સ્વીકારી લીધું અને રવિવારે બરાબર બપોરના ૧૨ વાગ્યે હું અને મારી પત્ની સુશીલા પહોંચી ગયા દિલ્લીની પંચતારક હોટલ તાજ માનસિંહમાં. આ અત્યંત ભવ્ય હોટલ છે અને બહુ મોંઘી પણ. અહીંયાનું જમણ અત્યંત પ્રખ્યાત છે. જ્યારે હું માર્ગમાં ગાડી ચલાવી રહ્યો હતો ત્યારે મેં મારી પત્નીને જણાવ્યું કે ભારતની એક બહુ વિશાળ કંપનીના મેનેજીંગ ડાયરેક્ટરે આપણેને બોલાવ્યા છે લંચ માટે. તેઓ અને તેમના પત્ની શોભા પણ હશે ત્યાં અને આપણે બન્ને પણ સાથે હોઈશું. તેઓની. પત્નીએ જણાવ્યું કે શું કોઈ ઑફિસનું કામકાજ છે આપનું? મેં કહ્યું, ના તે મેનેજીંગ ડાયરેક્ટર તો અમને સેમિનારમાં મળ્યા હતા અને ખબર નહીં કેમ બોલાવ્યા છે. લંચ માટે. હવે અમે હોટલ પહોંચી ગયા હતા. કાર પાર્કિંગ કરીને હોટલની લૉબીમાં અમે પહોંચ્યા ત્યારે તેઓ હેલેથી જ ઉપસ્થિત હતા એ કંપનીના મેનેજીંગ ડાયરેક્ટર સાથે હતા તેઓના પત્ની શોભા. હવે બપોરના ૧૨ વાગ્યા હતો બપોરના ભોજનનો સમય તો હતો એક વાગ્યાનો. હું વિચારી રહ્યો હતો કે આ એક કલાક આપણે શું કરીશું? એ સાથે-સાથે મારા મનમાં એવો વિચાર પણ આવી રહ્યો હતોકે ચોક્કસ આ મેનેજીંગ ડાયરેક્ટરને પોતાના કૌટુંબિક મામલામાં સંભવત: ઈન્કમટેક્ષ ની સલાહની જરૂર હશે. કોઈ મુદ્દા પર અથવા તો કોઈ રોકાણ અંગે તેઓ ઇચ્છી રહ્યા હશે મારી સલાહ. સૌથી પ્રથમ તો જ્યુસ આવ્યુ. ગપ્પાં ચાલતાં રહ્યા, ચર્ચાઓ ચાલતી રહી. તેઓના ધર્મપત્ની શોભાએ જણાવ્યું કે તેમને એ સેમિનાર ખુબ સારો લાગ્યો હતો. મારા પત્નીને શોભા વારંવાર જણાવીરહી હતી કે લખોટિયાએ જે વાતો સેમિનારમાં જણાવી હતી એ હકીકતમાં અત્યંત લાભની વાતો છે, અત્યંત કામની વાતો છે.

હવે હું વિચારવા લાગ્યો મનોમન કે આગલી ક્ષણ આવશે જ્યારે શરૂ થઈ જશે પ્રશ્નોની ઝડી મેનેજીંગ ડાયરેક્ટરના પત્ની શોભાની. અર્ધો કલાક વીતી ગયો હતો. હજુ પણ કોઈ પ્રકારનો ઈન્કમટેક્ષને લગતો પ્રશ્ન પૂછાયો નહોતો. શ્રીમતી શોભાએ જણાવ્યું કે પહેલાં તેઓ મુંબઈમાં રહેતી હતી અને થોડાં બાળકોને પોતાના ઘરે ભણાવતી હતી. એક દિવસ એક બાળક આવ્યો ભણવા માટે અને શોભાએ તેને કહી દીધું કે તેની પાસે સમય નથી. તું કેવી રીતે આવી શકીશ, તું તો બહુ દુર રહે છે. પરંતુ થોડી વાર પછી શોભાના મનમાં એ બાળક માટે સ્નેહ

ઉભરાઈ આવ્યો કારણ કે એ બાળક અંધ હતો અને એ ભણવા માટે શોભા પાસે આવવા માંગતો હતો. આગળ શોભાએ જણાવ્યું કે એણે સહજ પણે એ બાળકને ભણાવા માટે પોતાનો સવારો સમય આપ્યો એ પણ કોઈ પણ પૈસા લીધા વગર. એ બાળક વખતો વખત ભણવા માટે આવતો અને શોભા એને અત્યંત ખંતથી, તન્મયતાથી ભણાવતી રહી. અંતમાં શોભાએ જણાવ્યું કે જ્યારે એ બાળકે પોતાનું ભણતુર પુરૂં કરી લીધું ત્યારે શોભાએ પોતાના પતિદેવને કહીને એ બાળકને પોતાના પતિના કાર્યાલયમાં નોકરી પર પણ લગાવી દીધો. આ વાતો યાદ કરીને શોભાના મનને અસીમ શાંતિ મળી રહી હતી. મનમાં ગલીગલી થઈ રહી હતી, આનંદની પ્રાપ્તિ થઈ રહી હતી.જીવનમાંથી સંતુષ્ટિ પ્રાપ્ત થઈ રહી હતી. વાતો કરતા કરતા સમય વીતતો ચાલ્યો અને અમારા ભોજનનો સમય થઈ ગયો. ભોજન પણ જમી લીધું હું વિચારી રહ્યો હતો કે અગલી ક્ષણે ક્યો પ્રશ્ન પૂછશે ઈન્કમટેક્ષના સંબંધમાં. પરંતુ મારા આશ્ચર્ય વચ્ચે મેનેજીંગ ડાયરેક્ટર તથા તેઓઅી પત્ની શોભાએ અમે જમી લીધું અને વિદાય લેવા લાગ્યા છતાં પણ મને ન તો ઈન્કમટેક્ષને કે ન તો રોકાણને લગતો કોઈ પણ પ્રશ્ન પૂછ્યો ન તો કોઈ સલાહ પણ લીધી. જ્યારે અમે ગાડીમાં બેઠા ત્યારે મેં મારી ધર્મપત્નીને જણાવ્યું કે આવું તો મેં પહેલી વાર જોયું કે આટલી મોટી કંપનીનો મેનેજીંગ ડાયરેક્ટર અને તેમની પત્ની આપણને બપોરના લંચ માટે બોલાવે છે અને એક પણ શબ્દ ઈન્કમટેક્ષ અથવા તો રોકાણ અંગેના કોઈ પણ પ્રશ્ન અંગેની ચર્ચા સુદ્ધાં પણ કરે છે. આગળ મેં મારી પત્નીને જણાવ્યું કે વિશ્વાસ નથી બેસતો કે જીવનમાં આવા પણ લોકો હોય છે. એ દિવસથી એ મેનેજીંગ ડાયરેક્ટર પ્રત્યે અને તેઓની પત્ની શોભા પ્રત્યે મારા મનમાં અસીમ આદર ઉદ્દભવ્યો.

આ ઘટનાને જ્યારે હું યાદ કરું છું ત્યારે મને એજ પ્રેરણા પ્રાપ્ત થાય છે કે મનુષ્યએ એટલાં બધાં પણ સ્વાર્થી ન હોવું જોઈએ કે માત્ર સ્વાર્થવશ જ કોઈને ડિનર પર બોલાવે, લંચ માટે બોલાવે અથવા સાથે ફરવા કે ફેરવવા લઈ જાય. આ દંપત્તિની સાથે આધ્યાત્મિક વિષયો પણ ચર્ચા થઈ અને એ સમયે અત્યંત આનંદ આવી રહ્યો હતો અને લોકોને અને એવું લાગી રહ્યું હતું કે તેઓ અમારા વર્ષો જુના મિત્રો છે.

એક યાત્રા આવી પણ...

હવે આવો, પુસ્તકના અંતિમ પડાવ પર. હું આપને એક મનને એવી વાત જણાવવા માંગું છું જે મેં મોટાભાગે લોકોને જણાવી નથી અને એ વાત છે એક સત્ય ઘટના જે વિદેશમાં અમારા લોકો સાથે ઘટી હતી. એક સત્ય, રોમાંચિત સત્યકથાનું સ્મરણ. જ્યારે વિદેશી હવાઈ મથકે ખોવાઈ ગયા હતા અમારા પિતાજી. વાત તો આપને અત્યંત વિચિત્ર લાગી રહી હશે આપને. આખરે મારા પિતાજી જેઓની વય ૮૦ વર્ષની, અને જેઓ ખોવાઈ ગયા એ પણ વિદેશમાં અને એ પણ કોઈ બજારમાં નહીં, પરંતુ હવાઈ મથક પર. અનેક લોકોને મારી આ વાતથી હસવું આવતું હશે કે બાળક છે કે શું, જે ખોવાઈ જાય. આ સત્ય ઘટના ઘટી હતી. ૨૮ એપ્રિલ, ૨૦૧૧ના દિવસે. વાત હતી રાત્રિના સાત વાગ્યાની. હું મારી પત્ની અને મારા પિતાજી અને ઈંવેસ્ટર્સ ક્લબના ૨૫ સદસ્ય સાથે વિદેશ યાત્રા પર ગયા હતા. અમે લોકો ગયા હતા સાઉથ આફ્રિકાની યાત્રા પર. નવ-દસ દિવસની યાત્રાનો અંતિમ દિવસ હતો. ૨૮ મી એપ્રિલ, ૨૦૧૧, ના અમારે જોહાનિસ્બર્ગના હવાઈ મથકેથી પુનઃ દિલ્લી જવા માટે હવાઈ જહાજ પકડવાનું હતું. અમે બધાં લોકો હવાઈ મથકે પહોંચી ગયા હતા. પોતાનું ચેકિંગ કરાવ્યું. ૨૮મી એપ્રિલનો એ દિવસ અમારા માટે અત્યંત મહત્ત્વપૂર્ણ હતો કારણકે એ દિવસે મારા પિતાશ્રી આર. એન લાખોટિયાનો જન્મ દિવસ હતો. આજના દિવસે મેં મારો મૉબાઈલ ફૉન મારા પિતાજીને આપી રાખ્યો હતો જેથી આજના દિવસે ભારતથી તેઓના મિત્રો તથા સગાં સંબંધીઓ દ્વારા તેમના જન્મદિવસના વધામણીના સંદેશ તેઓને મળતાં રહે અને પિતાજી તેઓને ધન્યવાદ પણ આપી રહ્યા હતા. એટલા માટે મૉબાઈલ પણ આજે આખો દિવસ તેઓની પાસે જ હતો. થોડાં ડૉલર પિતાજીના ખિસ્સામાં કાયમ રહેતા હતા. આશરે ૯ વાગ્યે હવાઈ જહાજને પ્રસ્થાન કરવાનું હતું. દુબઈ થઈને અમારે ભારત આવવાનું હતું

એટલે મેં તેઓને જણાવ્યું કે હવે મૉબાઈલ મને આપી દો અને ડૉલર વગેર પણ આપો કે એને ભારતીય કરન્સીમાં પરિવર્તિત કરી લઈએ. જોહાનિસ્બર્ગ હવાઈ મથકે પહોંચીને સૌથી પહેલાં અમે ચેક ઈનનું કાર્ય કરી લીધું અને બૉર્ડિંગ પાસ લઈ લીધા. ખબર પડી કે જે કંઈ ખરીદી અમે કરી હતી, એ અંગેનું એક ફૉર્મ ભરીને જો અમે આપી દઈએ તો વેટના પૈસા અમને રિફંડ મળી જશે. આવું વિચારીને હું તથા મારા પત્ની અને મારી સાથે આવેલા બે-ચાર મિત્રોએ હવાઈમથકે એ કાર્યાલયને શોધવાનું શરૂ કર્યું જ્યાં અમારે વેટનો સ્ટૅમ્પ લગાવાનો હતો. મેં પિતાજીને તથા તેઓની સાથે બે-ચાર સાથીદારોને કહ્યું કે તમે બધાં સિક્યૉરિટી ચેક કરાવીને અંદર જતા રહો. અમે હમણાં દસ મિનિટમાં અવીએ છીએ.

અંદર જલ્દી મોકલવાનો મારો હેતુ એ હતો કે પિતાજી અંદર જતા રહે તો ત્યાં બેસીને પત્તાં રમી શકશે અને તેમના સમયનો પુરતો ઉપયોગ થઈ શકશે.આમ તો મારા પિતાજી પત્તાં રમવાના અત્યંત શોખીન છે પરંતુ તેઓ કદાપિ પૈસાથી નથી રમતા. પિતાજીને રવાના કરીને હવે હું અને અમારા સાથીઓ એ કાર્યાલયની શોધ કરવા લાગ્યા જ્યાં અમારે વેટના ચૂકવણાની સ્ટૅમ્પ લગાવાના હતા. પાંચ-દસ મિનિટમાં અમે અમારી કાર્યવાહી સમાપ્ત કરી લીધી. ત્યાર બાદ અમે સિક્યુરિટી તરફ વળ્યા અને હું અને મારા પત્ની સિક્યુરિટીમાં આવી ગયા. સિક્યુરિટીવાળાને મેં ત્રણેય પાસપોર્ટ બતાવી દીધા. એક પાસપોર્ટ હતો મારો, બીજો હતો મારાં પત્નીનો અને ત્રીજો મારા પિતાજીનો. સિક્યુરિટીવાળા વ્યક્તિએ કહ્યું ક્યાં છે આ ત્રીજી વ્યક્તિ? મેં કહ્યું એ મારા પિતાજીનો છે, તેઓને તેમનો બૉર્ડિંગ પાસ મેં તેઓને જ આપેલો છે. જેઓ દસ મિનિટ અગાઉ આગળ ગયા છે તો અંદર જ ક્યાંક બેઠા હશે અને પાસપોર્ટ મેં સાચવીને મારી પાસે રાખેલો છે. આ બાબત તેને ગળે ઉતરી નહીં. તેઓએ મને રોક્યો. અમને અંદર જવા દીધાં નહીં અને બોલ્યા આપ અંદર જઈ શકશો પણ ત્રીજી વ્યક્તિ ક્યાં છે જેનો પાસપોર્ટ તમે લઈને ફરી રહ્યા છો. પુનઃ એજ વાત મેં સમજાવી, ત્યારે તેઓએ કહ્યું કે વગર પાસપોર્ટે અહીંયા તો કોઈને પણ પેસવા દેવાતા નથી. મેં જણાવ્યું કે જુઓ અમારા ૨૫ સાથીઓ છે એકી સંઘાતે. બધાં અંદર ઊભેલા દેખાઈ રહ્યા છે, ત્યાં હશે પિતાજી. આપ કહો તો હું તેઓને લઈને આવું છું. હું અંદર ગયો અને જ્યાં સિક્યુરિટી ચેક પશ્ચાત બધાં લોકો ઊભા હતા, મેં જોયું તો પિતાજી ત્યાં ઊભા જણાયા નહીં. તત્કાળ મેં મારા સાથીદારો અને આઘે ઊભેલા ઈન્ચાર્જને પૂછ્યું કુ શું તેઓઅ પિતાજીને જોયા છે? તેઓએ જણાવ્યું કે 'હા', હજુ થોડી વાર પહેલાં જ્યારે અમે લોકો આવી રહ્યા હતા ત્યારે અમારી સાથે જ હતા પિતાજી પરંતુ તેમનો પાસપોર્ટ આપની પાસે હતો. તેથી, સિક્યુરિટી ચેકવાળાએ તેઓને પાસપોર્ટ

લાવવા જણાવ્યું અને આપના પિતાજી એવું કહીને ચાલ્યા ગયા કે હું હમણાંજ સુભાષ પાસેથી મારો પાસપોર્ટ લઈને આવું છું. આ વાત સાંભળીને હું બે-ચાર મિનિટ ત્યાંજ ઊભો રહ્યો કે કદાચ પિતાજી ગેટમાંથી અંદર આવી રહ્યા હોય તો અમને જોઈ લે અને તેઓનો પાસપોર્ટ દેખાડીને તેઓને અંદર લઈ લઈ ચાલું. દસ મિનિટ, પંદર મિનિટ, પચ્ચીસ મિનિટ વીતી ગઈ. મને તો પિતાજી દેખાયા નહીં, ત્યારે મેં સિક્યુરિટી ઑફિસરને જઈને જણાવ્યું કે હવે હું બહાર જવા માંગું છું જેથી પિતાજી જો મને શોધી રહ્યા હોય તો હું તેઓને લઈને અંદર આવી શકું. તેઓએ કહ્યું કે આપે એક વાર સિક્યુરિટીની રેખા પાર કરી લીધી છે તો હવે આપ આપ પેલી બાજુ નથી જઈ શકતા. મેં કહ્યું કે મારા પિતાજી વયોવૃદ્ધ છે, તેમનો પાસપોર્ટ મારી પાસે છે અને આપ મારો બૉર્ડિંગ પાસ પોતાની પાસે રાખી લો અને મને બહાર જવા દો, તેઓએ મારી વાત માની નહીં. હું પણ આક્રોશમાં આવી ગયો. મેં કહ્યું કે હું જઈશ તો ચોક્કસ પણે, ત્યારે તેઓએ અંદરોઅંદર ચર્ચા કરીને કહ્યું કે આપ પતિ, પત્નીમાંથી એક માણસ જાય. મેં તેઓના હાથમાં મારો પાસપોર્ટ આપી દીધો અને મારી સાથે એરપોર્ટ સિક્યુરિટી કાર્યાલયનો એક સિપાઈ પણ મારી સાથે હતો. હું સિક્યુરિટી એરિયાની બહાર ઊભો હતો, આશા હતી કે પિતાજી મને મળી જાય કારણ કે વગર પાસપોર્ટે સિક્યુરિટી પાર કરીને તેઓ અંદર જઈ શકતા નહોતા. એવી આશાથી મેં મારી દૃષ્ટિ આજુબાજુ દોડાવી મને ક્યાંય પિતાજી દેખાયા નહીં.

હવે હું હવાઈ જહાજની કંપનીના એ કાઉન્ટર પર ગયો જ્યાં અમે બુકિંગ કરાવેલું હતું અને મેં પુછ્યું કે અહીંયા કોઈ વડીલ વ્યક્તિ આવેલ હતા શું? તેઓએ કહ્યું, ના! હમણાં તો કોઈ નથી આવ્યું. ત્યારે મને ચિંતા થવાની શરૂ થઈ ગઈ. ચિંતા એ બાબતની થઈ રહી હતી કે અમારા સાથી જણાવી રહ્યા હતા આશરે અર્ધા કલાક પહેલાં જ્યારે પિતાજી તેઓએ મળ્યા હતા ત્યારુે તેઓએ કહ્યું હતું કે હું સુભાષ પાસેથી મારો પાસપોર્ટ લઈને આવું છું, આખરે પિતાજી ગયા તો ક્યાં ગયા? હવાઈ મથકના પોલીસ અધિકારી મારી સાથે હતા. મારો પાસપોર્ટ પણ એ અધિકારીના હાથમાં હતો. મેં વિચાર્યું કે પિતાજી આમ તેમ ફરવા લાગ્યા હશે અથવા તો કોઈ મિત્રનો ભેટો થઈ ગયો હશે એટલે વાતો કરવા લાગ્યા હશે અથવા તો મને શોધી રહ્યા હશે. આમ કરતાં હું દસ -પંદર મિનિટ સુધી આખાય હવાઈ મથકને ફંફોસી વળ્યો.મને મારા પિતાજી ક્યાંય દેખાયા નહીં.દરેક ક્ષણે મારા મનનો ગભરાટ વધતો જતો હતો. મનમાં અનેક વિચારોનું આવાગમન થઈ રહ્યું હતું. જબરદસ્ત તણાવ હતો મન પર. કરું તો શું કરું, આવી હતી સ્થિતિ. હું પુનઃ ગયો હવાઈ મથકના પોલિસ અધિકારી પાસે, સમસ્યા

જણાવી અને તેઓને અનુયય કર્યો કે આપ મહેરબાની કરીને એક ઘોષણા કરાવી આપો કે શ્રી આર. એન. લાખોટિયા જ્યાં પણ હોય તેઓ મહેરબાની કરીને આ સ્થાન પર આવી જાય,તેમનો પુત્ર તેઓની રાહ જોઈ રહ્યો છે.અનેક વિનંતિ કરવા છતાં પોલી અધિકારીએ મારી એક પણ વાત સાંભળી નહીં. તેઓએ કહ્યું કે આ હવાઈ મથક પર કોઈ પણ આવી ઘોષણા કરવાનો અધિકાર અમને નથી. મેં કહ્યું કે આપ એરપોર્ટના ઉચ્ચ અધિકારીને બોલાવો, મારી વાત કરાવો. હું દડતો દોડતો હવાઈ મથકની કંપનીના કાર્યાલયમાં ગયો તથા એ કાર્યાલયમાં મારી સમસ્યા જણાવી. પરંતુ તેની કોઈ જ અસર વર્તાઈ નહીં, તેઓએ કહ્યું કે અમે કશું પણ કરી શકીએ તેમ નથી.આપ શોધો આટલામાં જ ક્યાંક હશે.હવે હું શું કરું?હું વળી પાછો એજ સ્થાન પર આવ્યો સિક્યુરિટી એરીયામાં જ્યાં અમારા બધા જ સાથીદારો ઉપસ્થિત હતા. મેં ફરીથી બધાને પૂછ્યું કે શું તેઓએ પિતાજીને જોયા હતા? બધાંએ કહ્યું કે નથી જોયા. આ તરફ દરેકના મનની ચિંતા વધતી જતી હતી કે છેવટે લાખોટિયાજી ગયા ક્યાં?મેં મહા મુસીબતે હવાઈ મથકના એક અધિકારીને વિનંતિ કરી ઓછામાં ઓછું એક વાર તો ઘોષણા કરાવી દો. તેઓનો અંતિમ ઉત્તર એજ હતો કે તેઓ કશું પણ કરી શકે તેમ નહોતા. હવે મારા હૃદયના ધબકારાં વધવા લાગ્યા હતા. મેં હાથ જોડીને વિનંતી કરતાં પુનઃ અધિકારીઓને કહ્યું કે આપ મારો પાસપોર્ટ રાખી લો અને હું આપના પોલીસ અધિકારી સાથે આખાય હવાઈ મથકનું ચક્કર કાપી લઉં અને શોધું કે મારા પિતાજી ગયા છે ક્યાં? એટલામાં અમારા ગ્રુપના એક સદસ્યે એ પણ કહ્યું કે બાથરૂમમાં પણ તપાસ કરી લો. બની શકે છે કે કોઈ કારણથી બાથરૂમાં ગયા હોય, લપસી ગયા હોય, ખબર પણ ના પડે અને દરવજો પણ બંધ હોય. આવો સુઝાવ સાંભળીને મારા મનનો તણાવમાં વૃદ્ધિ થઈ ગઈ. હું પુનઃ પોલીસ અધિકારી સાથે જોહાનિસ્બર્ગ હવાઈ મથકને સંપૂર્ણ હવાઈ મથકને દ્રુતગતિએ ચાલતાં ચાલતાં જોવા લાગ્યો. વચમાં ડેડી ડેડી બોલતો રહ્યો કે તેઓ મારો અવાજ સાંભળી શકે. બહુ ઝડપથી ક્યારેક જમણી બાજુ, ક્યારેક ડાબી બાજુ, ક્યારેક આગળ ક્યારેક પાછળ, ક્યારેક ડિપાર્ચર લાઉન્જમાં, ક્યારેક ડોમેસ્ટિક ડિપાર્ચરમાં, ક્યારેક અન્ય શૉપ્સમાં શોધવા લાગ્યો હું મારા પિતાજીને.

એરપોર્ટ મોટું તો હતું પરંતુ એટલું બધું વિશાળ પણ નહોતું કે કોઈ ત્યાં આવી રીતે ગુમ થઈ જાય. આખાય એરપોર્ટમાં અર્ધો કલાકસુધી ચાલતા-ચાલતા, દોડતા દોડતા પિતાજી શોધી શક્યો નહોતો. પગ તીવ્ર ગતિએ ચાલતા હતા, દૃષ્ટિ આમતેમ દોડી રહી હતી પિતાજીને શોધવા માટે અને મસ્તિષ્ક જુદી રીતે કાર્ય કરી રહ્યું હતું.જ્યાં મગજમાં અનેક પ્રકારના વિચારો આવી રહ્યા હતા. એવો

પણ વિચાર આવતો હતો કે કોઈ પિતાજીને ઉપાડી તો નથી ગયું ને, કોઈએ મારી તો નહીં દીધાં હોય. ક્યાંક પડી તો નહીં ગયા હોયને. ક્યાંક વાગ્યું તો નહીં હોયને. આ બધું બની ગયું માત્ર દસ મિનિટમાં અને દસ મિનિટમાં આવી રીતે ક્યાં ગુમ થઈ જાય, વિશ્વમાં દરેક જગ્યાએ ગયા છે. બહુ બધું ફર્યા છે. એરપોર્ટ પર શું કેમનું હોય છે એ બધી જ બાબતોથી તો તેઓ માહિતગાર છે. ભણેલા ગણેલા હોંશિયાર છે અને એ જ્યારે ન મળે એ બાબત ચિંતા એ વ્યાજબી છે. એક વાર તો મને થયું કે લાવ હું દિલ્લીમાં મારા પુત્રને ફોન કરું કે દીકરા, આવી સમસ્યા ઉદ્દભવી છે.એક વાર વિચાર્યું કે અમારી ટ્રાવેલ એજન્સીને ફોન કરું, પિતાજી મળતા નથી. જ્યારે હું પાછો આવ્યો ત્યારે અમારા ટુરની ગાઈડ હતી તેણે જણાવ્યું કે ચાલો હું જઈને તપાસકરીને આવું છું. એ ગાઈડની સાથે પણ મને પેલા પોલીસ અધિકારીએ જવા દીધો નહીં.મને આશા હતી કે અમારી ટુર ગાઈડના સંપર્કો હવાઈ મથકના અધિકારીઓ સાથે વધારે સારા હશે અને એ પિતાજીને શોધીને લઈ આવશે. અમારી ટુર ગાઈડના મનમાં વિશ્વાસ હતો. એનો વિશ્વાસ જોતાં તો એમજ લાગતું હતું કે એ ચોક્કસ પણે પિતાજીને થોડાજ સમયમાં શોધીને લઈ આવશે. આવી ગઈ પંદર વીસ મિનિટ શોધીને ફરીને અમારી ગાઈડ. એની સાથે પિતાજી દેખાયા નહીં. હવે મારા હૃદયના ધબકારાં ખુબ જ વધી ગયા. મેં અધિકારીઓને વિનંતી કરી કે હવે તો ઘોષણા કરાવો, પરંતુ તેઓના સમજમાં આ વાત આવી રહી નહોતી, ઉલ્ટાનું તેઓ મને વારંવાર ઠપકો આપી રહ્યા હતા કે આપ તમારી સીમાથી સ્હેજ પણ આગળ વધ્યા કે બહાર જવાનો પ્રયાસ પણ કર્યો તો આપની પર અમારે પોલીસ કાર્યવાહી કરવી પડશે. હું વારંવાર તેઓને સમજાવાનો પ્રયાસ કરતો જ રહ્યો કે મારા પિતાજી વયોવૃદ્ધ છે, તેઓને એકલવાયાપણાંની બીક લાગશે, દહેશત લાગશે, તેઓ પડી જઈ શકે છે, તેઓને તણાવ આવી જઈ શકે છે, તો ઓછમાં ઓછું એક વાર તો ઘોષણા કરાવી દો કે મિસ્ટર લાખોટિયા સાહેબ, અમુક સ્થાન પર આવી જાવ.

મારી વતની તેઓ પર સ્હેજ પણ અસર થઈ નહીં.હું વળી પાછો ઉપડ્યો એક પોલીસ અધિકારી સાથે. સૌથી પહેલાં હવાઈ મથકના સુરક્ષા ક્ષેત્રના નીચેના ભોંયરામાં હું ગયો.ત્યાં તો આના કરતાં વધારે કડક સુરક્ષા હતી. ત્યાં ના સુરક્ષા અધિકારીઓને મળ્યો મારા રોંદણા રડ્યા, પરંતુ તેઓને લગીર સરખી પણ અસર થઈ હોય તેમ લાગ્યું નહીં અને હું વળી પાછો પોલીસ અધિકારી સાથે નીકળ્યો હવાઈ મથકના બધે જ ચક્કર કાપવા. સૌ પ્રથમ બાથરૂમમાં ગયો, દરેક બાથરૂમમાં, દરવાજો ખટખટાવી હું જોરથી બોલતો ડેડી ડેડી. અંદરથી કોઈ અંગ્રેજનો અવાજ સંભળાતો, અંદરથી કોઈ મહિલાનો સ્વર સંભળાતો, કોઈક

બાળકનો અવાજ સંભળાતો અને હું સોરી સોરી બોલતો આગળ ચાલવા માંડતો. એક બે પોલીસ અધિકારી આ તમાશો નિહાળી રહ્યા હતા. બીજું કોઈ પણ મદદ કરનારૂં ત્યાં નહોતું. અમારા ગ્રુપના બધાં જ લોકો અંદર બેઠા હતા. હવાઈ જહાજને ઊડવામાં હવે માત્ર એકજ કલાક બાકી હતો. વાત સમજાતી નહોતી કે પિતાજી આવી રીતે ક્યાં ખોવાઈ ગયા છે. ગયા તો ક્યાં ગયા છે.બીક પણ લાગી રહી હતી કે ક્યાંક તેમના હાથમાં રહેલી મોટી હીરાની વિંટી જોઈને કોઈ ચોર-બદમાશે તેઓનું અપહરણ ન કરી લીધું હોય કે તેમને લઈને પલાયન ન થઈ ગયો હોય. એટલામાં મને વિચાર આવ્યો કે તેમના ખોવાઈ જવાનો રીપોર્ટ લખવા માટે જણાવું. હવે હું પાછો પોલીસ અધિકારીને મળ્યો. તેઓને મેં જણાવ્યું કે મારા પિતાજીના ખોવાઈ જવાનો રીપોર્ટ તેઓ લખે કે તેઓ ખોવાઈ ગયા છે. આશરે બે કલાક ઉપરનો વખત વીતી ગયો છે. અને તેઓ મળતાં નથી અને તેઓનો ક્યાં પત્તો જડતો નથી. પણ પોલીસે કહ્યું કે હજુ તો માત્ર બે જ કલાક થયા છે ચોવીસ કલાક અગાઉ તેઓ આવી ફરિયાદ લખી શકે નહીં. સમાચાર પત્રોમાં ચર્ચા કરી શકે નહીં. કોઈ કાર્યવાહી પણ કરી શકે નહીં. સમાચાર પત્રોમાં ચર્ચા, આ બાબત સાંભળતા જ મારા મનમાં ધ્રાસ્કો બેસી ગયો. સખ્ત બીક લાગી રહી હતી. આવી બીક મને પહેલાં ક્યારેય લાગી નહોતી. મસ્તિષ્ક પૂર્ણતઃ શૂન્ય બની ગયું હતું. સહસા મારા મનમાં એક વિચાર આવ્યો કે અમે લોકો હવાઈ મથક પર લગાવેલાં કેમેરામાં તપાસ કરવાનું આરંભ કરીએ.ત્યારે સંભવતઃ કદાચ પિતાજીનો કોઈ સમાચાર મળી જાય વળી કે અત્યારે હાલમાં તેઓ ક્યાં છે? કામ તો હતું અત્યંત વિકટ, પરંતુ અમારી પાસે હવે પિતાજીને શોધવાનો અંતિમ માર્ગ હતો. પુનઃ સિક્યુરિટીના કાર્યાલયમાં ગયો, હાથ જોડ્યા, વિનંતી કરી, પ્રાર્થના કરીને જણાવ્યું કે મારા પિતાજી પર કોણ જાણે શું વિતી રહ્યું હશે આપ તેની કલ્પના પણ કરી મને લાગી શકતા નથી. જે વ્યક્તિ ૮૦ વર્ષની હોય, જ્યારે મારી જ પોતાની એવી હાલત થઈ રહી છે કે હું કોઈ પણ સમયે ફસડાઈ પડું તેમ લાગે છે, તો તેમનો તો પત્તો જ નથી. મારું હૃદય જોસભેર ધડકી રહ્યું હતું. મારા મુખમાંથી શબ્દો પણ નહોતા નીકળી રહ્યા. કૃપા કરીને ઝડપ કરો અને ઝડપથી જુઓ એ ચિત્રોને. મને એમ લાગી રહ્યું હતું કે તેઓને મારા પર દયા આવી ગઈ હતી.

પોલીસ અધિકારીએ પુનઃ સિક્યુરિટી કક્ષમાં લઈ ગયા જ્યાં તેઓએ મને જણાવ્યું કે હમણાં કાર્યવાહી કરીએ છીએ કેમેરામાં શોધવાની. આ તરફ હું જ્યારે પાછળની બાજુએ શોધી રહ્યો હતો પિતાજીને ત્યારે મારા પત્ની સામે ઊભા રહીને ગેટ તરફ વારંવાર એકી ટશે જોયા કરતી હતી કે ક્યારે હું આવું અને ક્યારે હું

પિતાજીને સાથે લાવું. પત્નીનું મુખ રડું રડું થઈ રહ્યું હતું. ઓળખી પણ ન શકાય એ હદે એમનો મુખ રોતલ બની ગયું હતું, જાણે હમણાં જ રડી પડશે. આખરે તેને પણ જબરદસ્ત ગભરાટ થઈ રહ્યો હતો. અને તેને સમજ પડતી નહોતી કે આખરે થયું છે શું? ક્યાં ગયા પિતાજી? દૂરના પ્રત્યેક પચ્ચીસ સદસ્યોના મુખ પણ પણ માતમ છવાયેલો હતો. બધાં માહોંમાહે ચર્ચા કરી રહ્યા હતાકે હવે શું કરીએ? આપસમાં તેઓએ પ્લાન બનાવ્યો કે આગલા એક કલાકમાંહવાઈ જહાજ રવાના થઈ જશે, આવામાં સુભાષની સાથે ઓછામાં ઓછું બે કે ત્રણ વ્યક્તિઓ રોકાઈ જાય અને આગળની કાર્યવાહી કરે શ્રી લાખોટિયાજીને શોધવા માટેની. આ તરફ મારા પત્નીએ જોયું કેં હજું સુધી હું પણ આવ્યો નથી ત્યારે તેણે એ ઊભી રહી સિક્યુરિટી કાઉન્ટરો પર. સહસા એક મહિલા કે જે હવાઈ મથકની સિક્યુરિટીની જ સદસ્યા હતી તેણે મારી પત્નીને બોલાવીને કહ્યું કે મેડમ તમે લોકો પેલા ગેટની પાછળ પણ તપાસ કરી લો જ્યાંથી હવાઈ જહાજનું પ્રસ્થાન થાય છે. મારી પત્નીએ જણાવ્યું કે હમણાં તો આપે જણાવ્યું કે પાસપોર્ટ દેખાડ્યા સિવાય અંદર કોઈ પ્રવેશી શકતું નથી, તો આવામાં અમે ત્યાં જઈને શું કરીશું? કારણકે મારા શ્વસુરજીનો પાસપોર્ટ તો અમારી પાસ જ પાસે છે. પરંતુ એ મહિલા સિક્યુરિટીની વાત મારી પત્નીના સમજમાં આવી ગઈ અને એણે ચાલવા માંડ્યું એ ગેટ ભણી જ્યાંથી હવાઈ જહાજનું પ્રસ્થાન થવાનું હતું. તેની સાથે અમારા ગ્રુપમાના એક મહિલા પણ જવા લાગ્યા.

થોડી વાર પશ્ચાત જ્યારે અમે પોલીસ કાર્યવાહી કરવા માટે બેસી ગયા, કેમેરામાંના ફૂટેજને ચકાસવા માટે. એટલામાં મારી પત્નીનો ફોન મારી પર આવ્યો કે પિતાજી દેખાઈ રહ્યા છે. તેઓ પ્રસ્થાન વાળા ગેટ પાસે બેઠેલા દેખાય છે. એકાએક આ સમાચાર સાંભળીને એટલી બધી પ્રસન્નતા થઈ કે એક વાર તો વિશ્વાસ જ ના બેઠો , અને એવી બીક પણ લાગી કે ક્યાંક તે ખોટું તો નથી બોલી રહીને. કોઈ દુર્ઘટના તો નથી બની ગઈને, પરંતુ જ્યારે મારી પત્નીએ પુનઃ મને જણાવ્યું કે આપ આ નંબરના ગેટ પાસે આવી જાવ જ્યાંથી આપણું હવાઈ જહાજ પ્રસ્થાન કરવાનું છે અને ત્યાંજ પિતાજી બેઠા છે, એટલે મારા જીવમાં જીવ આવ્યો. હું દોડતો દોડતો અમારા સાથીદારો સાથે એ ગંતવ્ય સ્થાને પહોંચી ગયો જ્યાંથી હવાઈ જહાજ પ્રસ્થાન કરવાનું હતું. ત્યાં સૌ પ્રથમ મેં મારા પિતાજીને નિહાળ્યા, બહુ આનંદથી બેઠા હતા. પત્તાં રમી રહ્યા હતા. તેઓને તો કંઈજ ખબર પણ નહોતી કે અમારા લોકો પર શું વીત્યું છે? તેઓને તો એવી પણ ખબર નહોતી કે તેઓ ખોવાઈ ગયા હતા અને પાછલા બે કલાકથી તેમની શોધખોળ ચાલી રહી છે. આ તો હું પ્રભુની કૃપાજ ગણું છું કે કોણ જાણે કેમ એ મહિલાના મનમાં એવો

વિચાર આવ્યો કે આપ અંદર જઈને ગેટની પાસે તેમની તપાસ કરો. જ્યારે અમે અત્યંત શાંતિથી આ સઘળી ઘટના પિતાજીને જણાવી ત્યારે તેઓને અત્યંત આશ્ચર્ય થયું અને જ્યારે મેં તેમને પૂછ્યું કે આ આખરે ક્યાં ખોવઈ ગયા હતા અને અહીયા કેવી રીતે આવી ગયા? તેઓએ જણાવ્યું કે જ્યારે તેઓ સિક્યુરિટી માટે ગેટમાં પ્રવેશ્યા ત્યારે સિક્યુરિટી કર્મચારીએ કહ્યું કે આપ આપનો પાસપોર્ટ દેખાડો, અન્યથા આપ અંદર નહીં જઈ શકો, ત્યારે તેઓ વળતાં પગલે પાછા વળ્યા મારી પાસે આવવા માટે, મને શોધવા કે મારી પાસેથી પાસપોર્ટ લાવી શકે. પરંતુ તેઓ બહાર નીકળવાના બદલે સિક્યુરિટીના દરવાજામાં જતા રહ્યા. સિક્યુરિટી વાળાઓએ તેમનો બૉર્ડિંગ પાસ જોયો, અને તેમને પાસપોર્ટ અંગે પુછ્યું અને પિતાજીએ જ્યારે જણાવ્યું કે તેમનો પાસપોર્ટ તેમના દીકરા પાસે છે અને સિક્યુરિટી વાળાએ તેમને અંદર જવા દીધા. જ્યારે અમારા ૨૫ સદસ્યોમાંનું કોઈ પણ તેઓને દેખાયું નહીં ત્યારે તેઓ જે ગેટમાંથી હવાઈ જહાજ પ્રસ્થાન કરવાનું હતું એ જગ્યાએ જઈને બેસી ગયા. બે -ચાર મિનિટ જ બેઠા હશે કે અમારા ગ્રુપનો એક સદસ્ય તેમને દેખાઈ ગયો અને તેમની સાથે તેઓ પત્તા રમવા બેસી ગયા. પિતાજીને તો એ પણ ખબર નહોતી કે શું વિતી રહ્યું હતું અમારી પર અને તેમની શોધખોળ ચાલી રહી હતી. પરંતુ તેમને જોઈને અમારા બધાંના જીવમાં જીવ આવ્યો. જ્યારે પણ હું આ આપત્તિ અંગે વિચાર કરું છું ત્યારે મન અચંભિત બની જાય છે. વિશ્વાસ નથી બેસતો કે જ્યાં અમે બે કલાક બગાડ્યા તેમનો શોધવા માટે. ત્યાં પિતાજી તો બેઠા હતા અત્યંત આરામથી પરંતું દરેકના મનમાં આનંદ એ બાબતનો હતો કે ચાલે પિતાજીને તો કોઈ પણ પ્રકારની મુશ્કેલી નડી નહોતી. જ્યારે મળ્યા ત્યારે મેં તેઓને જણાવ્યું કે આપ તો જનક રાજા જેવા છો. અત્યંત આરામથી બેસી ગયા હતા એક રાજાની માફક જ્યારે તેમને બધી ખબર પડી કે અમારા બધાં પર શું વીત્યું છે ત્યારે તેઓએ થોડી ચિંતા અનુભવી કે બધાં લોકોને મારે કારણે કેટલી બધી મુશ્કેલીમાંથી પસાર થવું પડ્યું.

પરંતુ હું એવું માનું છું કે માત્ર પ્રભુની કૃપાને કારણે આ બધું શક્ય બન્યું અન્યથા એવો કેવો સંયોગ કે પિતાજીને સિક્યુરિટી વાળા પાસપોર્ટ દેખાડ્યા સિવાય અંદર જવા દે એ ગેટ તરફ જ્યાંથી વિમાન પ્રસ્થાન કરવાનું હતું અને વળી ત્યાં આરામથી બેસી પણ ગયા. તેમને કોઈ પણ પ્રકારની મુશ્કેલી પડી નહોતી. અને હા, સિક્યુરિટી કર્મચારી મહિલા જેણે મારી પત્નીને સલાહ આપી કે જાવ પ્રસ્થાનના ગેટ પર એક વખત તપાસ કરી લો. મને તો લાગે છે કે ભગવાનના સ્વરૂપમાં જ એ મહિલા સિક્યુરિટી ઑફિસર હતી.આજે ભારત પહોંચ્યા પશ્ચાત આ અંગે વિચાર્યું કે લોકોને જણાવું, વાત કરું જ્યારુ મળવા

આવના મિત્રો, સંબધિઓ વગેરે પૂછે છે કે કેવી રહી યાત્રા ત્યારે મારું મન થાય છે કે આ રોમાંચિત સત્યનું સ્મરણનો હવાલો તેઓને આપી દઉં. પરંતુ એજ વાત છે કે કોને કહું આ વાત જે અમારી સાથે વીત્યું. ખબર નહીં લોકો કેવો ય અર્થ કાઢે, જાત જાતની અટકળો બાંધે. ચાર જણા તો મને જ વઢી નાંખે કે તારે સાવચેતી રાખવી જોઈએ ને વગેરે વગેરે. પરંતુ સત્ય તો એ હતું કે અમારા બધાં ના હોશકોશ ગુમ થઈ ગયા હતા. જ્યારે બે કલાક સુધી બધાં લોકો શોધતાં રહ્યા અને પિતાજી મળ્યા નહોતા હવાઈ મથક પર. આવનાર સમયમાં આવા પ્રકારની કોઈ પણ બીના અમારા ઘરમાં ઘટી નહીં, એના માટે અમે નક્કી કરી લીધું હતું કે પરિવારના દરેક સદસ્ય પાસે પોતાનો મૉબાઈલ હોવો જોઈએ. રૂા ઘટનાનું સ્મરણ હજુ પણ મારા મસ્તિષ્કમાંથી ખસ્યું નથી, જેટલો તેના વિશે વિચાર કરું છું ચિત્રપટની માફક એ આખુંય ચિત્ર મારી સમક્ષ ફરવા લાગે છે.મેં તો મારા પાઠકોને મારા મનની વાત જણાવી દીધી અને મારા મનમાં શાંતિ થઈ ગઈ. પરંતુ આપ આ પુસ્તક વાંચીને પછી એક વાર વિચારી લો, કે મનની વાત કોને કરીએ, આ વાત ખરેખર વાસ્તવિકતા છે જીવનની. આપ આજથી જ ચેષ્ટા કરો કે ઓછામાં ઓછા બે કે ત્રણ એવા મિત્રો બનાવીએ , જેને આપણે આપણાં મનની વાત જણાવી શકીએ અને એ મિત્ર પોતાના મનની વાત તમને જણાવી શકે. છેવટે આપસમાં જ એક મેકને મનની વાત કહીશું તો મન હળવું બની જશે. જીવન આનંદ મય બની જશે. જીવન સુંદર લાગવા માંડશે. અન્યથા બનાવટી હાસ્યની સાથે જીવ્યા પછી જીવનનો આનંદ નહીં મળી શકે.

એક વાર પુનઃ આ બાબતની ચર્ચા આવશ્યક છે કે જો આપનું જીવન પણ કંઈક આવાજ પ્રકારનું છે કે આપ પોતાના મનની વાત કહેવામાં સક્ષમ નથી બની શકતા પોતાની જાતમાં, ચેષ્ટા કરો છો, પરંતુ જ્યારે વાત આવે છે ત્યારે હોઠોમાંથી નીકળવાની અને નીકળી શકતી નથી ત્યારે આપ પ્રભુને, અલ્લાહ, જીસસ, ગુરુ જેને આપ પોતાના ગણો છો એની સમક્ષ બેસીને પોતાના મનની વાત જણાવી દો. પોતાની આંઓમાંથી વહેતા આંસુઓ સહિત વાર્તાલાપ કરો, અસીમ શાંતિ પ્રાપ્ત થશે, આનંદ પ્રાપ્ત થશે, જીવવાનો નવો માર્ગ પ્રાપ્ત થશે. અંતમાં વિનમ્ર અનુરોધ છે કે આપ જો પોતાના મનની વાત કોઈને પણ જણાવી શકતા નથી તો લેખકને મોકલી આપો પત્ર દ્વારા મનની વાત લખીને અને વિશ્વાસ છે કે આપનું મન હળવુંફૂલ બની જશે, મનમાં શાંતિ આવશે. આપ મને ફોન પણ કરી શકો છો. લેખકને આ સરનામે પત્ર લખવોઃ સુભાષ લખોટિયા, એસ-૨૨૮, ગ્રેટર કૈલાશ ભાગ-૨, નવી દિલ્લી, ૧૧૦૦૪૮, મો. ૦૯૮૧૦૦૦૧૬૬૫.

દિલની વાત તમારી સાથે

પોતાના પાઠકોની સમક્ષ એક નાનકડો વિચાર પ્રસ્તુત કરવા માંગીશ અને એ વિચાર એવો છે કે જો આપ એ વિચારને કાર્યાન્વિત કરશો તો ચોક્કસ પણે આજે નહીં તો કાલે આપને કોઈ ને કોઈ એવા સાથી મળી જ જશે, જેને આપ મનની વાત જણાવી શકશો. આ વાત સાંભળીને મને વિશ્વાસ છે કે મોટાભાગના પાઠકોના મનમાં વિચાર આવી રહ્યો હશે કે ચાલો કોઈ તો સારી વાત સાંભળવાની મળશે, કંઈક કએવું વાતાવરણ ઊભું થશે કે આપણે આપણાં મનની વાત કરી શકીએ કોઈને. મારું સૂચન આ પ્રકારનું છે: આપ આપના મહોલ્લામાં અથવા આપના શહેરમાં એક ડી.કે.બી. ક્લબની સ્થાપના કરો. જી હા, ડી.કે.બી. ક્લબ- જેનો અર્થ છે દિલની વાતની ક્લબ. આ ક્લબમાં આપ થોડાં મિત્રોને ઉમેરવાનું શરૂ કરો અને ધીમે ધીમે આ ક્લબના સભ્યોની સંખ્યામાં વૃદ્ધિ થવા લાગશે. તમે લોકો મહીનામાં એક કે બે વાર મળવાનું શરૂ કરો. આપ જ્યારે એકબીજાને મળવનું શરૂ કરશો ત્યારે દરેકના મનમાં એક સુખદ આનંદની અનુભૂતિ થશે મળવાથી, કારણકે આપને લાગશે કે આજે ડી.કે.બી ક્લબની મીટીંગમાં હું મારા મનની વાત મારા અમુક સાથીઓ સમક્ષ રાખી શકીશ. આ પ્રકારે જો આપ ક્લબ બનાવાનું આયોજન કરો તો બની શકે છે આરંભમાં આપને ક્લબના સદસ્યો બનાવામાં થોડી ઘણી મુશ્કેલી આવી શકે પરંતુ થોડા દિવસો પશ્ચાત તમે જોઈ શકશો કેઆપને અનેક સારાં સારાં સાથીઓ, અને મિત્રો મળી જશે, જેની સમક્ષ તમે તમારા મનની વાત જણાવી શકશો. જો આપે આ પ્રકારની કોઈ ક્લબ બનાવાનું કોઈ આયોજન કરવાનું મનમાં નક્કી કરી લીધું છે તો એક બાબતનું ખાસ કરીને ધ્યાન રાખવું કે ક્લબના સદસ્યો કોઈ પણ પરિસ્થિતિમાં ૫૦ કરતાં વધારે ના હોય. એ સાથે ક્લબનો પૂર્ણ ફાયદો લેવા માટે એક એવો

નિયમ પણ બનાવી લેવો કે આપણાં આ ક્લબમાં જે પણ ચર્ચા મનની વાત અંગેની થાય એ સંબંધની વાતો ચર્ચાય, એ ચર્ચા એ વાતો ક્લબના સદસ્યગણ બહાર કોઈની પણ સાથે નહીં કરે. પાછલા બે મહીનામાં આ પ્રકારની વિચારધારા પુસ્તકના છપાવા પહેલાં પાંચ - છ શહેરોમાં રાખવામાં આવી હતી, જ્યાં મારા આયકર વિષય પર સંગોષ્ઠિઓ આયોજીત કરવામાં આવેલ હતી. પાઠકોને આ જણાવતા મને આનંદ થઈ રહ્યો છે કે જ્યાં પણ આ પ્રકારની આવી ડી.કે.બી. ક્લબ કે તેઓ પોતાના જીવનમાં આનંદ પુનઃ પ્રાપ્ત કરવા માટે આવી ડી.કે.બી. ક્લબની સ્થાપના કરશે.

તેથી, મારા પ્રિય સાથીઓ, જો આપ પણ ઇચ્છો છો કે આપના જીવનમાં મનની ગુંગણામણ સમાપ્ત થઈ જાય અને આપ મનની થોડી વાતો કોઈને જણાવી શકો, તો આજે જ આપ ડી.કે.બી. ક્લબની સ્થાપના કરો અને મને આ બાબત અંગે વખતો વખત પત્ર લખશો. આપ જ્યારે ડી.કે.બી. ક્લબની મિટીંગ રાખો ત્યારે કાયમ ઉન્મુક્ત રૂપે મિટીંગમાં જાવ, ભાગ લો, પોતાના મનની વાત જણાવો અને આપના મનની વાત સાંભળીને આપના સાથીઓ કોઈ સલાહ આપે, તો એ સલાહને સાંભળો, મનન કરો, જેથી આપના મનમાં શાંતિ આવશે મનની કુંઠા ગાયબ થઈ જશે. આ પ્રકારે આપના અન્ય સાથીઓ પણ મિટીંગમાં મનની વાત રાખે ત્યારે આ ખચકાયા વિના એમાં પોતાનું યોગદાન આપો અને એ સાથે-સાથે જો આપની કોઈ સલાહ, એ બાબત અંગે હોય તો એ સલાહનું પણ વર્ણન કરવું. ડી.કે.બી. ક્લબ સ્થાપના કરવાની આપની ઇચ્છા હોય તો કૃપા કરીને ધ્યાન રાખો કે ડી.કે.બી. ક્લબનું વાર્ષિક શુલ્ક તદ્દન ઓછું રાખવું, જેથી તેનો લાભ વધારેમાં વધારે લોકો લઈ શકે. આ ડી.કે.બી. ક્લબની સ્થાપના એક માત્ર ઉદ્દેશ્ય એજ હોય કે આપ આપના મનની વાત બીજાને જણાવી શકો અને બીજાના મનની વાત પણ આપ સાંભળી શકો.

જ્યારે આપણે મનની વાત જણાવીએ છીએ ત્યારે એવું આવશ્યક નથી કે મનની વાત એવી હોય કે જેનાથી આપના મનને ઊંડો આઘાત લાગ્યો હોય. અનેક વાર મનની વાત કરવામાં એવા વિષયમાં એવી વાતો પણ આવી શકે છે જે વાતોને યાદ કરીને આપના મનની ખુશી છલકાવા લાગે, પ્રસન્નતા ઉભરાવા લાગે, આનંદ અનુભાવા લાગેઅને આપની પણ એવી ઇચ્છા થવા લાગે કે આ વાત આપ બીજાઓને પણ જણાવો. પરંતુઆપણે આજે એવા કળયુગમાં વસી રહ્યા છીએ કે આપણાં મનની વાત જેમાં માત્ર ખુશી જ સમાયેલી છે એને અન્યને જણાવવાનું તો વિચારીએ છીએ, પરંતુ એવું વિચારીને અટકી જઈએ છીએ કે

કઈ રીતે જણાવીએ બીજાને, સારું લાગશે અથવા ખરાબ લાગશે. આ પ્રકારનું એક સત્ય સંસ્મરણ જણાવી રહ્યો છું- જે દિવસે મને લાગ્યું કે મારી ઊમર ૪૦ વર્ષ ઓછી થઈ ગઈ છે. વાત ૧૨ મી જૂન, ૨૦૦૨ની છે. સાંજનો વખત હતો. ઘરમાં અચાનક પ્રોગ્રામ બની ગયો કે સાંજના સમયે ઘરનાં બધાંજ સદસ્યો અમારા ફરીદાબાદના ગાર્ડન હાઉસમાં જઈશું અને રાત્રિ ભોજન પણ ત્યાંજ થશે. હું,મારા ધર્મ પત્ની, મારા માતા-પિતા અને મારો સુપુત્ર બધાંય આનંદ સહિત રવાના થયા અમારા ગાર્ડન હાઉસ તરફ જવા. એ અમારા ઘરની તદ્દન નજીક છે, તેથી, અમે અર્ધો કલાકમાં તો ત્યાં પહોંચી ગયા.

બગીચામાં થોડું ફર્યા પછી મેં વિચાર્યું કે હજું જમવાનું પિરસાવાને થોડી વાર છે, તો શા માટે થોડી વાર માટે લંબાવી ન દેવાય. જેવો હું લાંબો થયો કે અવાજ આવ્યો ‘સુભાષ’ ‘સુભાષ’. અવાજ પિતાજીનો હતો. તેઓ બાથરૂમમાં હતા. બાથરૂમનો દરવાજો ખુલ્લો હતો. હું ગભરાઈને બાથરૂમ તરફ દોડ્યો, તો હું શું જોઉં છું, પિતાજી બાથટબમાં બેઠા છે, પાણી ભરેલું છે, અને સાથે તેઓએ જક્કુજીના ટબમાં બબલબાથ નું ફીણ વાળું શેમ્પુ પણ નાંખ્યું છે. પૂરા પાણીમાં સફેદ ફીણ જ ફીણ હતા. મેં તો વિચાર્યું કે મશીનરીમાં કોઈ ખરાબી આવી ગઈ છે એટલે પિતાજીએ મને બોલાવી રહ્યા છે. પરંતુ હું તો હતપ્રત થઈ ગયો જ્યારે મારા પિતાજીએ મને બોલાવ્યો અને કહ્યું કે આવ જલ્દી જક્કુજીમાં સ્નાન કર. હું આવા સ્નેહભર્યા આમંત્રણનો અસ્વીકાર કરી શક્યો નહીં અને ફટાફટ જક્કુજીના ટબમાં સ્નાન કરવા લાગ્યો. એ સમયે ટબના ફૂવારામાંથી પાણીની છોળો અને બબલ બાથ નાંખવાને કારણે સફેદ ફીણ, એમ લાગી રહ્યું હતું કે અમે દૂધની નદીમાં સ્નાન કરી રહ્યા છીએ. એ ક્ષણે હું મારી જાતને ૧૦ -૧૨ વર્ષનો બાળક જ સમજી રહ્યો હતો અને મને સહસા આભાસ થયો કે મારી ઊંમર ૪૦ વર્ષ ઓછી થઈ ગઈ છે.

સામાન્ય પણે આપણાં પિતાજીઓ જક્કુજીમાં બબલ બાથનું સ્નાન પોતાના પૌત્ર- પૌત્રીઓને જ કરાવતા હોય છે. પરંતુ એ દિવસની સ્મૃતિ જ્યારે માનસપટલ પર ઉદ્ભવે છે ત્યારે મને એજ ક્ષણે પોતાની ઊંમર ૪૦ વર્ષ ઓછી થઈ જવાનો આહ્લાદ અનુભાય છે. અને પિતાજી સાથે વિતાવેલી એ સમયની ક્ષણોમાં ભૂતકાળમાં પિતાજી દ્વારા પ્રદત્ત વાત્સલ્યની એક ઝલક અનુભવાય છે અને હું આત્મવિભોર બની જઉં છું. એ ક્ષણને હું મારા જીવનની મહત્ત્વપૂર્ણ ચિરસ્મરણીય ક્ષણ માનું છું

★ ★ ★

200 **Dil ki Bat Kisse Se Kahain** *દિલની વાત કોને કહીએ અને કેવી રીતે*

www.ingramcontent.com/pod-product-compliance
Lightning Source LLC
Chambersburg PA
CBHW031932190326
41519CB00007B/497
9789351658863